அறியப்படாத இந்து மதம்

(முதல் பாகம்)

செ.தி.ஞானகுரு

நியூ செஞ்சுரி புக் ஹவுஸ் (பி) லிட்.,

41-பி, சிட்கோ இண்டஸ்டிரியல் எஸ்டேட்,

அம்பத்தூர், சென்னை - 600 050.

☎: 044 - 26251968, 26258410, 48601884

Language: Tamil
Ariyappadatha Hindu Matham
Author : **C.D.Gnanaguru**
First Edition: June, 2022
Copyright: Dhinakaran Chelliah
No.of Pages: 278
Publisher:
New Century Book House Pvt. Ltd.,
41-B, SIDCO Industrial Estate,
Ambattur, Chennai - 600 050.

Tamilnadu State, India.
Email: info@ncbh.in
Online: www.ncbhpublisher.in

ISBN. 978-81-2344-272-3

Code No. A4625

₹ 350/-

Branches

Ambattur (H.O.) 044 - 26359906 **Spenzer Plaza (Chennai)** 044-28490027
Trichy 0431-2700885 **Pudukkottai** 04322- 227773 **Thanjavur** 04362-231371
Tirunelveli 0462-4210990, 2323990 **Madurai** 0452-2344106, 4374106
Dindigul 0451-2432172 **Coimbatore** 0422-2380554 **Erode** 0424-2256667
Salem 0427-2450817 **Hosur** 04344-245726 **Krishnagiri** 04343-234387
Ooty 0423-2441743 **Vellore** 0416-2234495 **Villupuram** 04146-227800
Pondicherry 0413-2280101 **Nagercoil** 04652-234990

அறியப்படாத இந்து மதம்
ஆசிரியர் : செ.தி.ஞானகுரு
முதல் பதிப்பு: ஜூன், 2022

அச்சிட்டோர்: **பாவை பிரிண்டர்ஸ் (பி) லிட்.,**
16 (142), ஜானி ஜான் கான் சாலை, இராயப்பேட்டை, சென்னை - 14
☎: 044-28482441

All rights reserved. No part of this book may be reprinted or reproduced or utilised in any form or by any electronic, mechanical, or other means, now known or hereafter invented, including photocopying and recording, or in any information storage or retrieval system, without permission in writing from the publishers.

அணிந்துரை

அடிமை வாழ்வே அறம்!

இந்தியாவில் முதலில் தோன்றிய பழமையான சமயங்கள் எல்லாம் உலக வாழ்வியலில் துன்பங்களை வீழ்த்தி, அமைதியான, நிறைவான வாழ்க்கையை வாழும் இன்பவியல் கோட்பாடுகளைக் கொண்டவையாகத்தான் இருந்தன. சாங்கியம், சார்வாகம் (உலகாயதம்), நியாயம், யோகம், வைசேடிகம், சமணம், பௌத்தம், ஆசீவகம் அனைத்தும் அறத்துடன் வாழும் வாழ்க்கைக் கோட்பாட்டு அடிப்படையில் அமைந்தவையே.

இனக்குழுக்கள், சமுதாயம், நாடு, பேரரசு என்று மனித சமுதாயம் வளர்ச்சி பெற்ற காலத்தில், மன்னராட்சியை ஏற்காத இனக்குழுக்கள் முன்வைத்த தேவன் (கடவுள்) என்ற கோட்பாடு விவாதப் பொருளாக நிலவி வந்தது. தனக்கு இணையான வேறோர் அதிகார மையத்தை ஏற்றுக் கொள்ள பெரும்பாலான மன்னர்கள் முன் வரவில்லை. கண்ணால் காண்பது அல்லது நேரடியாக உணர்வது என்னும் பிரத்தியட்சக் கருத்துக்கள் கொண்ட மேற்கூறிய பழமையான சமயங்கள் கடவுள், ஆன்மா, மறு உலகம் ஆகியவற்றை மறுதலித்தன. அதேநேரம், ஊகம் (அனுமானம்), ஆப்த வசனம் (நம்பத்தகுந்தோர் கூறுகின்ற வாக்கு) ஆகியவற்றைப் பிரமாணங்களாக (அடிப்படைகளாக) ஏற்றுக்கொண்ட சமயங்கள் கடவுள், ஆன்மா, மறுவுலகக் கோட்பாடுகளைக் கட்டமைத்தன. இவற்றை ஏற்றுக்கொள்ளும் சமயங்களை ஆத்திகச் சமயங்கள் என்றும், இவற்றைக் கருதாத (மறுதளிக்கும்) பழமையான சமயங்களை நாத்திகச் சமயங்கள் என்றும் அவர்களே கூறலாயினர்.

வெளியிலிருந்து உள்நுழைந்து, வேள்விகள் வழித் தங்களை அந்நியப்படுத்தி கொண்ட ஆரியர்கள் இம்மண்ணிற்குப் பொருத்தமில்லாத

வைதிகக் கோட்பாடுகளை முன் மொழிந்தனர். அவற்றை வேதங்கள் மொழிந்ததாகவும் சொல்லி வைத்தனர். அக்காலங்களில் மன்னர்கள் போர் செய்து, அதில் தோற்றவர்களை அடிமைகளாக்கி வந்தனர். ஆனால், போர் எதுவும் செய்யாமலேயே, சமுதாயத்தில் அனைத்து வகைத் தொழில் செய்பவர்களையும் அடிமைகளாக்கும் வைதிக முறையைக் கடவுள் பெயரால் ஆரியர்கள் முன்வைத்தபோது, அதை மன்னர்கள் மகிழ்ந்து ஏற்றுக்கொண்டனர். இதனால் 'இருபிறப்பாளர்' என்னும் கோட்பாடு அரசாண்டது. பார்ப்பன இராஜகுரு விதிக்கப் படாத மன்னன் ஆனான். மற்றவர்க்கெல்லாம் 'அடிமை வாழ்வே அறம்' ஆனது.

இந்த அதர்மத்தைத் 'தர்மம்' என்பதுதான் இந்து மதம். இரு பிறப்பாளர்களுக்கு அடிமைச் சேவகம் செய்வதே சூத்திரர்களுக்கும், தங்களை இந்துவாக என்னும் அவர்ணர்களுக்கும் ஆன தர்மம் ஆனது. தங்களை இந்துவாக எண்ணாத அவர்ணர்களை வேற்று மனிதர், வேற்று மதத்தினர், மிலேச்சர், எதிரிகள் என்றும், அவர்கள் மனிதர்களே அல்ல என்றும் பக்கம் பக்கமாகப் பல சாஸ்திரங்களில் பதிந்து வைத்துள்ளனர் வைதீக மதத்தினர். இவை எதுவும் தெரியாத அவர்ணர்கள், தங்களை இந்துவாக எண்ணிப் பெருமைப்பட்டுக் கொள்கின்றனர். வைதிக சாஸ்திரங்களின்படிக் கீழ்நிலையில் வைக்கப்படும் ஆண்களின் நிலை பாதாளத்தில் என்றால், மகளிரின் நிலையோ அதலபாதாளத்தில். இரு பிறப்பாளர் என்ன, ஒரு பிறப்பாளராகக் கூட பெண்கள் மதிக்கப்படவே இல்லை. மனைவியோடு ஒன்றாக உணவருந்துதல் கூடக் குற்றம் என்கிறது 'காஞ்சிபுராணம்'. இது சாதாரணம் தான். உள்ளே போகப்போக வைதிகம் மகளிரை விலங்குகளை விடவும் இழி நிலையில் வைத்திருக்கிறது. பாவயோனி என்று ஆபாச வசவுகள் வேறு.

"தர்மத்தின் வாழ்வுதனைச் சூது கவ்வும்; தருமம் மறுபடியும் வெல்லும்" என்று பகவத் கீதை சொல்லும் வாசகங்களைக் கேட்க மயக்கமாகத்தான் இருக்கும். ஆனால், அதிலுள்ள சூழ்ச்சிகளைப் புரிந்துகொண்டால் நாம் இத்தனை 'ஏமாளிகளா?' என்று எண்ணத் தோன்றும். அந்த எண்ணத்தைத் தோற்றுவிக்கும் முயற்சியே இனிய நண்பர் திரு செ.தி. ஞானகுரு அவர்கள் எழுதிய 'அறியப்படாத இந்து மதம்' என்னும் இந்நூலின் நோக்கம்.

எந்த 'முன் முடிவும்' இல்லாமல் இந்நூலை வாசிக்கவும் என்று எச்சரிக்கையுடன் தொடங்கும் திரு ஞானகுரு, தான் 'இந்து' என்பதை ஒருவன் ஒப்புக் கொண்டாலே அவன் மீது சுமத்தப்படும் இழிவுகளை

மிக நாசுக்காக அல்ல, மிகப் பட்டவர்த்தனமாக, ஆணித்தரமாக விளக்கியிருக்கிறார். அது ஏதோ அவராகவே இட்டுக்கட்டி எழுதியதாக இல்லாமல், இந்த இந்து மதத்தினை எந்த சாஸ்திரங்கள் கட்டமைத்தனவோ, அந்த சாஸ்திரங்களில் கூறப்பட்டுள்ள விளக்கங்களைக் கொண்டே அவற்றை நிறுவியிருக்கிறார். அதற்காக அவர் எடுத்துக்கொண்ட முயற்சிகளுக்கும், பட்ட பாடுகளுக்கும் இந்த 'இந்து' சமுதாயமும், இந்துவல்லாத சமுதாயங்களும் அவருக்கு நன்றி உடையவர்களாக ஆக வேண்டும். இந்து மதத்தை ஏற்பவர்களும், ஏற்க விரும்பாதவர்களும் இந்நூலை அவசியம் படிக்க வேண்டும். படிப்பது மட்டும் இல்லாமல், அதைப் புரிந்துகொள்ளும் ஞானமும் வேண்டும். அதைப் புரிந்து, போதிக்கும் ஞானம் கைவரப் பெற்றதனால்தான் இந்நூலாசிரியர் ஞானகுருவாக ஆகியிருக்கிறார். ஒரு மனிதனுக்கு ஏற்படும் இழிவு களையும், அதனால் ஏற்படும் துயரங்களையும் நீக்குபவர்தான் ஞானகுரு என்று சமய நூல்கள் கூறுகின்றன. இங்குக் கோடானு கோடி மக்கள் தங்கள் பிறப்பினால் ஏற்படும் இழிவுகளைப் போக்கிக்கொள்ள உபதேசிக்கும் நமது தோழர் செ.தி.ஞானகுரு, உண்மையிலேயே மாபெரும் ஞானகுருவாகப் போற்றப்படுவார் என நம்புகிறேன். அதை முன் மொழிவது போலவே இந்நூலின் அட்டைப்படம் அமைந்திருப்பதும் வெகு பொருத்தம்.

ஏதோ இந்து மதத்தில் நாம் அறியாத சில பக்கங்களை ஞானகுரு காண்பிக்கப் போகிறார் என்று உள்ளே நுழைந்தால், "இதய பலம் இல்லாதவர்கள் இதைப் படிக்க வேண்டாம்" என்று எச்சரிக்கும் அளவில் அத்தனை திடுக்கிடும் செய்திகள் இதில் நிறைந்துள்ளன.

சூத்திரர்களையும், குதிரையையும் ஒன்றாகப் பார்க்கும் வன்மத்தின் பிறப்பிடமாகப் 'புருஷசூக்தம்' இருக்கிறது. மருத்துவம் பொதுவானதல்ல என்று 'ஸுசுருத சம்ஹிதை'யும், கோயில்கள் பொதுவானவை அல்ல என்று 'காமிகாகம'மும், இருபிறப்பாளர் அல்லாதோர் வேதம் கேட்டால், ஓதினால், மனனம் செய்தால் என்ன விதமான கொடும் தண்டனைகள் என்பதை 'ஸ்ரீபாஷ்யமு'ம் விவரிக்கின்றன. 'சம்புரோக்ஷனம்' என்பதைக் கோவிலில் நடக்கும் 'சிறப்பு அர்ச்சனை' என்று நினைத்தது போக, அது தீட்டுக் கழிக்கும் சடங்கு என்பதை இராமானுஜரின் 'ப்ரபந்நாம்ருதம்' கூறுகிறது. அனைத்து பாவங்களுக்கும் பெண்களே ஆணிவேர் என்கிறது 'உமா சம்ஹிதை'. சிவபுராணத்தில் பஞ்சசூடை என்னும் தேவலோகப் பெண் நாரதரிடம், "பெண்களின் இயல்பை"ப் பற்றிக் கூறுவதை காது கொடுத்துக் கேட்க முடியாது.

நாரதன் எப்படித்தான் கேட்டானோ? கேட்டுப் பிற தேவர்களுக்கும் சொல்கிறான்; இது மகாபாரதத்தில்! அந்த வாசகங்களைத் தமிழில் தர மனம் கூசுவதால் ஆங்கிலத்தில் தந்திருக்கிறார் நூலாசிரியர் ஞானகுரு. இன்னும் ஆதி சிவனின் படுகேவலமான லீலைகளை 'திருமூர்த்தி உண்மை' கூறுகிறது. லிங்கங்களைக் கூட நான்கு வர்ணர்களுக்கும் தகுந்தாற் போல் விவரிக்கிறது 'ஸ்ரீ காசியப சில்ப சாஸ்திரம்' நூல். இப்படிப்பட்ட சிவனடியார்களுக்கு மட்டுமே சொர்க்கம் என்கிறது 'தரும சம்ஹிதை'. கண்ணன் - கோபியரின் ரசக் கிரீடைகளை 'ஸ்ரீ கோபிகா கீதை' விவரிக்கிறது. பேதம் இல்லை என்பதே பேதைமை என்பதை நிரூபிக்கிறது 'பராசர ஸ்மிருதி'. மிருகபலி, நரபலிகளைப் புனிதமாக ஆக்குகிறது 'யாகமும் வைதீக மதமும்' நூல். இது 'தெய்வத்தின் குரல்' ஆகவும் ஒலிக்கிறது. மண், மரம், கல், உலோகம் உள்ளிட்ட இறைவனின் அனைத்து விதப் படைப்புகளிலும் சாதி உண்டு என்று 'பிராம்ஹீய சித்ரகர்ம சாஸ்திரம்' கூறுகிறது. மந்திரம், ஏவல் போன்றதே அர்ச்சகம் என்பதை 'காமிகாகமம்' தெரிவிக்கிறது. இப்படியாக வைதிகத்தின் அனைத்து சூழ்ச்சிகளையும் அவர்களே வெளியிட்ட சான்றாதாரங்களோடு நிரூபிக்கிறார் நூலாசிரியர் ஞானகுரு.

இந்துமதச் சாத்திரங்களான 'புருஷசூக்தம்', 'சம்ஹிதைகள்', 'ஸ்ரீபாஷ்யம்', 'காமிகாகமம்', 'கிருக சூத்திரம்', 'சிவ புராணம்', 'காஞ்சி புராணம்' போன்ற நூற்றாண்டுகளுக்கு முற்பட்ட பழைய புராணங்களைத் தேடிப் பிடிப்பதே கடினம். பன்மொழிக் கலப்புள்ள அவற்றை வாசிப்பது அதைவிடக் கடினம். வாசித்ததைப் புரிந்து கொள்வது மிகமிகக் கடினம். புரிந்ததைக் கோர்வையாக்கிப் பிறருக்கும் விளங்க வைப்பது மகா கடினம். இக் கடினமான, கடுமையான பணியைத்தான் பல ஆண்டுகளாக அரிதின் முயன்று, அதன் பயனாகத் திரு ஞானகுரு இந்நூலை நமக்கு வழங்கியிருக்கிறார். இதன் விளக்கங்களைப் படிக்கும்போதே அவருடைய கடுமையான உழைப்பை நாம் அவதானிக்க முடியும்.

இந் நூலின் பல பகுதிகள் அவருடைய முகநூல் பதிவுகளாக முன்னரே வெளிவந்து, காரசாரமான விவாதங்களை ஏற்படுத்தியுள்ளன. அப்போதே இது நூலாக்கம் பெற வேண்டும் என்று பல அன்பர்கள் கோரிக்கை விடுத்து வந்தனர். 'இந்து' என்று தன்னை அழைத்துக் கொள்ளும் ஒருவர் மீது, அவரது பிறப்பின் வழி ஏற்படுத்தப்படும் மிகக் கேவலமான அவமானங்கள்; மேலும், இரு பிறப்பாளன், ஒரு பிறப்பாளன், அதுவுமற்ற அவர்ணர்கள், இவர்கள் அனைவருக்குமான சமுதாயங்களுக்காகத் தங்களை அர்ப்பணித்துக் கொள்ளும் அனைத்துச்

சமுதாய மகளிர், ஆகியோர் மீதும் சுமத்தப்படும் அக்கிரமத் தனமானதும், ஆபாசம் நிறைந்ததும், அருவருக்கத் தக்கதுமான பழி பாவங்களை அவர்கள் உணர்ந்து, தன்மானம் அடைய வேண்டும் என்பதே அவரின் இறுதி நோக்கமாக உள்ளதை இந்நூலைப் படிப்பவர் அனைவரும் உணர முடியும்.

அவ்வகையில் பன்மொழி வல்லமை பெற்று, ஓர் இயக்கம் செய்திருக்க வேண்டிய பணியைத் தனி ஒருவராகச் செய்திருக்கிறார் திரு செ.தி.ஞானகுரு அவர்கள். மக்கள் யாராக இருந்தாலும், அவர்கள் தன்மான வாழ்வு வாழவேண்டும் என்ற நோக்கில், மானமும் அறிவும் மனிதர்க்கு அழகு என்று பெரியோர்கள் நிறுவிய உண்மையை உணர வைத்திருக்கிறார் நூலாசிரியர். தன்னலம் கருதாமல் ஆற்றியிருக்கும் அவரது இப்பணி, தமிழர்களால் மட்டுமல்ல, இந்துக்களால் மட்டுமல்ல, மனித சமுதாயம் முழுமையாகவும் போற்றப்படும் என்பதில் ஐயமில்லை.

31.03.2022

முனைவர் சிவ இளங்கோ
புதுச்சேரி

அணிந்துரை

தமிழ்ச் சமூகத்தில் எப்போதெல்லாம் ஜாதி எதிர்ப்பு, வர்ணாசிரம எதிர்ப்பு, சனாதன எதிர்ப்பு இவற்றை முன்னெடுக்கிறோமோ அப்போதெல்லாம் மக்களிடமிருந்து நாம் அதிகமும் எதிர்கொள்கிற கேள்விகளில் ஒன்று.

"இதுல என்ன தப்பு இருக்குங்க..."

"என்னுடைய நம்பிக்கையை நான் பின்பற்றுகிறேன், இதனால் யாருக்கு என்ன பாதிப்பு" என்கிற சராசரி எண்ணம்தான் இதன் அடிப்படை. "எனக்கு சாதிமதவெறி எல்லாம் கிடையாதுங்க சமூகத்துல யாருக்கும் தொந்தரவில்லாத ஒரு சாதரணமான இந்துவா இருக்கேன் அவ்ளோதான். அதனால என்ன" இதுவே பெரும்பான்மை சமூகத்தின் நிலைப்பாடு.

இதற்கு முக்கியமான காரணம் இந்து மதம் என்பது எளிதில் விளங்கிக்கொள்ளும்படி கட்டமைக்கப்பட்ட ஒன்றல்ல. அப்படி விளங்கிக்கொள்ள முடிந்தால் மட்டுமே சாதாரணமான இந்துவாக இருப்பதன் ஆபத்தை உணரமுடியும். ஆகவேதான் இந்து என்று அறிவித்துக் கொள்ளும்போதே வர்ணாசிரமத்தையும் அதன் ஜாதி அடுக்குகளையும் ஏற்றுக்கொள்கிறேன் என்கிற உண்மையை உணரமுடிவதில்லை.

இந்துமதம் எதையும் நேரடியாகப் பேசுவதில்லை. அதன் அஸ்திவாரங்கள் யாருக்கும் புரிந்துவிடாத அல்லது மறைக்கப்பட்ட வேதங்களை, உபநிடதங்களை, புராணங்களை, இதிகாசங்களை, பக்தி இலக்கியங்களின் கலவையாக உருவாக்கப்பட்டவை. அவற்றை மிகச்சரியான நோக்கில் புரிந்துகொள்ளாமல் இந்து மதம் நம் மக்களின் மனங்களில் உருவாக்கி வைத்திருக்கிற வலிமையான நம்பிக்கைகளை உடைக்கவே முடியாது.

இந்த வேதங்களும் புராணங்களும் நல்லதையே உபதேசிப்பவை, அவை நமக்கு பாஸிட்டிவ் எண்ணங்களை விதைப்பவை, சமஸ்கிருத மந்திரங்களை உச்சாடனம் பண்ணும்போது உருவாகும் அலைவரிசைகள் தீமையை அகற்றும் என்றெல்லாம் இன்று மேடை போட்டு சாமியார்களும் அரசியல் தலைவர்களும் பேசத்தொடங்கி இருக்கிறார்கள். அதையும் மக்கள் முழு மனதோடு ஏற்றுக்கொள்கிறார்கள். யாரும் அதில் என்ன இருக்கிறது என்று தேடி வாசிப்பதில்லை.

ஆகமவிதிப்படிதானே கோயில்கள் இயங்கவேண்டும், வேதங்களில் சொன்னபடிதானே வழிபாடுகள் நடத்த வேண்டும், சாதிக் கட்டமைப்புகள் என்பதெல்லாம் கிருஷ்ணபகவானே கீதையில் சொல்லிருக்காரே, வேத காலத்திலேயே நாம் பல விஞ்ஞானக் கண்டுபிடிப்புகளை கண்டு பிடித்து வானத்தில் பறந்திருக்கிறோம், மாற்று தலை அறுவை சிகிச்சை செய்திருக்கிறோம் என்றெல்லாம் அப்பாவிகளாகக் கேட்கிறார்கள். வாட்ஸ்அப் வந்த பிறகு இவ்வகைக் கேள்விகளுக்கு எளிதில் வேதமும் விஞ்ஞானமும் கலந்த விளக்கங்கள் கிடைக்கின்றன.

இப்படி கேள்விகளுக்கு விடைதேடுகிற யாருக்கும், ஆகமவிதி என்ன என்பது தெரியாது. வேதங்களில் எத்தனை வகைகள் உண்டு, அவற்றில் என்ன எழுதப்பட்டிருக்கிறது என்பதை யாரும் படிக்க முற்பட்டதில்லை. சொல்லப்போனால் என்னென்ன வேதங்கள் இருக்கிறது, அதன் பிரிவுகள் என்ன என்பது கூட பலருக்கும் தெரியாது. இந்து மதம் முன்வைக்கிற சடங்குகளை கண்ணை மூடிக்கொண்டு பின்பற்றுகிற யாரும் அது எதற்காக உருவாக்கப்பட்டது, அதன் பின்புலங்கள் என்ன என்பதையெல்லாம் ஒருநாளும் ஆராய முற்பட்டதில்லை.

நம்முடைய ஆய்வின்மை ஒரு காரணி என்றால், வேத உபநிடதங்களை புரியாத மொழியில் எழுதி வைத்திருக்கிற தந்திரமும் அதைப் பார்ப்பனர்கள் தவிர்த்து மற்ற யாரும் படித்துவிடாமல் நெருங்க விடாமல் செய்திருக்கிற ஏற்பாடுகளும் இன்னொரு காரணி. இவையே பார்ப்பனர்களுக்கும் இந்துமதத்தின் பேரால் மக்களை கீழ்மைப்படுத்து கிறவர்களுக்கும் மிகப்பெரிய வலிமையாக இருக்கிறது. நமக்குப் புரியாத ஒன்றைப்பற்றிய மலைப்புதான் இவர்களுடைய முக்கிய ஆயுதம். இந்த வேதங்களையும் சாஸ்திரங்களையும் எவ்வளவு ஆய்வு செய்தாலும் அதில் நாம் கண்டடைகிற விஷயங்கள் எல்லாம் ஒரே மாதிரியாகவே இருக்கும்.

பார்ப்பனர்களை பாலும் பழமும் கொடுத்து வீடு, நிலம், தானம் கொடுத்து அதிகாரமும் கொடுத்து பத்திரமாக பார்த்துக்கொள்ள வேண்டும்.

பார்ப்பனர்களை நன்றாக கவனித்துக்கொள்கிறவர்கள்தான் நன்றாக வாழலாம்.

பார்ப்பனர்களுக்கு தீங்கு நினைத்தால் நம் குலமே அழிந்து போகும், ஊர் நாசமாக போகும்.

பார்ப்பனர்கள் மேன்மையானவர்கள், அவர்களுக்கு கீழ்தான் எல்லோருமே. பார்ப்பனர்கள்தான், கடவுளுக்கு மிகவும் நெருக்கமானவர்கள். அவர்கள் தவறே செய்தாலும் தண்டித்துவிடக்கூடாது.

பார்ப்பனர்கள்தான் கல்வி கற்க அதை உபதேசிக்கத் தகுதியான ஒரு வர்ணத்தவர். மற்றவர்களுக்கு நிறைய விதிகள் உண்டு. அவர்ணர்களுக்கு அதுவும் கிடையாது.

பார்ப்பனர்களுக்கே உலகில் எங்கும் நுழைய அனுமதி உண்டு, யாரையும் கேள்வி கேட்கிற அதிகாரம் உண்டு.

இப்படி வேதங்களில் புராணங்களில் எதை எடுத்து ஆய்வு செய்தாலும் இந்த விஷயத்தையேதான் வேறு வேறு மாதிரி சொற்களை மாற்றிப் போட்டு ஜிலேபி ஜிலேபியாக எழுதி வைத்திருப்பார்கள். இந்த புனைவு புராணக்கதைகளிலும் கூட இதே விஷயம்தான் இடம்பெறும். ஏன் எனில் இதை எழுதியவர்கள் எல்லோருமே பார்ப்பனர்கள். இதை இன்று வரை விடாப்பிடியாக வலியுறுத்துகிறவர்கள் பார்ப்பனர்கள். அவர்களுடைய பேனா நம் நலனுக்காகவா எழுதும். அதனால்தான் மிகச் சிறுபான்மையினராக இருந்தபோதும் ஆயிரம் ஆண்டுகளாக இங்கே நம் மண்ணில் அவர்களால் ஆதிக்கம் செலுத்த முடிந்திருக்கிறது.

பெரியாரின் வரவுக்குப் பின்பும் திராவிட இயக்க எழுச்சிக்குப் பிறகும் பார்ப்பனர்களின் பொய் புரட்டுகளுக்கு சவுக்கடிகள் விழத்தொடங்கின. புராண புரட்டுகளை பெரியாரின் தொண்டர்கள் வீதிவீதியாக மக்களிடம் கொண்டு சேர்த்தனர். வேதங்களின் அறுவெறுக்கத்தக்க பக்கங்களை அவர்கள் வெளிச்சமிட்டுக் காட்டினர். சமூக நீதி என்பதன் அவசியத்தையும் நாம் யாருக்கும் கீழோர் அல்லர் என்கிற தெளிவும் மக்களுக்கு பிறக்கத் தொடங்கியதே கடந்த எழுபது ஆண்டுகளாகத்தான். அதில் திராவிட இயக்கத்தின் பங்கு மிகப்பெரியது. சூத்திரர்கள், அவர்ணர்கள், பெண்கள் எல்லாம் எத்தகைய அநீதிக்கு ஆளாகினர் என்கிற விழிப்புணர்வு பரவலானதே பெரியாரின் வருகைக்குப் பின்புதான்.

ஆனால் அண்மைக்காலத்தில் குறிப்பாக சமூகவலைதளங்களின் வருகைக்கு பிந்தைய காலக்கட்டத்தில் மீண்டும் வேதவிற்பன்னர்களின் பொய் புரட்டுகளும் சல்ஜாப்புகளும் அதிகரிக்கத்தொடங்கிவிட்டன. குறிப்பாக வாட்ஸ்அப், யூடியூப், பேஸ்புக் முதலான தளங்களின் வழி இந்த மீள் கருத்தாக்கத்தினை ஆக்ரோஷமாக செய்யத்தொடங்கி இருக்கிறது இந்துத்துவ கும்பல். எதையெல்லாம் எரித்து சாம்பலாக்கி சமத்துவ சமூகத்தை உருவாக்க வேண்டும் என பெரியாரும் அவர்தம் தொண்டர்களும் கனவு கண்டார்களோ அதே புரட்டுகள் புதுவடிவம் பெற்றுள்ளன. இன்று இணையமெங்கும் மீண்டும் இந்துவிஷம் பரவலாகத் தொடங்கியுள்ளது.

வர்ணாஸிரம (அ)தர்மங்களை நியாயப்படுத்துவது அதிகரித்திருக்கிறது. வேதங்கள் நல்லது, அது மானுட குலத்துக்கே வரமாக அமைந்தது என்றும் ஏன் இந்து மதம் நல்ல மதம் என்றெல்லாம் எச்.ராஜா, எஸ்.வி.சேகர் வகையறாக்கள் தொடர்ந்து உண்மைக்குப் புறம்பான பொய்களை பரப்பவும் தொடங்கி இருக்கிறார்கள். இது முதல் பத்தியில் சொன்ன அந்த சாதாரண எளிய 'ஃபீல் குட்' இந்துக்களுக்கு வசதியான கருத்தியலாக இருக்கிறது. குற்றவுணர்வின்றி தங்களுடைய மதத்தினை பின்பற்ற உதவுகிறது. சாதி அடையாளத்தை தாங்கிக் கொள்ள வசதிசெய்கிறது. திராவிட இயக்கங்கள் போராடி உருவாக்கிய கருத்தியல்களை இந்த புரட்டுகள் உடைக்க உதவுகின்றன.

ஜாதிய இழிவு என்பதே வெள்ளையர் காலத்தில்தான் வந்தது, அதற்கு முன்னால் இந்தியாவில் பாகுபாடே கிடையாது, இங்கே பொன்னுலகம் இருந்தது என்றெல்லாம் பேசத்தொடங்கிவிட்டார்கள். இன்னொரு பக்கம் ஜக்கிவாசுதேவ், ஸ்ரீஸ்ரீ மாதிரியான சாமியார்கள் ஆன்மீக வியாபாரத்திற்கு இந்து மத வேதங்களை, சமஸ்கிருத ஸ்லோகங்களை பண்டங்களாக மாற்றி அதை முன்னிறுத்தி பிஸினஸில் கொடிகட்டி பறக்கத் தொடங்கி இருக்கிறார்கள். பாஜக மாதிரியான கட்சிகள் இந்தியாவை இந்துமத புரட்டுகளின் வழிதான் எட்டு ஆண்டுகளாக வலுவான மக்கள் ஆதரவோடு ஆண்டுகொண்டிருக்கிறது. எவ்வித வளர்ச்சியும் பெறாத உத்திரப்பிரதேச மாநிலத்தில் மூன்று முறை மீண்டும் மீண்டும் ஆட்சி அமைக்க முடிகிறது. இதற்குப் பின்னால் இருப்பது நம்முடைய மதவாதம் என்னும் மாயை.

உத்திரபிரதேச ஆபத்து தமிழ்நாட்டையும் கூட நெருங்கிவிட்டது. இங்கே நேரடியான ஆர்எஸ்எஸ் அஜெண்டாக்களை நிறைவேற்ற முடியாவிட்டாலும், இங்கேயும் யோகா கற்றுத்தருகிறோம், பக்தி

இலக்கியம் பயிற்றுவிக்கிறோம், ஒழுக்கம் போதிக்கிறோம் என்று பள்ளிக்குழந்தைகளை அடுத்த தலைமுறையினரை மூளைச்சலவை செய்ய முயல்கிறார்கள். நம் எதிர்கால சந்ததியினரை மதவெறியர்களாக மாற்றுகிற புறவாசல் வழிகளை எல்லாம் தேடித் தேடி திறக்கின்றன இந்துத்வ சங்கி கும்பல். இது நாம் விழித்துக்கொள்ள வேண்டிய நேரம். பெரியார் எழுபது ஆண்டுகளுக்கு முன்பு மேற்கொண்ட ஒரு சமூக நீதிப் புரட்சியை மீண்டும் அறிவின் துணைகொண்டு மேற்கொள்ள வேண்டியது காலத்தின் கட்டாயம்.

இன்று தமிழ்நாடு பாஜக அரசின் மூலமாக எதிர்கொள்கிற அத்தனை சவால்களுக்குப் பின்னாலும் அத்தனை நெருக்கடிகளுக்குப் பின்னாலும் ஒழிந்திருப்பது இந்த சனாதன அதர்மங்களும் பார்ப்பன வேதங்களும் உருவாக்கி இருக்கிற கருத்தியல்தான். நீட் தேர்வு மாதிரியான விஷயங்கள் ஏன் கொண்டுவரப்படுகின்றன. ஏன் நமக்கு கல்வி மறுக்கப்படுகிறது. ஏன் ஒன்றிய அரசு கல்வியை தன்னுடைய கட்டுப்பாட்டில் எடுத்துக்கொள்ளப் பார்க்கிறது, ஏன் கோயில்களை அரசிடமிருந்து கைப்பற்றி மீண்டும் பார்ப்பனர்களிடம் ஒப்படைக்கத் துடிக்கிறார்கள் என்கிற பல கேள்விகளுக்கும் விடை இந்தப் பார்ப்பன வேதங்களில் இருக்கிறது. இத்தகைய வேதங்களை எல்லாம் படித்து ஆராய்ந்து அந்த ஆதாரங்களை எல்லாம் தேடித்தேடி தொகுத்திருக்கிறார் செ.தி.ஞானகுரு.

இந்த நூலை இன்றைய சனாதன மதவாதிகளுக்கு எதிரான ஆயுதமாகவே பார்க்கிறேன். இது இந்துமதம் என்கிற கோட்பாடு எத்தனை தந்திரமானது, அது எப்படி ஒரு குறிப்பிட்ட பிரிவினருக்கு மட்டுமே ஒட்டு மொத்த அதிகாரத்தையும் வழங்கி நம்மை அடிமைப் படுத்துகிற ஒன்றாக இருக்கிறது என்பதை மற்றோருக்கு விளக்கவும், விளங்கிக்கொள்ளவுமான ஒரு Perfect Ready reckoner. இதன் ஒவ்வொரு பக்கங்களிலும் இருப்பது ஆய்வுபூர்வமான ஆதாரங்கள். ஆன்மிகத்தின் பேரால் நடக்கிற அத்தனை அநீதிகளுக்கும் எதிரான வெடிகுண்டு களாகவே இருக்கின்றன. ஞானகுருவின் எழுத்துகள் நம்முடைய பல உள்ளார்ந்த நம்பிக்கைகளை சிதறடிக்கின்றன.

ஞானகுரு செய்திருப்பதெல்லாம் வேத நூல்களிலும் மற்ற பக்தி இலக்கிய, புராண நூல்களில் இருப்பதை எல்லாம் உள்ளது உள்ள படியே கொடுத்ததுதான். இங்கே பாரப்பா நீ நினைப்பது போல இல்லை, இந்த விஷயத்தில் நீ சொல்கிற சாஸ்திரத்திலேயே என்ன போட்டிருக்கிறது பார்த்தாயா என்று உண்மைகளை அடுக்குகிறார்.

ஞானகுரு சுட்டிக்காட்டுகிற அத்தனையும் எந்த அலங்காரப் பூச்சுகளுமற்ற உண்மைகள். நம் கோயில்களில் நாம் நுழைய நாமே காசும் கொடுத்து, நாம் போய் வந்ததற்கான தீட்டுகழித்தலுக்கும் நம்மிடமே கட்டணம் வசூலிக்கிற பார்ப்பன அயோக்கியத்தனங்களை எல்லாம் பட்டவர்த்தனமாக வெளிப்படுத்துகிறார். பெண்களுக்கு எதிரான அநீதிகளை, அவர்ணர்களுக்கு நிகழ்ந்த, நிகழ்ந்துகொண்டிருக்கிற புறக்கணிப்புகளை எல்லாம் பட்டியலிடுகிறார். வேதங்களின் பேரால் சமஸ்கிருத மந்திரங்களின் பேரால் நம் மூளையை மழுங்கடித்துக் கொண்டிருந்த பல மூடநம்பிக்கைகளை உடைத்தெறிகிறது ஞான குருவின் எழுத்து. மருத்துவத்துறையில் ஐஐடி மாதிரியான உயர்கல்வி நிறுவனங்களில் நிகழும் வன்முறைகளுக்கான காரணங்களை வேதங்களில் கண்டறிந்து தருகிறார். சனாதனம்தான்ங்க ஆபத்து சைவம் நல்லதுங்க, பெரிய புராணம் படிங்க என்று சொல்கிறவர்களுக்கும் சவுக்கடிகளை தரத்தவறவில்லை. இலங்கையிலும் கூட எப்படி பார்ப்பனப் புரட்டுகளும் சமஸ்கிருத ஆதிக்கமும் உண்டானது என்பதையும் ஆராய்கிறது.

இந்த சாஸ்திரங்களும் வேதங்களும் புராணங்களும் உபநிடதங்களும் மனிதர்களை எப்படியெல்லாம் கூறுபோட்டு கீழ்மைப்படுத்தின என்பதை மெனக்கெட்டு தேடித்தேடி தொகுத்திருக்கிறார். இதில் வருவன எல்லாமே இந்து மதம் குறித்து நாம் இதுவரை அறிந்த தகவல்தான். ஆனால் அதில் "இதுல என்ன தப்பு இருக்கு" மாதிரி விஷயங்கள் அத்தனைக்கும் இந்நூலில் பதில் தருகிறார். கூடவே இந்து மதம் மனிதர்களை மட்டுமல்ல மண், மரம், உலோகங்களைக் கூட எப்படியெல்லாம் பிரித்துப் பார்க்கிறது என்பதை விளக்குகிறார். மன்னர்கள் கட்டிய கோயில்கள் எதுவுமே பொதுமக்களுக்காக கட்டப் படவில்லை என்கிற அதிர்ச்சியான விஷயத்தையும் வெளிப்படுத்துகிறார்.

இன்றைய தேதியில் வேதத்தில் இப்படி மோசமாக போட்டிருக்கிறதே இதற்கு என்ன சொல்ற என்று ஆத்திகர்களிடம் சும்மா கேட்க முடியாது. உடனே ஆதாரம் கொடு என்று நிற்பார்கள். இல்லாத கடவுளோடு உரையாடுகிறேன், அர்ச்சனை பண்ணுகிறேன் என்று ஏமாற்றி பணம் பறிக்கிறவர்களிடம் ஒருநாளும் இவர்கள் இப்படி கேட்பதில்லை. ஆனால் "தம்பி இவர்கள் உன்னை வஞ்சிக்கிறார்கள், இவர்கள் உன்னை சூத்திரன் என்று கீழ்மைப் படுத்துகிறார்கள்" என்று சொன்னால் ஆதாரம் கேட்பார்கள். அத்தகையோருக்காகவே தொடர்புடைய நூல்களின் பக்கங்களையெல்லாம் மின்-அச்செடுத்து கட்டுரைகளோடு இணைத்துக்

கொடுத்திருப்பது மிக நல்ல முயற்சி. இந்தப் பக்கங்களைக் கொண்டே புரட்டாளர்களின் முகத்தில் ஆதாரங்களால் அடிக்கலாம்.

ஒவ்வொரு பக்கத்திலும் சொல்லிலும் அவருடைய உழைப்பு வெளிப்படுகிறது. இந்நூலை வாசிப்பதற்கே பெரிய உழைப்பு தேவைப்படும்போது இதனைத் தொகுக்க இவர் எத்தகைய உழைப்பை செலுத்தி இருப்பார் என்கிற மலைப்பு நமக்கும் வந்துவிடுகிறது. ஆனால் அந்த உழைப்பு அடுத்த தலைமுறையை இந்துத்துவ ஆதிக்கத்திலிருந்து மீட்கவேண்டும் என்கிற சீரிய எண்ணத்திலிருந்து உருவானது என்பதை இந்நூலை வாசிக்கும்போது புரிந்துகொள்ள முடிகிறது.

இதை மிகுந்த முனைப்போடு எழுதித் தொகுத்திருக்கிற செ.தி.ஞானகுரு அவர்களுக்கு என் மனமார்ந்த நன்றிகளும் வாழ்த்துகளும்.

மிகுந்த அன்புடன்,
அதிஷா

முன்னுரை

மனித நேயத்துக்கு எதிரானதே ஹிந்து மதம்!

இன்று இந்தியத் துணைக்கண்டத்தில் உள்ள பெருவாரியான மக்கள் தங்களை ஹிந்துக்கள் என அடையாளப்படுத்திக் கொள்கிறார்கள், அது பற்றிய புரிதல் ஏதும் இல்லாமல். இன்று இந்து மதம் (ஹிந்து மதம்) என அழைக்கப்பட்டாலும் சில நூற்றாண்டுகளுக்கு முன்புவரை இது சனாதன தர்மம், வைதிக மதம், பிராமணீய மதம் இப்படியான பெயர்களில், அதுவும் அன்றைய நாட்களில் படித்தவர்கள் மத்தியில் மட்டுமே வழங்கப்பட்டு வந்தது. நிறுவனமயமாக்கப்பட்ட மதம் போன்று இது செயல்பட்டதில்லை. அதனால்தான் இது மதமல்ல, வாழ்க்கை முறையென்றும் கருதி வருகிறார்கள்.

வைதிக சனாதன நூல்கள் வாயிலாக உள்ள கருத்துக்களுக்கும் தங்களை ஹிந்துக்கள் என நம்பிக்கொண்டிருக்கும் பெருவாரியான மக்களின் நம்பிக்கைகளுக்கும் மலை, மடுவிற்குமுள்ள வித்தியாசம் உள்ளது. காரணம் வைதிக சனாதன நூல்களை ஆழ்ந்து படிக்கிறவர்கள் இல்லை. நூல்களின் எண்ணிக்கை ஆயிரக்கணக்கில் இருப்பதும் ஒரு காரணமாய் இருக்கலாம். எந்த ஒரு முன் முடிவும் இல்லாமற் வைதிக சனாதன நூல்களை வாசிக்கிறவர்களுக்கு நான் இந்த நூல் மூலம் கூறும் விடயங்கள் எளிதில் விளங்கும்.

வைதிக சனாதன நூல்கள் என்பன அனாதி காலமாய் சொல்லப் பட்டு வந்த வேத நூல்கள் தொடங்கி, புராணங்கள், இதிகாசங்கள், உபநிடதங்கள், ஆகமங்கள், உப புராணங்கள், தர்மசாஸ்திரங்கள், மந்திரங்கள், சூத்திரங்கள் என ஆயிரக்கணக்கில் உண்டு. இந்த நூல்கள் அனைத்தும் ஹிந்துக்கள் என இருபிறப்பாளர்களான பிராமணர்,

க்ஷத்ரியர், வைசியர்களையும் இம்மூவருக்கு அடிமைச்சேவகம் செய்யும் சூத்திரனையும் குறிக்கிறது. அதுவும் இந்நூல்கள் குறிப்பிடும் புண்ணிய பூமியில் பிறந்தவர்களாக இருக்க வேண்டும். இரு பிறப்பாளர்களான முதல் மூன்று வர்ணத்தவரே வைதிகர்கள் ஆவர். காரணம் வேதங்களின் மீது இம்மூவருக்கு மட்டுமே அதிகாரம் உண்டு. இந்த இருபிறப்பாளர்களான வைதிகர்களுக்காக எழுதப்பட்டவைதான் வைதிக சனாதன நூல்கள் அனைத்தும். இந்த நூல்களில் சொல்லப்பட்ட விசயங்களே சனாதன தர்மம் அல்லது வைதிக தர்மம்.

சனாதன தர்மம் அல்லது வைதிக மதத்தில் நீங்கள் நம்ப வேண்டியது ஒன்றே ஒன்றுதான், அதுதான் "ஆத்மா". அதை நம்புகிறவர்களுக்கு பரமாத்மா, ஜீவாத்மா, மறுபிறவி, கர்மா, வினை, முக்தி, நரகம், சொர்க்கம், தோஷம், பாபம், புண்ணியம் எல்லாமே இலவசம்!

ஆத்மா எப்படி அனாதியானதோ.அதாவது ஆத்மாவிற்கு எப்படி தொடக்கமோ அழிவோ இல்லையோ அப்படியே வர்ணாசிரம தர்மத்திற்கும், கர்மாவிற்கும் தொடக்கமோ அழிவோ இல்லை என்கின்றன ஹிந்து வைதிக சனாதன தர்ம நூல்கள்.

இதில் ஆச்சர்யமும், அதிசயமும், கொடுமையும், கேவலமும் என்னவெனில் வர்ணாசிரமம் வெறும் மனிதர்களான நமக்கு மட்டுமேயல்ல. விலங்குகளுக்கும், மரம் செடி கொடி, பறவை, தேவர், ராட்சஷர், கடல், நதி, மண் என உலக சிருஷ்டிகள் அனைத்திலும் இந்தப் பிரிவினைகள் உண்டென வைதிக நூல்கள் கூறுகின்றன. உதாரணத்திற்கு கருங்காலி மரம் சத்ரிய வர்ணத்தைச் சார்ந்தது, வில்வ மரம் பிராமண வர்ணத்தைச் சார்ந்தது, பட்சிகளில் கருடப் பட்சி பிராமண வர்ணத்தைச் சார்ந்தது, ராட்சஷர்களில் ராவணன் பிராமணன், பிரம்மா வைசியன், இந்திரன் சூத்திரன்.

இந்த உலகத்தில் நாம் வாழும் வரை பிரிவினைகளோடுதான் வாழ வேண்டும், அதாவது வர்ணபாகுபாடுகளுடன், சாதி வேறுபாடுகளுடன். ஆனால், இறந்த பின்னர் நாம் அனைவரும் ஆத்ம நிலையில் சமமானவர்களாம். எப்பேற்பட்ட கட்டுக் கதை? இவற்றையெல்லாம் நாம் நம்பி கர்மாக்களை செய்து அவர்களுக்கென சொல்லப்பட்ட தர்மங்களைக் கடைப்பிடித்து ஜீவாத்மாவிலிருந்து பரமாத்மா நிலையினை அடைய பாவம் புண்ணியம் இரண்டையும் போக்கி மறுபிறவி இல்லாத முக்தி அடைய வேண்டும்.

இந்த வைதிகக் கொள்கை அல்லது வைதிக மதம்தான் ஈராயிரம் ஆண்டுகளுக்கு மேல் உடலாலும் மனதாலும் நம்மை ஆண்டு கொண்டிருக்கிறது. உயிருடன் உள்ளவரை மனிதராகிய யாரும்

ஒருவருக்கொருவர் பிறப்பினால் சமம் இல்லை. இந்தக் கருத்தை அறிவார்ந்த சமூகம் எப்படி ஏற்றுக் கொள்ளும்? இறந்த பின்னர் ஆத்ம நிலையில் நாம் சமமாக இருந்தால் என்ன, இல்லாமற் போனால் என்ன? யாருக்குத் தெரியும் இறப்பிற்குப் பின் நடப்பதைப் பற்றி. இறப்பிற்கு பின் உள்ள வாழ்வை எண்ணி நிகழ்காலத்தில் ஏன் கவலைப்படவேண்டும்?

பிறப்பிற்கு முன்பும் இறப்பிற்குப் பின்பும் உள்ளதைப் பற்றி அறிந்து கொள்வதில் மனிதன் எப்போதுமே ஆர்வமாகவே இருக்கிறான். அந்தத் தேடுதலில் காலத்தை வீணடித்து 'ஆத்மாவை' தன் தேடுதலுக்கான விடையெனக் கருதுகிறான். வைதிகர்களின் நூல்களான வேதங்கள் தொடங்கி பின்வந்த அனைத்து தத்துவ நூல்களும் ஆத்மாவை முன்னிறுத்துகின்றன. ஆத்மா, மறுபிறவி, கர்மா, பாவம், புண்ணியம், புனிதம், தீட்டு, தர்மம் இதற்குள்ளேயே ஒருவரின் சிந்தனைகளை முடக்கிவிடுகிறது இந்து வைதிக சனாதனத்தத்துவம். தேகத்திற்கு அழிவு உண்டு. ஆனால், ஆன்மாவிற்கு அது இல்லை, முக்தியை அடையும் வரை உடலை மாற்றிக் கொண்டே இருக்கும் என்பதே ஆகச் சிறந்த தத்துவம் என்கிறது வைதிக சனாதனம். இதைத் தாண்டி சிந்திக்க விடுவதில்லை, சிந்திக்கவும் கூடாது.

கீதையில் கிருஷ்ணன் அர்ஜுனனிடம் கூறுகிறார், "அர்ஜுனா இது உனக்கும் எனக்கும் முதற் பிறவியல்ல" என்று. எத்தனையோ ஆயிரம் பிறவிகள் பிறந்து இப்போது இந்தப் பிறவி எடுத்துள்ளோம், இனி எத்தனைப் பிறவிகள் எடுக்கப் போகிறோமோ அதற்கும் அளவு இல்லை. அதுவரை ஆத்மாவின் உடல் விட்டு உடல் மாறும் பயணம் தொடரும். இதை நம்புகிறவர்களால் தங்களது நிகழ்கால வாழ்க்கையை எப்படி முழுமையாக வாழமுடியும்?

புத்தர் இந்த 'ஆத்மா' கொள்கையை முற்றிலுமாக மறுத்தார். ஆகவே பௌத்தம் அனாத்மவாதம் என்றழைக்கப்படுகிறது. அவர் சொல்கிறார், உனது பிறப்பின் தேதி உள்ளது போல் இறப்பின் தேதியும் நிச்சயம் உண்டு. இந்த இரண்டு தேதிக்கும் இடையில் உள்ள உனது வாழ்க்கை எப்படிப்பட்டது என்பதே முக்கியம். அதை நீ ஆனந்தமாக கொண்டாடுகிறாயா, அனுபவிக்கிறாயா அந்த க்ஷணத்தில் இருக்கிறாயா என்பது முக்கியம். இறப்பிற்கு பின் உள்ளவற்றைப் பற்றி வாழும் நிகழ்காலத்தில் கவலைப்பட்டு ஆகப் போவது ஒன்றுமில்லை. ஆகவே நிகழ்கால வாழ்க்கையை முழுமையாக வாழப் பழகிக் கொள் என்கிறார்.

புத்தரின் அனாத்ம வாதம் வைதிகர்களின் கண்களை உறுத்தியது. ஆகவேதான் பௌத்தம் முற்றிலுமாக இந்தமண்ணை விட்டு ஒழிக்கப் பட்டது. நாத்திக வாதமான (நாத்திகம் என்பது வேதங்களை மறுப்பது)

பௌத்தமும் சமணமும் அழிந்து போனதற்கு இதுவே காரணம். நாம் இன்றும் இந்த ஆத்மா கொள்கையை விடாப்பிடியாக பற்றிக் கொண்டு பாவ புண்ணியங்களை நம்பி மறுபிறப்பிற்கு அஞ்சி தீட்டு புனிதத்திற்கு முக்கியத்துவம் கொடுத்து வர்ணாசிரமத்தைக் கடைப்பிடித்து நாமும் சீரழிந்து மற்றவர்களையும் சீரழித்து நிகழ்கால வாழ்க்கையை அனுபவிக்காது பாழாக்கி அடிப்படை மனிதப் பண்பு ஏதும் இல்லாமல் சுயநலத்துடன் மனித நேயமற்று வாழ்ந்து வருகிறோம்.

நமது வாழ்வைப் பாழாக்க ஆத்மா ஒன்றை நம்பினால் மட்டுமே போதும், மற்ற அனைத்தும் இலவசமாக நமக்குக் கிட்டும். ஆத்மாவை விசாரம் பண்ணுவது ஆத்மாவைப் பற்றிய சிந்தனையே ஆன்மீகம் எனப்படுகிறது. ஆத்மாவை நம்பாத பௌத்தர்களுக்கு ஆன்மீகமே இல்லை போலும்?

ஆனால், நாம் எதற்கெடுத்தாலும் ஆன்மீகம் என்ற சொல்லைப் பயன்படுத்துகிறோம். ஆன்மீகம் என்றாலே அது ஆத்மாவைப் பற்றியது. இதுதான் அடிப்படை. ஆத்மாவை நம்புகிறவர்களுக்கே ஆன்மீகம் பொருந்தும். ஆத்மாவை நம்பினால் ஆயிரமாயிரம் ஜென்மங்களும் பிறவித்தொடரும். பாவமும் வர்ணாசிரமும் நம்மைத் தொடரும். சந்தோசமாக நம்மை வாழ விடாது. விடாது கருப்பு போன்று நம்மைச் சுற்றிக் கொண்டே இருக்கும்.

ஹிந்து சனாதன தர்மம் எல்லோருக்கும் பொதுவல்ல. காரணம், சனாதன தர்மத்தில் பாமர மக்களான சண்டாளர்களுக்கும் சாதி வர்ணத்தில் சேர்க்கப்படாத ஏனைய மக்களுக்கும் கடுகளவும் அதில் இடமுமில்லை, அவர்களுக்கான தர்மம் எந்த வைதிக சனாதன நூல்களிலும் சொல்லப்படவில்லை! தர்மம் எனும் சொல் பௌத்தம், சமணத்திலிருந்து பெறப்பட்டாலும் ஹிந்து சனாதன நூல்களும் தர்மத்தைப்பற்றிப் பேசுகின்றன. ஹிந்து சனாதன நூல்களில் 21 தர்ம சாஸ்திர நூல்கள் மிகமிக முக்கியமானவை. ஹிந்து சனாதன தர்மத்திற்கு ஆதாரமான நூல்களில் இவை அடங்கும். இவை அனைத்தும் எது தர்மம், வர்ணாசிரம பிரிவுகள், தர்மத்தை கடைபிடிக்க வேண்டியவர்கள் யார், அவர்களுக்கான தகுதி என்ன என்பதை தெளிவாக விளக்குகின்றன. தர்ம சாஸ்திர நூல்களே நீதி நூல்களாகவும் விளங்கின. இவற்றில் உள்ள சட்ட விதிகளின்படியே கிரிமினல் சிவில் குற்றங்களுக்கு தண்டனை வழங்கப்பட்டு வந்தன. சனாதன வாதிகளான இரு பிறப்பாளர்கள் (பிராமணர், வைசியர், சத்ரியர்) பிறப்பிற்கு செய்யவேண்டிய கர்ப்பதானம் முதல் இறப்பிற்குப் பிறகு செய்ய வேண்டிய அந்தியேஷ்டி வரை உள்ள 40க்கும் மேற்பட்ட சம்ஸ்காரங்கள், கர்மானுஷ்டானங்கள், பத்யதிகள், சாஸ்திர சம்பிரதாயங்கள் அனைத்தையும் இந்த

தர்மசாஸ்திர நூல்கள் விளக்குகின்றன. இவற்றையே இன்றளவும் ஹிந்துக்களாக கருதுகிறவர்கள் அனைவரும் பின்பற்றுகின்றனர். உதாரணத்திற்கு பெயர்வைக்கும் சடங்கு, பிறந்த குழந்தைக்கு அன்னம் ஊட்டும் சடங்கு, எழுத்தை எழுத வைக்கும் சடங்கு, பூநூல் சடங்கு, கல்யாணச் சடங்கு, திதி, தர்ப்பணம், திவசம், கருமாதி, பித்ரு பூசை என பல சடங்குகள்.

பெண்களுக்கான தர்மம் என்பது கணவனுக்கும், பெற்றோர்களுக்கும் அடிமைச் சேவகம் செய்வது ஒன்றே. கணவன் அனுமதித்தால்தான் அவளால் சாமியைக் கூட கும்பிட முடியும். அவளுக்கென எந்த ஓர் உரிமையும் அதிகாரமும் வைதிக சனாதனம் வழங்கவில்லை. காலம் முழுதும் அவள் ஆணைச் சார்ந்து அடிமையாகவே வாழ வேண்டும், அவனுக்காக உயிர்த் தியாகம் செய்யவும் தயங்குதல் கூடாது. ஸ்ருதி (வேத நூல்கள்) பெண்ணை "பொய் அல்லது மாயை" என்கின்றன. இருபிறப்பாளர்களுக்கு அடிமைச் சேவகம் செய்வது ஒன்றே சூத்திரனின் தர்மம் என ஒரே ஒரு தர்மத்துடன் நிறுத்திக் கொண்டன வைதிக சனாதன நூல்கள்.

ஆனால் சூத்திரனுக்கு அடுத்த நிலையில் உள்ள வர்ணங்களில் சேராத அவர்ணர்களாகிய பிற சாதியர்களுக்கு ஒரு தர்மமும் சொல்லப் படவில்லை. இந்தப் பிற சாதியரில் பிரதிலோமர்கள், பதிதர்கள் தொடங்கி சண்டாளர்கள், பஞ்சமர்கள், புலையர்கள் என நூற்றுக் கணக்கில் பிரிவுகள் உண்டு. இருபிறப்பாளர்கள், சூத்திரர்கள் செய்ய வேண்டிய தர்மத்தை சொல்லிய தர்ம சாஸ்திர நூல்களில் மேற் சொல்லிய அவர்ணர்கள் செய்ய வேண்டிய தர்மம் என்ன என்பவை பற்றி ஒரு வரி கூட இல்லை, காரணம் இவர்களை அந்த நூல்கள் வேற்று மதத்தினராகவும் மிலேச்சர்களாகவும், எதிரிகளாகவும் கருதுகின்றன. இந்த நூல்களை ஒட்டி பின்நாட்களில் வந்த அனைத்து ஹிந்து வைதிக சனாதன நூல்கள் அனைத்திலும் இவர்களுக்கு உரிய விசயங்கள் ஏதும் சொல்லப்படவில்லை. இவர்களை இந்த நூல்கள் மனிதர்களாகவும் கருதவில்லை. அதனால் தான் திரும்பத் திரும்ப பாமர அடித்தட்டு மக்கள் யாரும் ஹிந்து சனாதனிகள் அல்ல என்று கூற வேண்டியுள்ளது. இக் கருத்து வைதிக நூல்களைப் படிக்கிறவர்களுக்கும் தர்ம சாஸ்திர நூல்களைப் படித்து அறிந்தவர்களுக்கும் தெளிவாகவே விளங்கும். ஆனால் அவர்கள் யாரும் இதை வெளிப்படையாகச் சொல்வதில்லை, எழுதுவதில்லை, பகிர்வதில்லை, பேசுவதில்லை, விவாதிப்பதுமில்லை.

இந்த வகையில் இந்தியாவில் உள்ள ஒடுக்கப்பட்டவர்களாக அறியப்படும் சண்டாளர்களும் பஞ்சமர்களும் மொத்த ஜனத்

தொகையில் 22 சதவீதத்திற்கும் அதிகம் உண்டு. இவர்களில் பெரும்பாலோர் இன்னமும் தங்களை ஹிந்துக்களாகவே எண்ணுகின்றனர். இவர்களுக்கு என சொல்லப்படாத வைதிகச் சடங்குகள், சம்ஸ்காரம், கர்மானுஷ்டானங்கள், பத்யதி, சாஸ்திர சம்பிரதாயங்களை கடைப்பிடித்தும் வருகின்றனர். நீங்களும் இந்துக்களே என யாராவது கூறினால், எங்களுக்கான தர்மம் என்ன என்பது எந்த தர்ம சாஸ்திர நூலில் கூறப்பட்டுள்ளது எனக் கேளுங்கள். இந்த நூல்களைப் படித்தால் தர்மத்திற்கும் நமக்கும் சம்பந்தமில்லை என்பதை உணர்வீர்கள். ஹிந்து மதமானது இருபிறப்பாளர்களுக்கு மட்டுமே என்பதையும் புரிந்து கொள்வீர்கள்!

ஹிந்துவாக தன்னை அடையாளப்படுத்திக் கொள்பவர்கள் சாதீயம் மற்றும் தீண்டாமையை ஒப்புக்கொண்டவர்களாகிவிடுகிறார்கள். நான் ஹிந்து, ஆனால் சாதீயப் படிநிலைகளை ஒப்புக்கொள்வதில்லை என்கிறவர்கள், ஒன்று அவர்களுக்கு ஹிந்து சனாதனம் பற்றிய புரிதல் இல்லையென்று பொருள். இல்லையேல் சாதீய வறட்டு கௌரவத்தை விரும்புகிறவர்கள் என்றே பொருள். இப்படி பிரிவினைகளும், ஆதிக்கமும், வன்மமும் மட்டுமே உள்ள வைதிக சனாதன தர்மத்தில் மனிதநேயம் எப்படி இருக்கும்?! வைதிக சனாதன நூல்கள் அனைத்திலும் மனிதநேயத்திற்கு எதிரான கருத்துகள் மட்டுமே உண்டு என்பதை வாசிக்கிறவர்கள் உணர்வார்கள். வைதிக சனாதன தர்மம் என்பது என்றென்றும் நிலையானது, என்றும் மாறாதது, என்றும் அழியாதது என்கிறார்கள்! உயிருள்ள எதுவுமே மாற்றத்திற்கு உகந்தது! உயிரற்ற சடலமும் மாற்றத்திற்கு உட்பட்டது. உண்மை இப்படி இருக்கையில், வைதிக சனாதனம் மட்டும் மாறாமல் எப்படியிருக்கும்?! வாசிக்கிற-வர்களை சுயமாய் சிந்திக்க வைப்பது ஒன்றே இந்த நூலின் நோக்கம். இந்நூல் வெளிவருவதற்குப் பெரும் காரணமாய் விளங்கிய நண்பர் சிவ வெங்கட்ராமன் அவர்களுக்கும் அணிந்துரை வழங்கிய அதிஷா வினோத் மற்றும் பேரா. முனைவர் சிவ இளங்கோ அவர்களுக்கும் நன்றியைத் தெரிவித்துக் கொள்கிறேன்.

உறுதுணையாய் தோழனாய் ஒவ்வொரு கணத்திலும் என்னோடு பயணிக்கும் இணையர் காந்திமதி அவர்களின் பங்கை விவரிக்க வார்த்தைகள் இல்லை.

17.06.2022 **செ.தி. ஞானகுரு**

பொருளடக்கம்

1.	புருஷசூக்தம்: சாதிகளின் தொடக்கப்புள்ளி	27
2.	வர்ணம் பிறப்பால் நிச்சயிக்கப்படுவதே	44
3.	சனாதனத்தின் நீட்சியே நீட் தேர்வு	53
4.	ஆகமக் கோயில்கள் மக்களுக்கானவையல்ல	70
5.	ஹிந்து மதம் வைதிகர்களுக்கு மட்டுமே	84
6.	ராமானுஜர் செய்தது புரட்சியா?	91
7.	சிவபுராணத்தில் சில்லறைத்தனம்!	101
8.	மகளிரை இழிவுபடுத்தும் மகாபாரதம்	110
9.	பெரிய மூர்த்திகள்... சிறிய கீர்த்திகள்...	124
10.	கோபியர் கொஞ்சும் ரமணன்	134
11.	ஆலயப் பிரவேசம்	145
12.	மந்திரத்தால் மழை பொழியுமா?	168
13.	காஞ்சிபுராணம் சொல்லும் குற்றங்களும் ஒழுக்கங்களும்	175
14.	சனாதனமும் சந்தர்ப்பவாதமும்	183
15.	பிராமணப் பித்தலாட்டம்	187
16.	வெத்தல போட்ட ஷோக்கில...	193
17.	இறப்பிற்குப் பிறகு சிவனடியார்கள்	198

அறியப்படாத இந்து மதம் / 23

18.	வீடு பேறு வேண்டுமா?	201
19.	யாகங்களில் மிருகவதை	207
20.	அர்ச்சகரும் பேய்விரட்டும் மாந்த்ரீகரும்!	212
21.	வில்லங்க கர்மாக்கள்	220
22.	சிவலிங்கத்திலும் சதி sorry சாதி	229
23.	ரத்த வாடை வீசும் பெரிய புராணம்	242
24.	மண், மரம், கல், உலோகம், கோயில், தெய்வம் : எங்கெங்கும் வர்ணமயம்	256
25.	ஆறுமுக நாவலரின் ஆன்மீகம்!	268

அறியப்படாத இந்து மதம்
(முதல் பாகம்)

புருஷசூக்தம்: சாதிகளின் தொடக்கப்புள்ளி

ஹிந்து மதத்தின் அடிப்படைச் சித்தாந்தமாக, உயர்ந்த கொள்கையாக சாதீய வர்ணாசிரம தர்மம் நான்கு வேத நூல்களிலும் புருஷ சூக்தம் வாயிலாகக் கூறப்பட்டுள்ளது. அதாவது அடித்தளமே சாதீய வேற்றுமைப் பிரிவுகளால் ஹிந்து தர்மம் கட்டப்பட்டுள்ளது. வேத நூல்களில் உள்ள புருஷ சூக்தம் முதல் மூன்று வர்ணத்தவர்கள் சூத்திரனைவிட ஏன் உயர்ந்தவர்கள் என்பதைத் தெள்ளத் தெளிவாக விளக்குகிறது.

சக மனிதனை மனிதனாக மதிக்காத 'ஹிந்து வைதிக சனாதன வர்ணாஸ்ரம' வன்மத்தின் பிறப்பிடமே 'புருஷ சூக்தம்' கூறும் கீழுள்ள நான்கு வரிகள்;

"ப்ராஹ்மணோ(அ)ஸ்ய முகமாஸீத் பாஹூ ராஜன்ய: க்ருத: ஊரூ ததஸ்ய யத்வைச்ய: பத்ப்யாக்ம் சூத்ரோ அஜாயத"

இந்த நான்கு வரிகள்தான் ஹிந்து சனாதனத்தினால் இன்று வரை தொடரும் அனைத்து சாதீய வன்மங்களுக்கும் காரணம் என்றால் நம்புவீர்களா?

ஆதலால், இன்றளவும் தொடர்ந்து கொண்டிருக்கும் வர்ண சாதீயக் கொடுமைகளின் ஆரம்பத்தைப் பற்றி சற்று விரிவாக அறிந்து கொள்வது நம் கடமை ஆகும்.

புருஷ சூக்தம் எனும் செய்யுட் பகுதி நான்கு வேத நூல்களிலும் கூறப்பட்டுள்ளது. குறிப்பாக ரிக் வேதத்தில் புருஷ சூக்தம் 16 செய்யுட்களாகவும், சுக்ல யஜுர் வேதத்தில் 22 செய்யுட்களாகவும், அதர்வண வேதத்தில் 16 செய்யுட்களாகவும், சாம வேதத்தில் எண்ணிக்கை குறைவாக உள்ள செய்யுட்களையும் கொண்டுள்ளது.

புருஷ சூக்தத்தின் முதல் 5 செய்யுட்கள் 'புருஷனை' விளக்குகிறது. இதன்படி, புருஷனானவன் பிரபஞ்சம் முழுவதும் உணர்வுள்ள பொருட்களிலும்; உணர்வற்ற பொருட்களில் பரவியுள்ளான். ஆயிரம் தலைகள், கண்கள், கால்களும் கொண்ட புருஷன், பிரபஞ்சத்தின் பத்து திசைகளையும் கடந்து நிற்கிறான். கடந்த கால, நிகழ்கால மற்றும் வருங்காலத்தின் அனைத்துப் படைப்புகளும் புருஷனால் மட்டுமே நிகழ்த்தப்படுகிறது. புருஷனின் நான்கில் ஒரு பாகமே நாம் காணும் உலகம்.

5 முதல் 15 முடிய உள்ள செய்யுட்கள் பிரபஞ்சப் படைப்புகள் குறித்து விளக்குகிறது.

புருஷனின் மனதிலிருந்து தோன்றிய விராட் எனும் பிரபஞ்சப் படைப்பு துவங்கிறது.

வேத காலத்தில் வர்ணாஸ்ரம பாகுபாடுகள் இல்லையென ஹிந்துத்வவாதிகள் தொடர்ந்து பொய்ப்பிரச்சாரம் செய்து வருகின்றனர். வேத நூல்களில் புருஷ சூக்தம் பகுதி தவிர வேறெங்கும் வர்ணாஸ்ரம குறிப்புகள் இல்லையென்றும் பொய் வாதங்களை முன் வைக்கின்றனர். அப்படியே வர்ணம் பற்றி புருஷ சூக்தம் பகுதியில் ரிக் முதல் மற்ற வேதங்களில் குறிப்பிடப்பட்டிருந்தாலும், வேத காலத்தில் வர்ண சாதி வேற்றுமைகள் இல்லையென்பது சனாதனிகளின் வாதம்.

சூத்திரன், பிரமனின் காலிலிருந்து பிறந்ததால் இழிவாகக் கருத வேண்டியதில்லை என்றும் பொய் சொல்லி வருகின்றனர்.

இவை எல்லாவற்றுக்கும் பதிலுரைக்கும் வண்ணமாக வேதங்களில் உள்ள ஆதாரங்களை இக்கட்டுரையில் சமர்ப்பிக்கிறேன்.

வேத மந்திரங்கள் அடங்கிய பகுதியை கிருஷ்ண யஜுர் வேத தைத்திரீய ஸம்ஹிதை என்றும் சுக்ல யஜுர் வேத வாஜசனேய ஸம்ஹிதை என்றும் கூறுவார்கள். ஒவ்வொரு வேதத்திற்கும் ஸம்ஹிதை, பிராமணங்கள், உபநிடதங்கள் என மூன்று பிரிவுகள் உண்டு. ஸம்ஹிதை என்றால் மந்திரங்கள் அடங்கிய தொகுதி என்று பொருள் கொள்ளலாம்.

இதில் காசிவாசி சிவானந்த யதீந்திர சுவாமிகள் மொழிபெயர்த்த 'கிருஷ்ண எசுர்வேத தைத்திரீய சங்கிதை' *(1942 ஆம் ஆண்டு பதிப்பு)* ஏழாம் காண்டம் பத்தாம் பகுதி பிராமணம் 6லிருந்து தொடங்கும் செய்யுட்களைப் பார்ப்போம்.

பிராமணம்: 6

प्रजापतरिकाप्रथत प्रजायेयेतसिमुखतस्त्रवृितन्नरिममीत तमनरि्देव
तान्वसृज्यत गायत्री छन्दो रथन्तर साम ब्राह्मणो मनुष्याणामजःपशूनां
तस्मात्ते मुख्या मुखतोयसृज्यन्त ।

படைக்க விருப்புற்ற பிரமன் படைப்பிற்குச் சாதனமாகிய அக்கினிட் டோமத்தை (அக்னி ஹோமம்) அநுட்டித்து அதன் வலியால் சத்திய சங்கற்பமுடையோனாகி தனது முகத்திலிருந்து, "திரிவிருக் (ஒன்பது முறை பாடும் துதி) முதலாயின உண்டாகுக, என்றெண்ணி உண்டாக்கினன். அதன்பின் தேவர்களுக்குள் அக்கினியையும், அதன்பிறகு சந்தங்களுக்குள் காயத் திரிச்சந்தத்தையும்*, அதன்பிறகு சாமங்களு(சாமப் பாடல்களு)க்குள் ரதந்தரம் என்னும் ஒரு சாமப் பாடலையும், அதன்பின், மனிதர்களுக்குள் அந்தணனையும், அதன் பின் விலங்குகளுக்குள் வெள்ளாட்டையும் படைத்தனன். இவைகள் முகத்திலிருந்து உண்டாக்கப்பட்டவைகளாதலின் முக்கியங்களாகின்றன. அதாவது, மேற்கூறப்படுபவைகளுக்குட் சிறந்தவைகள் என்பது,

இனி, இரண்டாவது இடத்திலிருந்து உற்பத்தியைக் காட்டுகின்றது.

பிராமணம் 7

उरसो बाहुभ्यां पञ्चदश्श नरिमनीत त मेन्द्रो देवतन्वयन बृहत्सामर/
जम्यो मनुष्याणामवःिपशूनां तस्मात्तं वीर्वावन्तो वीर्यां ध्यसुज्यन्त ।

வீரியமுடைய தோள்களிலிருந்து பதினைந்துமுறை ஸ்தோமத்தை யுண்டாக்கினன். அதன்பின் இந்திர தேவதையையும், பிறகு திரிஷ்டுப்** என்னுஞ் சந்தத்தையும், பின்னர் 'பிருகத், என்னுஞ் சாமப்பாடலையும், பிறகு மனிதர்களுக்குள் அரசனையும், விலங்குகளுக்குள் பள்ளை ஆட்டையும் படைத்தனன். இவைகள், வீரிய மிகுந்த தோள்களிலிருந்து உண்டானவைகளாதலின் வன்மை மிகுந்தவைகள் என்பது,

மூன்றாவதிடத்திலிருந்து வரும் உற்பத்தியைக் காட்டுகின்றது.

---

* ஒவ்வொரு வேதத்திற்கும் ஸம்ஹிதை, பிராமணங்கள், உபநிடதங்கள் என மூன்று பிரிவுகள் உண்டு. ஸம்ஹிதை என்றால் மந்திரங்கள் அடங்கிய தொகுதி என்று பொருள் கொள்ளலாம்.

** திருஷ்டுப் சந்தம்: நான்கு அடிகளுடன், ஓர் அடிக்கு 11 எழுத்துக்களுடன், மொத்தம் 44 எழுத்துக்களுடன் கூடியது.

பிராமணம் 8

मध्यतस्सप्तदर्श नरि मे मीत तं वशिव देवा देवता अन्वसृज्यन्त जगती छन्दो

वरूप साम वैश्यो मनुष्याणां गावः पशूनां तमत्तत आया अन्न वा नादध्यसृज्यन्त तस्मादभूयारसोइन्येभ्यो भूयष्ठिा हि देवता अस्वस

ज्यन्तः।

உடம்பின் நடுவாகிய வயிற்றிலிருந்து பதினேழு முறை ஸ்தோமத்தைப் படைத்தனன். அதன்பின் விசுவே தேவர்களையும், அதன் பிறகு "சக்தி" என்னுஞ் சந்தத்தையும், அதன்பின், "வைரூபம்" என்னுஞ் சாமப்பாடலையும், பிறகு மனிதர்களுக்குள் வணிகரையும, விலங்குகளுக்குள் கோக்களையும் படைத்தனன். இவைகள், உணவுந் தங்குமிடமாகிய வயிற்றிலிருந்து உண்டானவைகளாதலின் முதலாவதான போக்கியங்களாகின்றன. வணிகன், தனத்தைத் தேடுவதாலும், கோக்கள் பால் கொடுத்தலானும் போக்கியங்களாம். மிகுதியான வைசுவ தேவர்களைத் தொடர்ந்து உண்டானதால் வாணிபஞ் செய்கின்றவர்களும் எண்ணிறந்தோர்களாவர் என்பது,

நான்காமிடத்திலிருந்து வரும் உற்பத்தியைக் காட்டுகின்றது.

பிராமணம் 9

पत्त एकवशिं नरिममिीत तमनुष्टुप् छन्दोऽन्बसुज्यत बराज साम शूद्रो मनुष्याणामश्वः पशूनां तस्मात्तौ भूतसंक्रामणिावश्यश्च शूद्रश्च तस्माच्छ्रदरो यज्ञेश्नवक्लृप्तो न हि देवता अन्वसृज्यत तस्मात्पादावुप जीवतःपत्तोयसृज्येताम् ।

காலிலிருந்து இருபத்தொரு முறை ஸ்தோமத்தை உணடாக்கினன். பிறகு, 'அநுஷ்டுப்**, என்னுஞ் சந்தத்தையும், 'வைராஜம், என்னுஞ் சாமப் பாடலையும், பிறகு, மனிதர்களுக்குள் சூத்திரரையும், விலங்குகளுக்குள் குதிரையையும் படைத்தனன். சூத்திரரும் குதிரையும் ஒருவருக்கு உட்பட்டிருப்பவைகள். அதாவது, மூவருணத்தார்கட்குப் பணிவிடை செய்வதால் சூத்திரர்களும், தாங்கிச் செல்வதால் குதிரையும் உட்படுகின்றவைகள் என்பதாம். மற்றும், இங்கு மேற்கூறிய விடங்களிலிருந்து தேவதைகள் உண்டானது போல் பிரமனுடைய காலிலிருந்து ஒரு தேவதையும் உண்டாகாமையின் சூத்திரர்கட்கு எக்ஞம் உரியதன்றாம். காலிலிருந்து பிறந்தமை கொண்டே போதல் வருதலாகிய காலின்றொழிலால் சூத்திரரும் குதிரையும் பிழைக்கின்றன என்பது,

** நான்கு அடிகளுடன், ஓர் அடிக்கு 8 எழுத்துக்களுடன், மொத்தம் 32 எழுத்துக்களுடன் கூடியது.

இதன் ஆங்கில மொழிபெயர்ப்பை

The Yajur Veda (Taittiriya Sanhita) நூலிலிருந்து தருகிறேன்,

KANDA VII. THE EXPLANATION OF THE SOMA. SACRIFICE (continued)

PRAPATHAKA I

The One Day Sacrifices

vii. 1. 1.

Prajapati indeed is the best, for he sacrificed with it first. Prajapati desired, 'May I have offspring.' He meted out the Trivrt from his mouth. After it the god Agni was created, the Gayatri metre, the Rathantara Saman, of men the Brahman, of cattle the goat; therefore are they the chief, for they were produced from the mouth. From the breast and arms he meted out the Pancadaça Stoma. After it the god Indra was created, the Tristubh metre, the Brhat [4] Saman, of men the Rajanya, of cattle the sheep. There fore they are strong, for they were created from strength. From the middle he meted out the Saptadaça Stoma. After it the All-gods as deities were created, the Jagati metre, the Vairupa Saman, of men the Vaiçya, of cattle cows. Therefore are they to be eaten, for they were created from the receptacle of food. Therefore are they more numerous than others, for they were created after the most numerous of the gods. From his feet he meted out the Ekavinça Stoma. After it the Anustubh metre [5] was created, the Vairaja Saman, of men the Çudra, of cattle the horse. Therefore the two, the horse and the Çudra, are dependent on others. Therefore the Çudra is not fit for the sacrifice, for he was not created after any gods. Therefore they depend on their feet, for they were created from the feet. The Trivrt is the breaths; the Pañcadaça the half-months; the Saptadaça Prajapati; these worlds are three; the Ekavinça is the sun yonder In this they rest, in this they find support. He who knows thus rests on this, finds, support in this.

'புருஷ சூக்தம்' நூலில் மனிதன் பிறப்பு பற்றி சுருக்கமாகச் சொன்னால்,

பிரம்மனோ, பிரஜாபதியோ, புருஷனோ, விஷ்வகர்மாவோ மனிதனைப் படைக்கும் போது, தனது முகத்திலிருந்து பிராமணர்களையும், தோள்களிலிருந்து க்ஷத்ரியனையும், வயிற்றிலிருந்து வைசியனையும், கால்களிலிருந்து சூத்திரனையும் படைத்தான்.

பிரம்மனின் முகத்திலிருந்து பிராமணன் உருவாக்கப்பட்டபோது அவனோடு அக்னி தேவனும் வெளிப்படுகிறான், காயத்ரி சந்தமும், சாம வேதப் பாடலும், மிருகங்களில் வெள்ளாடும் பிறக்கின்றன. இதனால் தான் அக்னிதேவன் பிராமணர்களின் அதிதேவதையாகவும் காயத்ரி

அறியப்படாத இந்து மதம் / 31

மந்திரம் அவர்களுக்கானதாகவும் இன்றுவரை கருதப்படுகிறது. இவனுடன் வெளிப்பட்ட வெள்ளாடு சாதுவானது.

தோள்களிலிருந்து க்ஷத்ரியனைப் படைக்கும்போது இந்திரன் வெளிப்படுகிறான், அவனோடு திரிஷ்டுப் எனும் சந்தமும், சாமவேதப் பாடலும், மிருகங்களில் பள்ளை ஆடும் பிறக்கின்றன. இந்திரன் தேவர் களுக்கு ராஜாவாகவும், அவன் பலம் பொருந்தியவனாகவும் பல போர்களில் வெற்றி பெற்றவனாகவும் கருதப்படுகிறான். இதனால்தான் க்ஷத்ரியர்களுடன் தொடர்புபடுத்தி வேதங்களில் கூறப்படுகிறான்.

வயிற்றிலிருந்து வைசியனைப் படைக்கும் போது விசுவே எனும் தேவன் வெளிப்படுகிறான். அவனுடன் சக்தி எனும் சந்தமும் பிறக்கிறது, சாமவேதப் பாடலும், மிருகங்களில் பசுவும் பிறக்கிறது. விசுவ தேவன் செல்வங்களுக்கு அதிபதியாகவும் அதே போன்று பசு செல்வத்தின் குறியீடாகவும் வேதங்களால் கருதப்படுகிறது. அதனால்தான் இவை அனைத்தும் வைசியனுடன் தொடர்புபடுத்தப்படுகிறது.

ஆனால் கால்களிலிருந்து சூத்திரனைப் படைக்கும்போது தேவர்கள் யாரும் அவனுடன் பிறக்கவில்லை. அநுஷ்டுப் எனும் சந்தமும் சாம வேதப் பாடலும் பிறக்கின்றன. மிருகங்களில் குதிரை பிறக்கிறது. குதிரை காலால் சீவனம் நடத்தக் கூடியது, கால்களே அதன் வலிமை. குதிரை ஆட்களைத் தூக்கிச் சுமப்பதற்கும் பாரம் இழுப்பதற்கும் பயன்படுவதைப் போல முதல் மூன்று வர்ணத்தவரைச் சுமந்து அடிமைச் சேவகம் செய்ய வேண்டியது சூத்திரனின் தர்மம் ஆகும்.

தவிர சூத்திரனுடன் தேவர்கள் யாரும் பிறக்காத காரணத்தினால், சூத்திரன் யக்ஞம், வேள்வி, யாகம், ஹோமம் இவற்றுக்கு தகுதியற்ற வனாகிறான். பிரம்ம வித்தைக்கு (பிரம்ம சூத்திரம், வேத மந்திரம் பயில்வதற்கு) அருகதையற்றவனாகிறான்.

இக்காரணத்தினால் சூத்திரன் முதல் மூன்று வர்ணத்தவருக்கு சேவகமும் பணிவிடையும் அடிமை போன்று செய்ய வேண்டியுள்ளது. ஆனால், முதல் மூன்று வர்ணத்தவர்களோ காயத்ரி முதல் மற்ற வேத மத்திரங்களை உச்சரிக்கும் இருபிறப்பிற்குத் தகுதியுள்ளவர்களாகிறார்கள். இதுதான் கிருஷ்ண யசுர் வேத நூலில் தெளிவாக எழுதப்பட்டுள்ளது. அன்று தொடங்கிய வர்ணாசிரம பாகுபாடுகளை இன்றுவரை சனாதனிகள் வேதங்களை ஆதார நூல்களாகக் காட்டி, பிரம்மனால் இந்தப் பாகுபாடு ஏற்படுத்தப்பட்டது என கதைகட்டி வருகின்றனர். அதை இன்றுவரை பெருவாரியான சமூகம் நம்பி வருகிறது.

ஆக, வேத நூல்களிலேயே பிராமணர்கள், க்ஷத்ரியர்கள், வைசியர்கள் ஏன் மேலானவர்கள், சூத்திரன் ஏன் அவர்களைவிட

கீழானவன் என்பதற்கான விரிவான விளக்கங்கள் உள்ளன என்பது தெளிவாகிறது. இந்தக் காரணங்கள் தெரிந்திருந்தும் காலம் காலமாக சூத்திரனை அடிமைப்படுத்தியதோடு அல்லாமல் வேதங்களில், எல்லா வர்ணமும் சமமாகவே கூறப்பட்டுள்ளதெனும் பொய்யை தொடர்ந்து பரப்பி வருகின்றனர்.

புருஷ சூக்தத்தில் நால்வர்ணக் குறிப்பு உள்ள பாடலையடுத்து, சொர்க்கம் பிரம்மனின் தலையிலிருந்து தோன்றியதாகவும், வயிற்றிலிருந்து அந்தரீக்ஷம் எனும் அந்தரலோகம் உருவானதென்றும், பிரம்மனின் காலிலிருந்து பூலோகம் படைக்கப்பட்டதென்றும் பாடல் வரிகளில் கூறப்பட்டுள்ளது.

காலில் படைக்கப்பட்டதால் பூலோகம் இழிவானதா? நாம் பூமியைத் தெய்வமாகத்தானே வணங்குகிறோம் என்பதும் சனாதனிகளின் வாதம்.

அப்படியானால் தலையில் பிறந்தவன் சொர்க்கத்திற்குப் போகத் துடிப்பது ஏன் என்பதே கேள்வி. ஹிந்துத்துவவாதி முதல் சாதாரண பாமரன் வரை தனது வாழ்நாளின் குறிக்கோளாக தலையில் பிறந்த சொர்க்கத்திற்குச் செல்வதை ஏன் வைக்கிறான்? காலே போதுமென பூமியைச் சொர்க்கமாக எண்ணுவதுதானே?!

இது தவிர, வேதத்தில் பிராம்மணம், மந்திரம் என்னும் இரண்டு பாகங்களிருக்கின்றன. பிராம்மணம் (பிராமணம்) என்றால் பிராமணர் அனுஷ்டிக்கவேண்டிய விதிகள். மந்திரம் என்றால் ஸ்தோத்திரங்கள்; இவற்றில் வேதோக்த கருமங்களையும், அவைகளை உபயோகப்படுத்தும் விதங்களையும், உதாரணங்களையும், தர்க்கங்களையும், விடயங்களையும் பற்றி போதிக்கிற சங்கீதங்களிருக்கின்றன. அன்றியும் ஒவ்வொரு சங்கீதத்துக்கும் ஒவ்வொரு பிராம்மணமும், அந்த பிராம்மணங்கள் அந்தந்த வேதத்தின் கருத்தை ஸ்தாபிக்கின்றது எப்படியெனில், ருக்வேத பாகத்தின் பிராம்மணங்கள் ஹோதிரிகளுடைய கடமைகளைப் பற்றியும், யஜுர்வேதத்தின் பிராம்மணங்கள் அத்வர்யூவின் கடமைகளையும், சாமவேதத்தின் பிராம்மணங்கள் யுத்கா திரிபாடும் சாமகானத்தையும் பற்றிச் சொல்லியிருக்கிறதன்றியில்; வேதபாகத்தில் புராதனமான ஐத்திரேய பிராமணமும் கௌசிதாதி பிராமணங்களும்; எஜுர் (கருப்பு) வேதாகமத்தில் தைத்திரேய பிராமணமும், வெள்ளை வேத பாகத்தில் சாதாபத பிராமணமும், சாமவேத பாகத்தில் எட்டு பிராம்மணங்களில் தாண்டிய பிராம்மணமும், அதர்வண வேத பாகத்தில் கோபாத பிராம்மணமும் இருக்கிறது. இந்த பிராம்மண மந்திரங்கள் ஆரியருடைய ஆதி வசன காவியங்களாகவும் தோற்றுகின்றன. வேதத்தில் இப்படி பிராம்மண மந்திரங்கள் தவிர அநேக ஆரணியகங்கள் என்னும் வேறொரு வித பாகங்களும் இருக்கின்றன.

இதை 'இந்து பைபிள் எனும் ஆரியர் சத்திய வேதம்' *(1898 பதிப்பு)* நூல் குறிப்பிடுகிறது.

'பிராம்மணங்கள்' என்பவை பிராமணர்கள் அனுஷ்டிக்கப்பட வேண்டிய விதிகள் என்பதே ஒரு பிரிவினை வாதமல்லவா?

மேலே குறிப்பிட்டுள்ள யஜுர் வேதம் தவிர மற்ற ரிக்கு, சாம, அதர்வண வேதங்களிலும் ஆங்காங்கே வர்ண பேதங்கள் பற்றிய குறிப்புகள் உண்டு.

நான் ஹிந்து, வர்ணாசிரமத்தை கடைப்பிடிக்கிறேன் என்கிறவர்கள் இனிமேலாவது தயவுசெய்து சிந்தியுங்கள், நாம் எப்படி ஏமாற்றப் பட்டிருக்கிறோம் என்பதை உணருங்கள். வர்ணாசிரமத்தின் மூலமே, அடிப்படைக் கொள்கையே பொய் என்பதையும், அது கற்பனை என்பதையும் உணருங்கள்.

வர்ண சாதி வேற்றுமைகளைப் போதிக்கும் வேதங்களைப் புரிந்து கொள்வோம். இப்படிப்பட்ட கற்பனையான வேதங்களை அடிப்படையாகக் கொண்ட மற்ற சனாதன நூல்கள் எந்தத் தரத்தில் இருக்கும் என்பதை உணர்வோம். சனாதன நூல்களின் மூலமே பொய் எனும் உண்மையை மற்றவர்களுக்கும் எடுத்துச் சொல்வோம்.

இனிமேலாவது வேதங்களைக் கூறி ஏமாற்றுகிறவர்கள் சிந்திக்கட்டும், ஏமாற்றுவதை நிறுத்தி, வேற்றுமை பாராட்டாது சக மனிதரை மதித்து நடக்கட்டும்.

சனாதனத்திலிருந்து விடுபட்டால் மட்டுமே நமக்குள் இருக்கும் மனிதத்தை உணர்ந்து, நாம் ஒவ்வொருவரும் சாதி வர்ண வேற்றுமை களை மறந்து, சக மனிதர்களை சமமாக நடத்தும் சமத்துவத்தை வளர்த்தெடுக்க முடியும்.

மனிதன் தெய்வமாக வேண்டாம், அதிலும் ஹிந்துத்துவம் கூறும் கேடுகெட்ட தெய்வங்களாக வேண்டவே வேண்டாம். மனிதன் மனிதனாக இருந்தாலே போதும். சக மனிதனை மனிதனாக மதிக்கும் பண்புள்ளவனாக இருந்தாலே போதும்.

ஆதார நூல்கள்

1. கிருஷ்ண எசுர்வேத தைத்திரீய சங்கிதை, காசிவாசி சிவானந்த யதீந்திர சுவாமிகள் மொழிபெயர்த்தது, 1942ஆம் ஆண்டு பதிப்பு.
2. The Yajur Veda (thaittiriya Sanhita), Part 2 by A.B.Keith, 1914 edition.
3. இந்து பைபிள் எனும் ஆரியர் சத்திய வேதம் நரசிம்மலு நாயுடு தொகுத்தது, 1898 பதிப்பு.

♦

கிருஷ்ண எசுர்வேத

தைத்திரீய சங்கிதை

சோமயாக விகிருதிப் பிரகரணங்கள்

சாயணபாடியக் கருத்து பதவுரைகளுடன் கூடியது

பத்தாம் பகுதி

இது

உயர் திரு.

காசிவாசி சிவானந்த யதீந்திர சுவாமிகளால்

மொழி பெயர்க்கப்பெற்று

திருவொற்றியூரான் அடிமை என்னும்

சென்னை

த. ப. இராமசாமிப் பிள்ளை யவர்களால்

பதிப்பித்து

நன்கொடையாக அளிக்கப்பெற்றது.

விஷு வருஷ பங்குனித்திங்கள்.

1942

காபிரைட்] [ரிஜிஸ்தர் செய்யப்பட்டது.

சோதிட்டோம விதி)

தானமாய்க் கொடுப்பதற்கு மாத்திரம் உரியதாம். இது, வீரியமின்றியதாயி னும் அளவு கடந்து செல்லும் வல்லமையையுடையதாதலின் தட்சிணை களைக் கடந்து செய்யும் பிராகிருத தட்சிணைகளையுடைய வேள்விக்குப் பொருத்தமுடையதாம் என்பது.

இப்போது அதை விதிக்கின்றது.

பிராமணம் 5

य एवं विद्वानग्निष्टोमेन यजते प्राजाताः प्रजा जनयति परि प्रजाता गृह्णाति
तस्मादाहुर्ज्येष्ठयज्ञ इति प्रजापतिर्वावज्येष्ठस्सह्येनेनाग्रेयजत ।

என்பது.

உரை.

இவ்வாறுணர்ந்து அக்கினிஷ்டோம யாகஞ்செய்கின்றவன் முன்னுண் டாகாத பிரசையை உண்டாக்கவும், உண்டாக்கியவைகளைத் தன்வசப்படுத்த வும் வல்லுநனென்றான். ஆகலின், எல்லாத் தேவர்களுக்குள்ளும் சிறந்தவனா கிய பிரமனால் வேட்டதாலும் விரும்பியதாலும் இவ்வக்கினிஷ்டோமம் எல்லா எக்ஞங்கட்குள்ளுஞ் சிறந்ததாம். அதாவது, உக்தியம் முதலான அனைத்திற் கும் மூலகாரணம் என்பதாம். மற்றும் இது, அக்கினியை விடயமாகக் கொண்ட, "எக்ஞா எக்ஞாவோ" என்பது முதலிய மந்திரத்தால் தேடப் பெற்ற இருபத்தொரு ஸ்தோமங்களால் முடிக்கப் பெறுதலின் இது அக்கினி ஷ்டோமம் எனப்படுகின்றது என்பது.

அக்கினிஷ்டோமத்தால் பிரமன் பிரசைகளைப் படைத்தான் என்றதை, முகம் முதலான நான்கு இடங்களின் வாயிலாக விரித்துரைப்பதற்கு முதலில் முகத்திலுண் டாகிய படைப்பை விளக்குகின்றது.

பிராமணம் 6

प्रजापतिरकामयत प्रजायेयेति समुखतस्त्रिवृतन्निरमिमीत तमग्निर्देव-
तान्वसृज्यत गायत्री छन्दो रथन्तरꣳ साम ब्राह्मणो मनुष्याणामजः
पशूनां तस्मात्ते मुख्या मुखतोऽसृज्यन्त ।

என்பது.

உரை.

படைக்க விருப்புற்ற பிரமன் படைப்பிற்குச் சாதனமாகிய அக்கினிட் டோமத்தை அநுட்டித்து அதன் வலியால் சத்திய சங்கற்பமுடையோனுயி

2

தனது முகத்திலிருந்து, "திரிவிருத் (ஒன்பதுமுறை பாடும்துதி) முதலாயின உண்டாகுக, என்றெண்ணி உண்டாக்கினன். அதன்பின் தேவர்களுக்குள் அக்கினியையும், அதன்பிறகு சந்தங்களுக்குள் காயத் திரிச்சந்தத்தையும், அதன்பிறகு சாமங்களு (சாமப் பாடல்களு)க்குள் ரதந்தரம் என்னும் ஒரு சாமப் பாடலையும், அதன்பின், மனிதர்களுக்குள் அந்தணனையும். அதன் பின் விலங்குகளுக்குள் வெள்ளாட்டையும் படைத்தனன். இவைகள் முகத்திலிருந்து உண்டாக்கப்பட்டவைகளாதலின் முக்கியங்களாகின்றன. அதாவது, மேற்கூறப்படுபவைகளுக்குட் சிறந்தவைகள் என்பது.

இனி, இரண்டாவது இடத்திலிருந்து உற்பத்தியைக் காட்டுகின்றது.

பிராமணம் 7

उरसो बाहुभ्यां पञ्चदशं निरमिमीत तमिन्द्रो देवताऽन्वसृज्यत त्रिष्टुप्छन्दो
बृहत्साम राजन्यो मनुष्याणामविः पशूनां तस्मात्ते वीर्यावन्तो वीर्या-
द्ध्यसृज्यन्त ।

என்பது

உரை

வீரியமுடைய தோள்களிலிருந்து பதினைந்துமுறை ஸ்தோமத்தையுண் டாக்கினன். அதன்பின் இந்திர தேவதையையும், பிறகு திரிஷ்டுப் என் னுஞ் சந்தத்தையும், பின்னர் 'பிருகத்' என்னுஞ் சாமப்பாடலையும், பிறகு மனிதர்களுக்குள் அரசனையும், விலங்குகளுக்குள் பள்ளை ஆட்டையும் படைத் தனன். இவைகள், வீரிய மிகுந்த தோள்களிலிருந்து உண்டானவைகளாத லின் வன்மை மிகுந்தவைகள் என்பது.

மூன்றாவதிடத்திலிருந்து வரும் உற்பத்தியைக் காட்டுகின்றது.

பிராமணம் 8

मध्यतस्सप्तदशं निरमिमीत तं विश्वे देवा देवता अन्वसृज्यन्त जगती छन्दो
वैरूपं साम वैश्यो मनुष्याणां गावः पशूनां तस्मात्त आद्या अन्नधा-
नाद्ध्यसृज्यन्त तस्माद्भूयांसोऽन्येभ्यो भूयिष्ठा हि देवता अन्वसृ-
ज्यन्त ।

என்பது

உரை

உடம்பின் நடுவாகிய வயிற்றிலிருந்து பதினேழு முறை ஸ்தோமத்தைப் படைத்தனன். அதன் பின் விசுவே தேவர்களையும், அதன் பிறகு "சகதி" என்னுஞ் சந்தத்தையும், அதன்பின், " வைரூபம்" என்னுஞ் சாமப்பாடலையும், பிறகு மனிதர்களுக்குள் வணிகரையும, விலங்குகளுக்குள் கோக்களையும் படைத்தனன். இவைகள், உணவுந்தங்குமிடமாகிய வயிற்றிலிருந்து உண்டானவைகளாதலின் முதலாவதான போக்கியங்களாகின்றன. வணிகள், தனத்தைத் தேடுவதாலும், கோக்கள் பால் கொடுத்தலாலும் போக்கியங்களாம். மிகுதியான வைசுவ தேவர்களைத் தொடர்ந்து உண்டானதால் வாணிபஞ் செய்கின்றவர்களும் எண்ணிறந்தோர்களாவர் என்பது.

நான்காமிடத்திலிருந்து வரும் உற்பத்தியைக் காட்டுகின்றது.

பிராமணம் 9

पत्त एकविंशं निरमिमीत तमनुष्टुप्छन्दोऽन्वसृज्यत वैराजं साम शूद्रो मनुष्याणामश्वः पशूनां तस्मात्तौ भूतसंक्रामिणावश्वश्च शूद्रश्च तस्माच्छूद्रो यज्ञेऽनवक्लृप्तो न हि देवता अन्वसृज्यत तस्मात्पादावुपजीवतः पत्तो ह्यसृज्येताम् ।

என்பது.

உரை

காலிலிருந்து இருபத்தொரு முறை ஸ்தோமத்தை உண்டாக்கினன். பிறகு, 'அநுஷ்டுப், என்னுஞ் சந்தத்தையும், 'வைராஜம், என்னுஞ் சாமப் பாடலையும், பிறகு, மனிதர்களுக்குள் சூத்திரரையும், விலங்குகளுக்குள் குதிரையையும் படைத்தனன். சூத்திரரும் குதிரையும் ஒருவருக்கு உட்பட்டிருப்பவைகள். அதாவது, மூவருணத்தார்கட்குப் பணிவிடை செய்வதால் சூத்திரர்களும், தாங்கிச் செல்வதால் குதிரையும் உட்படுகின்றவைகள் எனபதாம். மற்றும், இங்கு மேற்கூறிய விடங்களிலிருந்து தேவதைகள் உண்டானது போல் பிரமனுடைய காலிலிருந்து ஒரு தேவதையும் உண்டாகாமையின் சூத்திரர்கட்கு எக்ஞம் உரியதன்றாம். காலிலிருந்து பிறந்தமை கொண்டே போதல் வருதலாகிய காலின்றொழிலால் சூத்திரரும் குதிரையும் பிழைக்கின்றன என்பது.

---

success of drawing the Ançu, for both the Adhvaryu and the sacrificer would it go ill; if he were to make a success, for both would it go well; he draws without breathing; this is its success. He breathes over gold; gold is immortality, breath is life; verily with life he quickens immortality; it is of a hundred (Krsnalas) in weight, man has a hundred (years of) life, a hundred powers; verily in life, in power he finds support.

vi. 6. 11.

Prajapati assigned the sacrifices to the gods; he thought himself emptied; he pressed over himself the power and strength of the sacrifice in sixteen ways; that became the Sodaçin; there is no sacrifice called Sodaçin; in that there is a sixteenth Stotra and a sixteenth Çastra, therefore is it the Sodaçin, and that is why the Sodaçin has its name. In that the Sodaçin is drawn, so the sacrificer bestows power and strength upon himself. To the gods the world of heaven [1] did not become manifest; they saw this Sodaçin, and drew it; then did the world of heaven become manifest to them; in that the Sodaçin is drawn, (it serves) for the conquest of the world of heaven. Indra was the youngest of the gods, he had recourse to Prajapati, he bestowed on him the Sodaçin, he drew it; then indeed did he attain the summit of the gods; he for whom knowing thus the Sodaçin [2] is drawn attains the summit of his equals. He draws at the morning pressing; the Sodaçin is the thunderbolt, the morning pressing is the thunderbolt; verily he draws it from its own birthplace. At each pressing he draws; verily from each pressing he produces it. At the third pressing he should draw (it) for one who desires cattle; the Sodaçin is the thunderbolt, the third pressing is cattle; verily by means of the thunderbolt he wins for him cattle from the third pressing. He should not draw (it) in the Ukthya; the Ukthas are offspring and cattle; if he were to draw (it) in the Ukthya [3], he would consume his offspring and cattle. He should draw (it) for one who desires cattle in the Atiratra; the Sodaçin is the thunderbolt; verily having won cattle for him by the thunderbolt, he calms them later with (the Çastras of) the night. He should also draw (it) in the Agnistoma for a Rajanya, for a Rajanya sacrifices desiring distinction; verily in the day rite he grasps a bolt for him, and the bolt kindles him to prosperity, or it burns him; the twenty-onefold is the Stotra used, for support; what is recited has the word 'bay' in it; he obtains the dear abode of Indra [4]. The smaller metres were among the gods, the larger among the Asuras; the gods recited the larger metre with the smaller on either side; then indeed did they appropriate the world of the Asuras. In that he recites the larger metre with a smaller metre on either side, verily thus he appropriates the world of his foe. They make six syllables redundant; the seasons are six; verily he delights the seasons. They place four in front [5]; verily he wins four-footed cattle; two last; verily he wins two-footed (cattle); they make up an Anustubh; the Anustubh is speech, therefore speech is the highest of the breaths. When the sun is half-set, he sets about the Stotra of the Sodaçin; in this world Indra slew Vrtra; verily straightway he hurls the bolt against his foe. The sacrificial fee is a reddish-brown horse; that is the form of the bolt; (verily it serves) for success.

KANDA VII. THE EXPLANATION OF THE SOMA. SACRIFICE (continued)

PRAPATHAKA I

The One Day Sacrifices

vii. 1. 1.

Production of offspring is light. Agni is the light of the gods; the Viraj is the light of the metres. The Viraj of speech ends in Agni; it is produced according to the Viraj. Therefore it is called light. Two Stomas bear the morning pressing, like expiration and inspiration; two the midday pressing, like eye and ear; two the third pressing, like speech and support. This sacrifice is commensurate with man, and is perfect [1]. Whatever desire a man has, he wins by it, for one wins all by that which is perfect. By means of the Agnistoma

The Yajur Veda (Taittiriya Sanhita)

Prajapati created off spring; by means of the Agnistoma he grasped them. When he grasped them the mule escaped. Following it he took its seed, and placed it in the ass. Therefore the ass has double seed. They also say, 'He placed it in the mare.' Therefore the mare has double seed. They also say, 'In the plants [2] he placed it.' Therefore plants, though not anointed, glisten.' They also say, 'He placed it in offspring.' Therefore twins are born. Therefore the mule has no offspring, for his seed has been taken from him. Therefore he is not suitable for the sacrifice, but is suitable if there is a sacrifice when one gives (to the priests) all one's goods or a thousand, for he escaped. He who knowing thus sacrifices with the Agnistoma begets unborn offspring and grasps those that are born. Therefore they say, 'It is the best of sacrifices [3].' Prajapati indeed is the best, for he sacrificed with it first. Prajapati desired, 'May I have offspring.' He meted out the Trivrt from his mouth. After it the god Agni was created, the Gayatri metre, the Rathantara Saman, of men the Brahman, of cattle the goat; therefore are they the chief, for they were produced from the mouth. From the breast and arms he meted out the Pañcadaça Stoma. After it the god Indra was created, the Tristubh metre, the Brhat [4] Saman, of men the Rajanya, of cattle the sheep. There fore they are strong, for they were created from strength. From the middle he meted out the Saptadaça Stoma. After it the All-gods as deities were created, the Jagati metre, the Vairupa Saman, of men the Vaiçya, of cattle cows. Therefore are they to be eaten, for they were created from the receptacle of food. Therefore are they more numerous than others, for they were created after the most numerous of the gods. From his feet he meted out the Ekavinça Stoma. After it the Anustubh metre [5] was created, the Vairaja Saman, of men the Çudra, of cattle the horse. Therefore the two, the horse and the Çudra, are dependent on others. Therefore the Çudra is not fit for the sacrifice, for he was not created after any gods. Therefore they depend on their feet, for they were created from the feet. The Trivrt is the breaths; the Pañcadaça the half-months; the Saptadaça Prajapati; these worlds are three; the Ekavinça is the sun yonder. In this they rest, in this they find support. He who knows thus rests on this, finds, support in this.

vii. 1. 2.

At the morning pressing he keeps glorifying the Trivrt Stoma by the Gayatri metre; the Pañcadaça Stoma by the Trivrt, which is splendour; the Saptadaça by the Pañcadaça which is force and strength; the Ekavinça by the Saptadaça which is connected with Prajapati and causes begetting. Verily thus Stoma glorifies Stoma; verily also Stoma leads Stoma forth. As many as are the Stomas, so many are desires, so many the worlds, so many the lights; verily so many Stomas, so many desires, so many worlds, so many lights does he win.

vii. 1. 3.

The theologians say, 'He indeed would really sacrifice, who having sacrificed with the Agnistoma should also sacrifice with the Sarvastoma.' If they omit the Trivrt Stoma, then his vital airs are omitted, but he who offers the sacrifice does so with the wish, 'May it be in my vital airs. If they omit the Pañcadaça Stoma, his strength is omitted, but he who offers the sacrifice does so with the wish, 'May it be in my strength.' If they omit the Saptadaça Stoma [1], his offspring is omitted, but he who offers the sacrifice does so with the wish, 'May it be in my offspring.' If they omit the Ekavinça Stoma, his support is omitted, but he who offers the sacrifice does so with the wish, 'May it be in my support.' If they omit the Trinava Stoma, his seasons and the strength of the Naksatras are omitted, but he who offers the sacrifice does so with the wish, 'May it be in my seasons and the strength of the Naksatras' [2]. If they omit the Trayastrinça Stoma, his deities are omitted, and he who offers the sacrifice does so with the wish, 'May it be in my deities.' He who knows the lowest of the Stomas attaining the first place, obtains him self the first place. The Trivrt is the lowest of Stomas, the Trivrt occupies the first place. He who know thus obtains the first place.

THE EXPOSITION OF THE SATTRAS

The Ahina Sacrifices

ஓம்.

பரப்பிரம்மணே நம:

இந்து பைபில்

4341.

என்னும்

ஆரியர் சத்திய வேதம்.

பழய ஏற்பாடு—உபநிஷத்துக்கள்.

(முதற்பாகம்.)

இஃது
தமிழ்வாலிபர்களின் உபயோகத்திற்காக
கோயமுத்தூர் கலாநிதி பத்திரிகாசிரியரும்,
ஆஸ்திகமதசித்தாந்தமென்னும் மகவிஷயம், ஆரியர் ஆசாரமென்னும்
இந்து தரும சாஸ்திரம், யோக சாஸ்திரம், சாமுத்திரிகசாஸ்திரம்,
சங்கீத சாஸ்திரம், தருக்கசாஸ்திரம்,
பக்தி சாஸ்திரம், கலியுகதருமம், வேதப்பொருள் சார சங்கிரகம்,
காசி யாத்திரையாதி திவ்விய தேச சரித்திரம், ஸ்ரீவம்ஸ பிரகாசிகை
முதலான கிரந்தங்களின் கருத்தருமாகிய

சேலம், பகடால,

நர்சிம்மலு நாயடு

அவர்கள் தொகுத்து

தமது
கோயமுத்தூர்
கலாநிதி முத்திராக்ஷர சாலையில்
பதிப்பிக்கலாயிருக்கிறது.

1898.

ரோபாசனையைப்பற்றியும், ஈசுவரனை அடைந்து ஆனந்தமடையும் வழியைப்பற்றியும், தெள்ளத்தெளிய தெரிவிக்கும் சிறந்த சாதனமென்று சகல கால, சகல தேச புத்திமான்களும் அங்கீகரிக்கிறார்கள்.

வேதத்தின் மூன்று காண்டங்கள்.

இப்படிப்பட்ட இந்த வேதத்தில் கரும காண்டம், உபாசனா காண்டம், ஞானகாண்டமென்ற மூன்றுவகுப்புகளிருக்கின்றன.

1. முதல் வகுப்பாகிய கரும காண்டத்தில், இகபர சுகத்துக்கேற்ற கர்யானுஷ்டானங்களைச் செய்கிற முறைகளையும், அசுவமேதம் முதலான யாகக்கிரியைகளைச் செய்கிறவிதங்களையும், அவைகளைச்செய்வதனால் கிடைக்கும் பலன்களைப் பற்றியும்.

2. இரண்டாவது வகுப்பாகிய உபாஸனா காண்டத்தில், பரமேசுவரனிடம் பக்தியை வைக்கும் விதங்களையும், அப்படி பக்தி வைப்பவர்களுக்கு உண்டாகும் பலன்களைப் பற்றியும்.

3. மூன்றாவது வகுப்பாகிய ஞான காண்டத்தில், தத்துவஞானத்தினால பிரமஞானத்தையடையும் வழியையும், அதனாலடையக் கூடிய பலனைப் பற்றியும் சொல்லப்பட்டிருக்கின்றது.

பிராம்மண மந்திரங்கள்.

மேலும் இந்த வேதத்தில் பிராம்மணம், மந்திரம் என்னும் இரண்டு பாகங்களிருக்கின்றன. பிராம்மணம் = என்றால் பிராம்மணர் அனுஷ்டிக்கவேண்டிய விதிகள். மந்திரம் என்றால் = ஸ்தோத்திரங்கள்; இவற்றில் வேதோக்த கருமங்களையும், அவைகளை உபயோகப்படுத்தும் விதங்களையும், உதாரணங்களையும், தர்க்கங்களையும், தத்வ விஷயங்களையும் பற்றி போதிக்கிற சங்கீதங்களிருக்கின்றன. அன்றியும் ஒவ்வொரு சங்கீதத்துக்கும் ஒவ்வொரு பிராம்மணமும், அந்த பிராம்மணங்கள் அந்தந்த வேதத்தின் கருத்தை ஸ்தாபிக்கின்றது. எப்படியெனில், ருக்வேத பாகத்தின் பிராம்மணங்கள் ஹோதிரிகளுடைய கடமைகளைப்பற்றியும், யஜுர்வேதத்தின் பிராம்மணங்கள் அத்வர்யூவின் கடமைகளையும், சாமவேதத்தின் பிராம்மணங்கள் உத்காதிரிபாடும் சாமகானத்தையும் பற்றிச் சொல்லியிருக்கிறதன்றியில்; ருக்வேதபாகத்தில் புராதனமான ஐத்திரேய பிராம்மணமும் கௌஷிதகி பிராம்மணங்களும்; எஜுர் (கருப்பு) வேதபாகத்

இல் ஐதத்திரேய பிராமணமும், ஷி வெள்ளைவேத பாகத்தில் சாதாபத பிராமணமும், சாமவேத பாகத்தில் இறந்த எட்டு பிராம்மணங்களில் தாண்டிய பிராம்மணமும், அதர்வண வேதபாகத்தில் கோபாத பிராம்மணமும் இருக்கிறது. இந்த பிராம்மண மந்திரங்கள் ஆரியருடைய ஆதி வசன காவியங்களாகவும் தோற்றுகின்றன. இந்த வேதத்திலிப்படி பிராம்மணமந்திரங்களிருப்பதன்றியில் அநேக ஆரணியகங்கள் என்னும் வேறுருவிதபாகங்களும் இருக்கின்றன.

——:++:——

ஆரணியகங்கள்.

அருணன்=சூரியன் சூரியமண்டலாவர்த்தியான ஈசுவரஸ்தோத்திரங்கள் மலிந்திருக்கின்றமையால் ஆருணம் ஆருணயகம் எனப்பெயர்பெற்றதெனச் சொல்வாருமுண்டு. மேலும்வேதத்துக்குள்ள பலநாமங்களில் "ஆரணம்" என்பதும் ஒரு பெயராக வழங்குகிறதாக சிலர் அபிப்பிராயப்படுகிறார்கள்; ஆயினும்,

ஆரண்யகம்: என்றால் சம்ஸ்கிருதபாஷையில் வனம் என்று பெயர். அதாவது ஆரியர்கள் இல்லறத்தைத்துறந்து, வானப்பிரஸ்தம் சன்னியாசம் பெற்றுக்கொண்டபிறகு, காடுவனங்களுக்குப்போய் ஜகதீசுவரனைப்பாடி பொழுதுபோக்கும் பாட்டுகளாம். இவ்வாரணியகங்களில் பரமேசுவரருடைய பெருமையைப்பற்றியும, பின்னும் வனவாசிகள் அனுஷ்டிக்கவேண்டிய தருமாதி சடங்குகளைப்பற்றியும் சொல்லப்பட்ட பிரமாண பத்ததிகளிருக்கின்றன. இவைகளில் பிரஹதாரணியகம், தைத்திரியாரணியகம், ஐதிரேயாரணியகம், கௌஷிதாகி ஆரணியகம் என்ற நான்கும் சிறந்தவைகள். இவ்வாரணியகங்களின் ஆழ்ந்த கருத்துகளை உற்றுப்பார்ப்பவர்களுக்கு, இவைகள் கேவலம் முன்சொன்ன பிராமணங்களின் விரித்துரை என்று ஸ்பஷ்டமாகும். ஆனால், பிராமணங்களுக்கும் ஆரண்யகங்களுக்கும் வித்யாசம் என்னவென்று பரிசீலனைசெய்யில், இவ்வாரணியகங்களில் தத்துவ ஞானத்தைப்பற்றி விசேஷமாகச் சொல்லப்பட்டிருக்கிறது. இவ்விதமாகத் தத்துவ ஞானத்தைப்போதிக்கப்பட்டவைகளுக்கு உபநிஷத்துக்களென்று பெயர். இந்த உபநிஷத்துபாகங்களைத்தான் பரதகண்டத்தில் பெரும்பான்மையார் பெருமைப்படுத்திக் கொண்டாடுகிறார்கள்.

இவ்வுபநிஷத்துகளின் ஆதாரத்தையே வேதத்தின் முடிவான சாரம்சமென்றுதங் கழுவுபுழுக்களென்னும் வேதாந்தமென்றும்,

வர்ணம் பிறப்பால் நிச்சயிக்கப்படுவதே

> பிராமணனுக்குப் பிராமண ஸ்திரீயினிடத்திற் பிறந்து ஜாத கர்மாதி ஸம்ஸ்காரங்களை அடைந்தவன் பிராமணன் எனப்படுவான். இவ்விதம் அந்தந்த ஜாதீயருக்கு அதே ஜாதி ஸ்திரீயினிடத்திற் பிறந்தவர்கள் க்ஷத்திரியன், வைசியன், சூத்திரன் எனப்படுவார்கள்
>
> - தேவலர் ஸ்மிருதி

Atri Samhita (அத்ரி மஹரிஷி எழுதிய சம்ஹிதை):

பிறப்பால் ஒருவன் பிராமணன் என அறியப்படுகிறான். அவனுக்கு உபநயன சடங்கு நடந்ததும் துவிஜனாகிறான் (இருபிறப்பாளன்). அவன் குருகுலவாசத்தில் வேதம் பயின்று விப்ரன் ஆகிறான். பிராம்மண பிறப்பு, உபநயனம், வேத அத்யயனம் இந்த மூன்றும் உடையவன் ஸ்ரோத்திரியன் என்றழைக்கப்படுகிறான்.

By birth, one is known as a Brahmana; and by the purificatory rites, he is called a Dwija (twice-born). He attains to the dignity of a Vipra by learning; and by these three, to that of a S'rotriya. (140)

தேவலர் ஸ்மிருதி:

பிராமணனுக்குப் பிராமண ஸ்திரீயினிடத்திற் பிறந்து ஜாத கர்மாதி ஸம்ஸ்காரங்களை அடைந்தவன் பிராமணன் எனப்படுவான். இவ்விதம் அந்தந்த ஜாதீயருக்கு அதே ஜாதி ஸ்திரீயினிடத்திற் பிறந்தவர்கள் க்ஷத்திரியன், வைசியன், சூத்திரன் எனப்படுவார்கள்.

யாக்ஞவல்க்யர் ஸ்மிருதி:

ஸமானவர்ணர்களான புருஷர்களிடமிருந்து ஸமானவர்ணர்களான ஸ்திரீகளிடத்திற் பிறந்தவர் அந்த வர்ணத்தார்களாகின்றனர். நிந்திக்கப் படாத ப்ராம்ஹாதி விவாகங்களிற் பிறந்தவர்கள் வம்சத்தை விருத்தி செய்கின்றவர்களாய் ஆகின்றனர்.

ஹாரீத சம்ஹிதை:

பிராமண ஸ்திரீயினிடத்தில் பிராமணனிடத்திலிருந்து பிறந்தவன் பிராமணன் எனப்படுவான். பிராமணனுக்கு ஆறு கர்மங்களாம், அவைகளினாலேயே காலத்தைக் கழிப்பவன் ஸுகமாய் விருத்தியடை கின்றான். அத்யயனம் செய்தல், அத்யனம் செய்வித்தல், யாகம் செய்தல், யாகம் செய்வித்தல், தானம் கொடுத்தல், தானம் வாங்குதல் என ஆறு கர்மங்கள் பிராமணனுக்குரியவை.

கௌதம தர்மஸூத்ரம்:

ஒருவன் நடவடிக்கையின் உயர்வு தாழ்வுகளால் வேறு வர்ணத்தை அடைவதென்பது ஏழாவது அல்லது ஐந்தாவது தலைமுறையில் தான் என்று ஆசார்யர்கள் நினைக்கிறார்கள்.

நான்கு வர்ண ஸ்ருஷ்டியின் இடையில் கலப்புகளால் ஏற்பட்ட அநுலோம ஜாதிகளுக்கும் உயர்வு தாழ்வு ஏழு அல்லது ஐந்து தலைமுறைக்குப் பிறகே ஏற்படும்.

ப்ராம்ஹ விவாஹத்தால் பிறந்த புத்ரன், தனக்கு முன் பின் பத்துத் தலை முறைகளையும் தன்னையும் ஆக இருபத்தொரு தலை முறையைப் பரிசுத்தமாக்குவான்.

மஹாபாரதம் - அநுசாஸனபர்வம்:

பிராம்மணவர்ணம் முதலான நாலு வர்ணங்களும் இயற்கையாகவே இருக்கின்றன. ஒரு ஜன்மத்தில் மற்றொரு ஜாதியை அடைய முடியாது. கர்மங்களினால் மறு ஜன்மத்தில் வேறு வர்ணமுண்டாகிறது.

Aapasthambha Dharma Sutra:There are four varnas - brahmana, kshatriya, vaisya and sudra. Out of these, the latter varna is better by birth than the former.

Manu Smriti: Brahmana is the best because of birth from Brahma's face, his birth before other varnas, his sustaining the Vedas and his teaching dharma to all.

The birth of brahmana is the undecaying body of dharma. He is born for dharma and attains moksha. Even at birth, brahmana is the best on earth, capable of protecting all beings.

Saatatapa : Brahmana is born a great soul at birth itself. Being the best among the varnas, he is mother, father and guru for all beings. For them, there is none worthy of worship in the three worlds.

தர்ம விமர்சனம் (ஸ்ரீ ராமானந்த சரஸ்வதி ஸ்வாமிகள் எழுதிய நூல்): பகவத் கீதையில் கிருஷ்ணர் சொல்வது போல குணமும் செய்கையும் ஒருவரது சாதியை தீர்மானிக்குமானால் ஒரே நாளில் ஒருவர் பல சாதிகளுக்கு மாற வேண்டிவரும், அதே போல அவர் பின்பற்ற வேண்டிய தர்மங்களும் மாற வேண்டியிருக்கும்.

பின்னாளில் வெளியாகும் குணத்தையும் செய்கையையும் பார்த்து சாதியை முடிவு செய்யும் நிலை வந்தால் கர்ப்பகாலத்திலும், சிசு பர்வத்திலும் பால்ய காலத்திலும் துவிஜர்களுக்கு (இரு பிறப்பாளர்களான பிராமண சத்ரிய வைசியர்) செய்ய வேண்டிய சம்ஸ்காரங்களை எப்படிச் செய்வது? இவற்றை காலாகாலத்தில் செய்யவில்லையெனில் தோஷமாகிவிடும்.

சம்ஸ்காரத்திற்கு தகுதியில்லாத சூத்ரர்களுக்கு நடத்தினால் அதனாலும் தோஷம் உண்டாகும். அதனால் வர்ணம் பிறப்பால் நிச்சயிக்கப்படுவதே!

குண கர்ம விசயத்தில் அர்ஜுனன் ஒரு பிராமணர் போல நடந்து கொண்டான். பிராணிகளை இம்சிக்காத கருணை, பாபம் கண்டு அஞ்சியது, ஐஸ்வர்யத்திற்கு ஆசைப்படாத குணம் இவை அனைத்தும் அர்ஜுனனை பிராமணன் போலவே சித்தரிக்கின்றன. ஆனால். கிருஷ்ணன் அர்ஜுனனை பிராமணனாக எண்ணாமல் அவன் பிறந்த சத்ரிய வர்ணமாகப் பாவித்தே கீதா உபதேசம் செய்ததைப் படிக்கிறோம். மேலுள்ள அர்ஜுனனின் குணப்படி கண்ணன் அர்ஜுனனை 'பிராமணா' என்றல்லவா அழைத்திருக்க வேண்டும். ஆனால் எல்லா ஸ்லோகத்திலும் 'க்ஷத்ரியன்' என்றே அழைக்கிறான். காரணம் பிறப்பால் அர்ஜுனன் ஒரு க்ஷத்ரியன். (தர்ம விமர்ச்சனம் எழுதிய ஸ்வாமிகளின் பூர்வாசிரமப் பெயர் ஸ்ரீ ராமச்சந்திர ஐயர் ஆகும்)

The Bhagavad Gita: Chapt 18:41:

Of Brahmanas and Kshatriyas and Vaisyas, as also of Sudras, O Parantapa, the duties are divided according to the qualities born of nature.

Sudras are separated from others who are all mentioned together in one compound word-because Sudras are of one birth and are debarred from the study of the Vedas. Divided: the duties are allotted to each class, as distinguished from those pertaining to the other classes. By what standard?-According to the qualities (gunas) born of nature.

(The Bhagavad Gita with the commentary of Sri Sankaracharya, 1901 edition).

ஆதார நூல்கள்

1. The Dharam Shastra Vol II by M.N.Dutt First Edition 1908 (Atri Samhita)
2. ஸ்மிருதி முக்தாபலம் வேத தர்ம சாஸ்திர பரிபாலன ஸபை வெளியீடு, 2010 பதிப்பு.
3. The Bhagavad Gita with the commentary of SRI SANKARACHARYA, Translated by Alladi Mahadeva Sastry First Edition 1897.

♦

A woman, desirous of bathing in a sacred water, should drink the water washing the feet of her husband, of S'iva or of Vishnu. She should, thereby, attain to the most excellent station. (137)

A woman is [always] the left limb, the husband being alive or dead; and he, the right one. But in a *S'ráddha*, sacrifice, and marriage, a wife should always [be placed] in the right. (138)

Soma (the Moon), the *Gandharvas*, and the *Angirah* have conferred purity on them; and Fire, all holiness. Women are therefore, always holy. (139)

By birth, one is known as a *Bráhmaṇa*; and by the purificatory rites, he is called a *Dwija* (twice-born). He attains to the dignity of a *Vipra* by learning; and by these three, to that of a *S'rotriya*. (140)

He, who studies the *Véda-S'ástra* and follows the import of Scriptural injunctions, is called a *Védavid* (one knowing the *Védas*); his utterance is sanctifying. (141)

That religion is to be known as the highest which a leading *Bráhmaṇa*, knowing the *Védas*, follows— but not that which is followed by ten thousand illiterate persons. (142)

By reciting [the *Gáyatrí*] and making *Homa* (offering oblations to the Fire), foremost persons of the twice-born race shine like fire; and [they] meet with ruin, by accepting presents like fire by water. (143)

Like the wind driving away the clouds in the sky, the learned and foremost twice-born persons dissipate the sins begotten of accepting presents, by *Práṇáyáma*. (144)

When a *Vipra*, after taking his meals or rinsing his

னின்றும், சூத்திரர்களைக் கால்களினின்றும் ஸ்ருஷ்டித்தார். பிறகு அவரவர்களுக்குரிய தர்மங்களையும் சொன்னார். ஸ்ருஷ்டி விஷயத்தில் ஒன்றுக்கொன்று விரோதமுள்ள சுருதிகளுக்கும் ஸ்மிருதிகளுக்கும் கல்பபேதத்தினால் வ்யவஸ்தை அறியத்தக்கது.

वर्णधर्माः

तत्र देवलः — ब्राह्मण्यां ब्राह्मणाज्जातः संस्कृतो ब्राह्मणो भवेत्। एवं क्षत्रियविट्छूद्राः ज्ञेयाः स्वेभ्यः स्वयोनिजा' इति ॥ शातातपः — 'तपो दमो दया दानं सत्यं धर्मं श्रुतं घृणा। विद्या विज्ञानमास्तिक्यमेतद् ब्राह्मणलक्षणमिति ॥ याज्ञवल्क्यः — 'सवर्णेभ्यस्सवर्णासु जायन्ते हि सजातयः। अनिन्द्येषु विवाहेषु पुत्रास्सन्तानवर्द्धना' इति ॥

வர்ண தர்மங்கள்

தேவலர் - பிராமணனுக்குப் பிராமண ஸ்திரீயினிடத்திற் பிறந்து ஜாத கர்மாதிஸம்ஸ்காரங்களை அடைந்தவன் பிராமணன் எனப்படுவான். இவ்விதம் அந்தந்த ஜாதியருக்கு அதே ஜாதிஸ்திரீயினிடத்திற் பிறந்தவர்கள் க்ஷத்திரியன், வைசியன், சூத்திரன் எனப்படுவார்கள். சாதாதபர் - தவம், அன்பு, வித்தியை, அறிவு, ஆஸ்திக்யம் ஆகிய இவைகள் பிராமணனின் லக்ஷணங்களாம். யாக்ஞவல்க்யர் - ஸமானவர்ணர்களான புருஷர்களிடமிருந்து ஸமானவர்ணைகளான ஸ்திரீகளிடத்திற் பிறந்தவர் அந்தவர்ணத்தார்களாகின்றனர். நிந்திக்கப்படாத ப்ராம்ஹாதிவிவாகங்களிற் பிறந்தவர்கள் வம்சத்தை விருத்தி செய்கின்றவர்களாய் ஆகின்றனர்.

हारीतः — ब्राह्मण्यां ब्राह्मणेनैव ह्युत्पन्नो ब्राह्मणः स्मृतः। षट्कर्माणि निजान्याहुः ब्राह्मणस्य महात्मनः ॥ तैरेव सततं यस्तु वर्तयन् सुखमेधते। अध्यापनं चाध्ययनं यजनं याजनं तथा ॥ दानं प्रतिग्रहश्चेति षट्कर्माणीति चोच्यते' इति ॥

ஹாரீதர் - பிராமணஸ்திரீயினிடத்தில் பிராமணனிடத்தி லிருந்து பிறந்தவன் பிராமணன் எனப்படுவான். பிராமணனுக்கு ஆறு கர்மங்களாம், அவைகளினாலேயே காலத்தைக் கழிப்பவன் ஸுகமாய் விருத்தியடைகின்றான். அத்யயனம் செய்தல், அத்யனம் செய்வித்தல், யாகம் செய்தல், யாகம் செய்வித்தல், தானம் கொடுத்தல், தானம் வாங்குதல் என ஆறு கர்மங்கள் பிராமணனுக்குரியவை.

मनुः — 'अध्यापनं चाध्ययनं यजनं याजनं तथा । दानं प्रतिग्रहश्चैव षट्कर्माण्यग्रजन्मनः' इति ॥ याज्ञवल्क्यः — 'इज्याध्ययनदानानि वैश्यस्य क्षत्रियस्य च । प्रतिग्रहोऽधिको विप्रे याजनाध्यापने तथेति ॥ तत्र ब्राह्मणस्येज्यादीनि त्रीणि धर्मार्थानि, प्रतिग्रहादीनि त्रीणि वृत्त्यर्थानि ॥ 'षण्णां तु कर्मणामस्य त्रीणि कर्माणि जीविका । याजनाध्यापने वै च विशुद्धाच्च प्रतिग्रह इति मनुस्मरणात् ॥

மனு - அத்யயனம் முதலிய ஆறு கர்மங்கள் பிராமணனுக்குரியவை. யாக்ஞவல்க்யர் - யாகம், அத்யயனம், தானம் இம்மூன்று க்ஷத்திரியனுக்கும், வைசியனுக்கும் உரியவை. இம்மூன்றுடன், யாஜனம், அத்யாபனம், ப்ரதி க்ரஹம் என்ற இம்மூன்றும் பிராமணனுக்கு உரியவை. அவைகளுள் பிராமணனுக்கு யாகம் முதலிய மூன்றும் தர்மத்திற்கும், மற்ற மூன்றும் பிழைப்புக்காகவுமாம். 'அந்த ஆறு கர்மங்களுள் பிராமணனுக்கு யாஜனம், அத்யாபனம், சுத்தனானவனிடமிருந்து தானம் வாங்குதல் இம்மூன்றும் பிழைப்பு' என்று மனு சொல்லியிருப்பதால். ஆகையால் யாகம் முதலிய மூன்றும் அவச்யம் செய்யத் தகுந்தவை. ப்ரதிக்ரஹம் முதலிய மூன்றும், அப்படியல்ல.

तदाह गौतमः — 'द्विजातीनामध्ययनमिज्या दानं ब्राह्मणस्याधिकाः प्रवचनयाजनप्रतिग्रहाः पूर्वेषु नियम' इति ॥ आपस्तम्बः - 'सवर्णापूर्वशास्त्रविहितायां यथर्तु गच्छतः पुत्रास्तेषां

been said that after having cut the tree of sa*m*sara asunder with the strong sword of non-attachment, "Then That Goal should be sought after" (xv. 3, 4). From this it may follow that, as everything is made up of the three gu*n*as, a cessation of the cause of sa*m*sara cannot be brought about. Now, it is with a view to show how its cessation can be brought about, with a view, further, to sum up the whole teaching of the Gita-sastra, and with a view to show what the exact teaching of the Vedas and the smritis is which should be followed by those who seek to attain the highest end of man,—it is with this view that the next section, from xviii. 41 onward, is commenced.

Duties of the four castes ordained according to nature.

ब्राह्मणक्षत्रियविशां शूद्राणां च परन्तप ।
कर्माणि प्रविभक्तानि स्वभावप्रभवैर्गुणैः ॥ ४१ ॥

41. Of Brahma*n*as and Kshatriyas and Vai*s*yas, as also of Sudras, O Parantapa, the duties are divided according to the qualities born of nature.

Sudras are separated from others—who are all mentioned together in one compound word—because Sudras are of one birth and are debarred from the study of the Vedas. *Divided:* the duties are allotted to each class, as distinguished from those pertaining to the other classes.—By what standard?— According to the qualities (gu*n*as) born of nature. Nature (svabhava) is the Isvara's Prak*r*iti, the Maya made up of the three gu*n*as. It is in accordance with the gu*n*as of the Prak*r*iti that duties—such as serenity and the like—are assigned to the Brahma*n*as, etc. respectively.

Or to explain in another way: The source of the Brahma*n*a's nature (svabhava) is the gu*n*a of Sattva; the source

உ

தர்ம விமர்சனம்

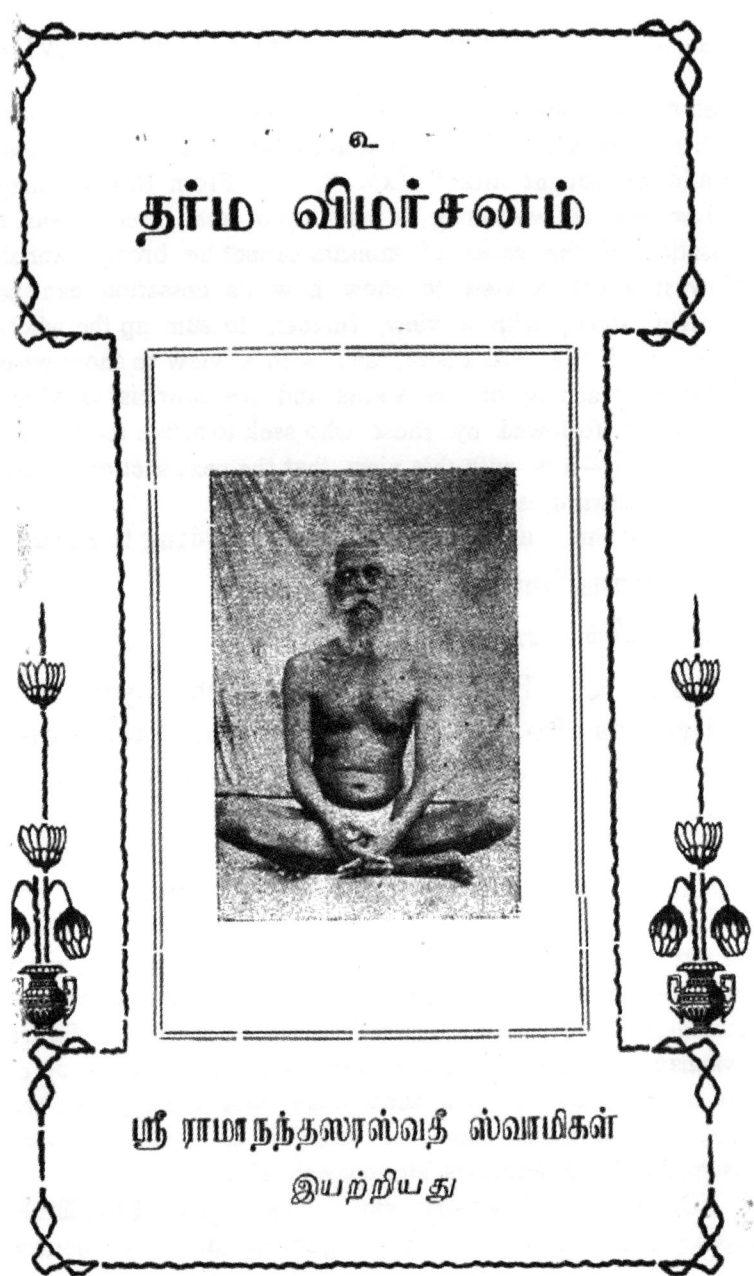

ஸ்ரீ ராமாநந்தஸரஸ்வதீ ஸ்வாமிகள்

இயற்றியது

சனாதனத்தின் நீட்சியே நீட் தேர்வு

> அந்தணன், க்ஷத்திரியன், வைசியன் ஆகியவர்களில் ஒருவன், நல்ல குலத்தில் தோன்றியவன், தக்க பருவத்தில் உள்ளவன், சாஸ்திர முறைப்படி நடந்து கொள்ளக் கூடியவன், சூரன், உடலும் மனமும் தூய்மையாகக் கொண்டவன், நன்னடத்தையைப் பின்பற்றுபவன், புலனடக்கம் உள்ளவன், வரும் பொருளைக் கண்டறிந்து சாஸ்திர அர்த்தங்களை நன்கு உணர்ந்து கொள்ளும் சாமர்த்தியம் உள்ளவன், நல்ல அமைப்புடன் கூடிய நாக்கு, உதடுகள், பல் வரிசைகள் முதலியவற்றைக் கொண்டவன், தெளிவான சிந்தனை, சொல், செயல்கள் உடையவன், கஷ்டங்களைப் பொறுத்துக் கொள்ளும் தன்மை கொண்டவன் எனுமிவர்களை மருத்துவக் கல்வியை உபதேசம் செய்ய (உபநயனம்) அருகில் சேர்த்துக் கொள்ள வேண்டும்
>
> — ஸுசுருத ஸம்ஹிதை - ஆயுர்வேத நூல்

நீங்க நீட் தேர்வுக்கு ஆதரவாளராக இருந்தாலும் எதிர்ப்பாளராக இருந்தாலும் தயவு செய்து இந்தக் கட்டுரையைப் படிக்கவும்.

ஆயுர்வேதத்தின் தந்தை என்றும் உலகின் அறுவைச் சிகிச்சையின் தந்தை என்று ஸுசுருதர் போற்றப்படுகிறார். இவரது பெயரில் வழங்கி வரும் ஸுசுருத ஸம்ஹிதை எனும் நூலானது ஆயுர் வேத நூல்களில் தலை சிறந்தது.

ஆமாம், நீட் தேர்வுக்கும் ஸுசுருதருக்கும் என்ன சம்பந்தம்? முழுமையாக இந்தக் கட்டுரையைப் படிப்போர் எளிதில் புரிந்து கொள்வர்.

ஸுசுருதர் என்ற பெயரில் இருவர் இருந்ததாக ஆராய்ச்சியாளர்கள் கூறுகின்றனர். விசுவாமித்திரரின் புதல்வரும் தன்வந்தரியின் சீடருமான ஸுசுருதர் விருத்த ஸுசுருதர் என்ற பெயரால் அழைக்கப்பட்டு ஸுசுருத ஸம்ஹிதையை இயற்றிய முதலாம் ஸுசுருதராவார். இரண்டாம் ஸுசுருதர் முதல் ஸுசுருதர் எழுதிய நூலில் ஆங்காங்கு ஆராய்ந்து திருத்தம் செய்து அதையே புது உருவம் கொடுத்து வெளிக்கொணர்ந்தார்.

ஸூத்திர ஸ்தானம், நிதானஸ்தானம், சாரீரஸ்தானம், சிகிச்சாஸ்தானம், கல்பஸ்தானம் என 120 அத்தியாயங்கள் கொண்டு 5 ஸ்தானங்களுடன் முற்று பெறாமல் இருந்த இந்நூலுடன் நாகார்ஜுனன் என்பவர் இந்நூலில் கடைசி பாகமாகிய உத்தரஸ்தானத்தை இயற்றி இணைத்து இந்நூலுக்கு பூரண உருவம் தந்து நிறைவு பெறச் செய்தார்.

பிறகு சந்திரடர் என்பவர் பூரண உருவம் பெற்ற இந்நூலில் சில பாடங்களை திருத்தியும் புகுத்தியும் புதுப்பித்து புதிய பொலிவுடன் உருவாக்கினார். இதுதான் இன்று நாம் போற்றிக் கற்று வரும் ஸுசுருத ஸம்ஹிதையாகும்.

ஆத்ரேயர், அக்னிவேசர், சரகர், த்ருடபலர் என நால்வருடைய கூட்டுப்பொறுப்பில் சரகஸம்ஹிதை உருவாகி அது நால்வருடைய சம்பந்தத்தையும் பெற்றது போல், விருத்த ஸுசுருதர், இரண்டாம் ஸுசுருதர், நாகார்ஜுனன், சந்திரடர் என நால்வருடைய கூட்டுப் பொறுப்பில் உருவாகிய ஸுசுருத ஸம்ஹிதையில் இந்நால்வரும் பங்கு பெற்றிருக்கிறார்கள்.

இந்நூலுக்கு உரை எழுதியவர்கள் பலர். அவற்றுள் கயதாஸ் (கி.பி.11) எழுதிய நியாயசந்திரிகா, சக்ரபாணி தத்தர் (கி.பி.11) எழுதிய பானுமதி, டல்ஹணர் (கி.பி.12) எழுதிய நிபந்தசங்கிரஹம், ஹாராணசந்திரன் (கி.பி.18) எழுதிய ஸுசுருதார்த்த ஸ்ந்தீபனம் போன்ற உரைகள் புகழ் பெற்று அனைவராலும் போற்றப்பட்டு முக்கியமாய் விளங்குகின்றன.

இந்த விவரங்களை எஸ்.என். ஸ்ரீ ராமதேசிகன் (கவுரவத் தனி அலுவலர், இந்திய மருத்துவம் ஓமியோபதி இயக்குநரகம்) அவர்கள் தமிழாக்கம் செய்து இந்திய மருத்துவம் மற்றும் ஓமியோபதி இயக்கு

நரகம் வெளியிட்டுள்ள 'ஸுசுருத ஸம்ஹிதை (முதற்பகுதி)' நூலில் அறிந்து கொள்ளலாம்.

இந்த நூலில் உள்ள சில பகுதிகள் உங்கள் பார்வைக்கு;

1. **சீடனின் இலக்கணம்:**

'சிஷ்யோபநயனீயம்' அதாவது, ஆயுர்வேத மருத்துவம் கற்றுக் கொள்ள சீடனுக்கு வேண்டிய தகுதி இலக்கணம் பற்றி தன்வந்திரியின் உபதேசம்:

அந்தணன், க்ஷத்திரியன், வைசியன் ஆகியவர்களில் ஒருவன், நல்ல குலத்தில் தோன்றியவன், தக்க பருவத்தில் உள்ளவன், சாஸ்திர முறைப்படி நடந்து கொள்ளக் கூடியவன், சூரன், உடலும் மனமும் தூய்மையாகக் கொண்டவன், நன்னடத்தையைப் பின்பற்றுபவன், புலனடக்கம் உள்ளவன், வரும் பொருளைக் கண்டறிந்து சாஸ்திர அர்த்தங்களை நன்கு உணர்ந்து கொள்ளும் சாமர்த்தியம் உள்ளவன், நல்ல அமைப்புடன் கூடிய நாக்கு, உதடுகள், பல் வரிசைகள் முதலிய வற்றைக் கொண்டவன், தெளிவான சிந்தனை, சொல், செயல்கள் உடையவன், கஷ்டங்களைப் பொறுத்துக் கொள்ளும் தன்மை கொண்டவன் எனுமிவர்களை மருத்துவக் கல்வியை உபதேசம் செய்ய (உபநயனம்) அருகில் சேர்த்துக் கொள்ள வேண்டும்.

2. **உபநயன முறை:**

ஆயுர்வேதத்தை உபதேசிக்கும் ஆசிரியர், சோதிட வல்லுநரால் குறிப்பிடப்பட்ட நல்ல திதி, முகூர்த்தம், நட்சத்திரம் உள்ள நன்னாளில், கிழக்கு அல்லது வடக்கு திசை நோக்கியவராய் மேடு பள்ளமின்றிச் சமமாக நான்கு மூலைகள் உள்ள ஹோமம் செய்யத்தக்க இடத்தில் தர்ப்பைகளைப் பரப்ப வேண்டும். அந்த இடம் சாணம் கொண்டு மெழுகப்பட்டு இருக்க வேண்டும். தேவர்களை மலர்கள், பொரி, அன்னம், இரத்தினம் முதலியவற்றால் பூசை செய்து அந்தணர்களையும் மருத்துவர்களையும் வணங்க வேண்டும்.

3. **ஆயுர்வேதம் கற்கத் தகுதியுள்ளவர்கள்:**

பிராமணர், க்ஷத்திரியர், வைசியர்களுக்கு அந்தணரும், க்ஷத்திரிய வைசியருக்கு க்ஷத்திரியரும், வைசியர்களுக்கு வைசியரும் உபநயனம் செய்யத்தக்கவராவர். வமிச பரம்பரையாக மருத்துவம் புரியும் குலத்தில் தோன்றி முன் கூறப்பட்ட குணங்களைக் கொண்ட நான்காம்

வருணத்தவராயினும் அவரும் மருத்துவம் கற்கத் தக்கவரே என்பது ஆசாரியர்களின் கருத்து.

4. நோயாளிகளிடம் சீடன் நடந்து கொள்ள வேண்டிய முறை:

அந்தணர்கள், குருமார்கள், ஏழைகள், நண்பர்கள், சன்யாசிகள், தம் சன்னதியில் அன்புடன் நடந்து கொள்பவர்கள், நல்லவர்கள், அநாதைகள், வெகுதூர தேசத்திலிருந்து வந்து தன்னால் அருகில் (சிகிச்சைக்காகச்) சேர்த்துக் கொள்ளப்பட்டவர்கள் ஆகியவர்களைத் தம் உறவினர் போல எண்ணித் தக்க மருந்துகளைக் கொண்டு சிகிச்சை செய்ய வேண்டும். பணவரவு இருந்தாலும் வேடர்கள், பறவைகளைக் கொல்பவர், நல்லொழுக்கம் அற்றவர். கடும் பாபச் செயல்களைப் புரிபவர் ஆகியவர்களுக்கு மருத்துவர் சிகிச்சைக்கான (பணிவிடைகளைச்) செயல்முறைகளை பயன்படுத்தக் கூடாது.

5. ஆயுர்வேத நூல் கற்கக் கூடாத நாட்கள்:

மயானத்திலும், வாகனங்களின் மீது ஏறிய போதும், பிராணிகளைக் கொல்லும் இடத்திலும், போர்க்காலத்திலும், விழா நாட்களிலும், நில நடுக்கம் முதலிய இயற்கை மாறுபாடுகள் தோன்றிய போதும், மற்றும் அந்தணர்கள் வேதம் கற்காத நாட்களிலும், தான் தூய்மையற்ற (தீட்டு நேர்ந்துள்ள) போதும் மருத்துவ நூலைப் பயிலக் கூடாது.

6. விரண (காயம்/புண்) நோயாளிக்குக் காப்பு:

குடத்தில் உள்ள நீரை நோயாளியின் மேல் தெளித்துக் கொண்டே காப்புக்கு உரிய 'கிருத்யானாம் பிரதிகாரார்த்தம்' என்று தொடங்கும் மந்திரங்களை ஜபம் செய்தல் வேண்டும்.

செய்வினைகளால் ஏவப்படும் 'கிருத்யை' (செய்வினை) முதலான அரக்கர்களை விரட்டவும், மற்ற அரக்கர்களால் தோன்றும் அச்சத்தைப் போக்கவும், இந்த நோயாளிக்குக் காப்பு கூறுகிறேன். பிரும்மா இதை ஒப்புக் கொள்வாராக.

நாகர்கள், பிசாசுகள், கந்தர்வர்கள், பித்ரு தேவதைகள், இயக்கர்கள், அரக்கர்கள் இவர்களில் யார் உன்னைத் துன்புறுத்துகிறார்களோ அவர்களை பிரும்மா முதலான தேவர்கள் அழிப்பார்களாக.

7. கெட்ட மருத்துவனின் இலக்கணம்:

துவக்க நிலையில் அறுவைச் சிகிச்சையும், பக்குவம் அடைந்த வீக்கத்தை அலட்சியமும் செய்யும் மருத்துவர்கள் சரியான மருத்துவ

அறிவின்மையால் நோயாளிக்கு தீங்கிழைப்பவராவார்கள். ஆகையால் தன் கடமையை உணராது செயலாற்றுபவர்கள் சண்டாளர்களுக் கொப்பானவர்கள்.

8. கெட்ட கனவுக்குக் கழிவுச் செயல் (சாந்திமுறை):

முன் கூறியபடி கெட்ட கனவுகள் காணப்பட்டால் மனிதன் அதிகாலையில் விழித்துக் கொண்டு முயன்று, உளுந்து, எள், இரும்பு, தங்கம் எனும் இவற்றை நற்பண்புள்ளவர் (அந்தணர்)களுக்குத் தானம் கொடுக்க வேண்டும். மேலும் நன்மை விளைவிக்கும் மந்திரங்களையும், காயத்திரி மந்திரத்தையும் ஜெபம் செய்ய வேண்டும்.

கெட்ட கனவு வந்தால், பிறகு மூன்று இரவுகளைக் கோயிலில் கடத்த வேண்டும். அந்தணர்களை நாள்தோறும் வணங்க வேண்டும். இவ்வாறு சாந்தி செய்வதால் கெட்ட கனவு பயனற்றுப் போகும்.

9. நன்மையைத் தெரிவிக்கும் கனவுகள்

இனி நன்மையைத் தெரிவிக்கும் கனவுகளை விளக்குவோம். தேவதைகள், அந்தணர்கள், உயிருடன் உள்ள நண்பர்கள், சாதுக்கள், அரசர்கள் ஆகியோரையும் மற்றும் பசு, எருதுகள், எரிந்து கொண்டிருக்கும் தீ, தெளிந்த நீர் ஆகியவற்றையும் கனவில் காண்பவன் நன்மை பெறுவான். அவனுக்கு நோய் தீரும். மாமிசம், மீன், வெண்ணிற மலர் மாலைகள், ஆடைகள், பழங்கள் ஆகியவை கனவில் காணப்பட்டால் நன்மையும், உடல் நலனும் உண்டாகும். பெரிய மாளிகைகள், பழமுள்ள மரங்கள், யானை, மலை முதலியவற்றைக் கனவில் கண்டால் பொருள் சேர்க்கை உண்டாகும். செல்வம் வளரும். நோய் நீங்கும்.

பெருவெள்ளம் கொண்டவையும் சேறாக இருப்பவையுமான ஆறுகள் மற்றும் கடல் முதலியவற்றைத் தாண்டுதல் நோய் தீருவதைக் குறிக்கும். பாம்பு, அட்டைப்பூச்சி, வண்டு ஆகியவை தன்னைக் கடிப்பது போன்ற கனவுகளைக் கண்டால் நோய் அகலும். செல்வம் வளரும். நோயாளி இத்தகைய கனவுகளைக் கண்டல் பல்லாண்டுகள் வாழ்வான். அத்தகையவருக்கு சிகிச்சை செய்வது வெற்றி தரும். எனவே சிகிச்சையைத் துவங்கலாம். (கனவில் பாம்பு கடித்தால் நல்லது என வயதானவர்கள் சொல்வது இந்த நூலின் அடிப்படையிலும் இருக்கலாம்.)

10. மரண அறிகுறி:

குளித்த உடனே மார்புப்பகுதி முதலில் உலர்ந்து போதல், மண்கட்டியோடு மற்றொரு மண் கட்டியையோ, ஒரு கட்டையுடன் மற்றொரு கட்டையையோ அடித்துக் கொண்டிருத்தல், புல்லைக் கிள்ளிக் கொண்டிருத்தல், மேல் உதட்டைக் கடித்து உதட்டை நாவினால் நக்கிக் கொண்டிருத்தல். காது அல்லது தலை முடியை பிடுங்குவது போல இழுத்துக் கொண்டிருத்தல் எனும் இலக்கணங்கள் உள்ளவன் மரணம் நெருங்கியுள்ளவனென அறிக.

தேவதைகள், வேதம் வல்ல அந்தணர்கள், சான்றோர்கள், உற்ற நண்பர்கள், மருத்துவர்கள் ஆகியோரை வெறுப்பவன், அவன் பிறந்த இராசி நட்சத்திரங்கள் கொடூரமான கோள்களால் பார்க்கப்படுதல் அல்லது கேடு விளைவிக்கும் இடங்களிலிருந்து துன்புறுத்தப்படுதல், ஆகாயத்தில் எரி நட்சத்திரம், இடி முதலியன தோன்றுதல், வீடு, மனைவி, படுக்கை, இருக்கை, இரதம், வண்டி முதலிய வாகனங்கள், விலையுயர்ந்த இரத்தினம், முத்து, பவளம், வஸ்துக்கள் விகார மடைதல் ஆகிய இலக்கணங்கள் அவனுடைய ஆயுள் காலமுடிவை உணர்த்துவதாகும்.

11. அகால மரணம்:

மரணம் நூற்றிரண்டு வகைகள் என அதர்வ வேதம் அறிந்த பெரியவர்கள் கூறுகின்றனர். அவற்றில் ஒன்று காலத்தோடு (ஆயுள் முடிந்து போவதால்) ஏற்படும் மரணம் என்றும், மற்றவை (நஞ்சு, தீ முதலியவற்றால்) காலமற்ற காலத்தில் (ஆயுள் இருந்தாலும் விபத்து நேர்வதால்) தோன்றும் மரணமென்றும் அறிக.

இரஸ சாஸ்திரமறிந்த மருத்துவனும், மந்திரமறிந்த புரோகிதனும், வாதம் முதலிய தோஷங்களாலும், விஷம், தாக்கப்படுதல் முதலிய வற்றாலும் நேரக்கூடிய மரணத்திலிருந்து மிக்க முயற்சி செய்து மன்னனைப் பாதுகாக்க வேண்டும்.

12. புரோகிதனின் மகிமை:

பிரமனின் படைப்பாக வேதத்தின் உறுப்பாகிய (அட்டாங்கம் என எட்டுப் பிரிவுகளுடன் கூடிய) ஆயுர்வேதம் தோன்றிற்று. எனவே வேதத்தின் உறுப்பாகிய ஆயுர்வேதத்தை அறிந்த மருத்துவனை விட வேதத்தை அறிந்த அந்தணனாகிய புரோகிதனே சிறப்பானவன்.

ஆகவே அறிவுள்ள மருத்துவன் புரோகிதனின் ஆலோசனையையும் கேட்டறிந்து தக்க முறையைப் பின்பற்ற வேண்டும்.

13. அரசனைப் பாதுகாக்காவிடில் நேரும் துன்பங்கள்:

மன்னனுக்கு நோய் முதலியவற்றால் துன்பம் நேர்ந்தால், சாதிகள் ஒன்றோடொன்று கலந்து விடுதல், குலம், சாதி முதலியவற்றைச் சார்ந்த சடங்குகள் நடைபெறாமல் அழிதல், உழவு, வாணிபம் முதலியவவை சீராக நடைபெறாமை, மக்களுக்கு அழிவு முதலிய கேடுகள் விளையும்.

★★★

பல வருடங்களாக நான் எழுதி வருவது போல் எல்லா வைதீக சனாதன நூல்களும், அது வேத நூல்களையொட்டி எழுதப்பட்ட உபநிடதங்களாக இருக்கலாம், புராண இதிகாசங்களாக இருக்கலாம், பக்தி இலக்கியங்களாக இருக்கலாம், ஆகம நூல்களாக இருக்கலாம், தர்ம சாஸ்திர நூல்களாக இருக்கலாம், உணவு முறை பற்றிய பாக சாஸ்திரமாக இருக்கலாம், இசை நூல்களாக இருக்கலாம், கலைகளைப் பற்றிய நூல்களாக இருக்கலாம், நீதி நூல்களாக இருக்கலாம், ஆன்மீக நூல்களாக இருக்கலாம், மருத்துவ நூல்களாக இருக்கலாம் எல்லாமே வர்ணாசிரம அடிப்படையிலேயே எழுதப்பட்டுள்ளது என்பதை தெள்ளத் தெளிவாக விளங்கிக் கொள்ள முடியும்.

இந்த நூல்கள் எல்லாவற்றிலும் சூத்திரன் வரையிலும் தர்மம் சொல்லப்பட்டுள்ளது, அதுவும் வேறு வழியில்லாமல் அவனது உழைப்புத் தேவைப்பட்டதினால். வர்ணத்தில் இல்லாத சண்டாளர்கள், பஞ்சமர்கள், பதிதர்கள், புலையர்களுக்கு எந்த தர்மமோ, நியமமோ, கர்மாவோ, அனுஷ்டானங்களோ, சம்ஸ்காரங்களோ, பரிகாரமோ, செய்முறை, குலமுறை, பத்யதி, சுப மற்றும் அபர கர்ம முறைகளோ எதுவுமே சொல்லப்படவில்லை. காரணம் அவர்களை வைதிகர்கள் தங்களது எதிரிகளாகவே பாவித்து அருவருத்து ஒதுக்கி வந்துள்ளனர்.

ஆதலால்தான் இந்த மக்களுக்கும் வைதிக சனாதனத்திற்கும் துளியும் தொடர்பு இல்லை என உறுதியாக எடுத்துரைக்கிறேன்.

எந்த ஒரு கீழ்நிலையானவர்களை, கொடியவர்களை உதாரணம் சொல்வதற்கு சண்டாளர்களையே எடுத்துக் காட்டாக வைதீக நூல்களில் கூறப்பட்டுள்ளது, மேலுள்ள ஸுசுருத ஸம்ஹிதை உட்பட.

மேலுள்ள ஸுசுருத ஸம்ஹிதையில் ஆயுர்வேத மருத்துவம் பயில்வதற்கு முதல் மூன்று வர்ணத்தவருக்கு அருகதை உண்டு என்று எழுதிவிட்டு, போனால் போகட்டும் கணக்கில்

"Such an initiation should be imparted to a student, belonging to one of the three twice-born castes such as, the Brahmana, the Kshatriya, and the Vaishya, and who should be of tender years, born of a good family, possessed of, a desire to learn, strength, energy of action, contentment, character, self-control, a good retentive me mory, intellect, courage, purity of mind and body, and a simple and clear comprehension, command a clear insight into the things studied, and should be found to have been further graced with the necessary qualifications of thin lips, thin teeth and thin tongue, and possessed of a straight nose, large, honest, intelligent eyes, with a benign contour of the mouth, and a contented frame of mind, being pleasant in his speech and dealings, and usually painstaking in his efforts. A man possessed of contrary attributes should not be admitted into the sacred precincts of medicine."

இதையடுத்து ஆயுர் வேதத்தைக் கற்றுக் கொடுக்கிறவர்களுக்கான உரிமையை ஸுசுருதர் கூறும்போது;

"A Bráhmana preceptor is competent to initiate a student belonging to any of the three twice-born castes. A Kshatriya preceptor can initiate a student of the Kshatriya or the Vaishya caste, while a Vaishya preceptor can initiate a student of his own caste alone. A Shudra student of good character and parentage may be initiated into the mysteries of the Ayurveda by omitting the Mantras enjoined to be recited on such an occasion."

பிராமணராக இருப்பவர், பிராம்மண, சத்ரிய, வைசியர்களுக்கு கற்றுத் தரலாம் எனவும், சத்திரியனாக இருப்பவன் சத்திரியன், வைசியனுக்கும் கற்றுத் தரலாம் எனவும், வைசியனாக இருப்பவன் வைசியனுக்கு மட்டுமே கற்றுத்தரலாம் எனவும் எழுதுகிறார். சூத்திர மாணவனுக்கு ஆயுர்வேதத்தில் உள்ள மந்திரங்களைத் தவிர மற்ற விசயங்களை கற்றுக் கொடுக்கலாம் என்பதையும் கூறுகிறார். இதே கருத்தை உபநிடதம், மகாபாரதம் முதல் மற்ற எல்லா வைதீக நூல்களும் கூறுகின்றன. பெண்கள் மற்றும் சூத்திரன் வேத மந்திரங்களை ஒரு நாளும் கற்றுக்கொள்ளக் கூடாது, ஆனால், அதே வேளையில் பெண்களும், சூத்திரனும் புராணங்களை, இதிகாசங்களை கற்றுக் கொள்ளலாம் என்பதே அது.

இதே கருத்தை ஸுசுருத ஸம்ஹிதையும் பிரதிபலிக்கிறது.

வழக்கம் போல சண்டாளர்கள், பஞ்சமர்கள், பதிதர்கள், புலையர்கள், பெண்கள் ஆயுர்வேதம் கற்றுக் கொள்ளத் தகுதியில்லாதவர்கள் என்பதை எழுதிப் புரிந்து கொள்ள வேண்டியதில்லை.

தவிர ஆயுர்வேத மருத்துவ முறை என்பது பூர்வ கர்மாவிலிருந்து அதாவது முந்தைய பிறவியில் செய்த பாவ புண்ணியங்களுக்கும் சேர்த்துத் தொடங்குவதாக எழுதப்பட்டுள்ளது.

"The entire course of medical treatment in connection with a disease may be grouped under three subheads, as the Preliminary measures (Purv[1]-karma); the Principal therapeutical or surgical appliances (Pradhána-karma); and the After-measures (Paschát karma). These measures will be discussed under the head of each disease as we shall have occasion to deal with them."

"It is the Karma (dynamics of acts done by a person in a prior existence) which determines the nature of the body it will be clothed with, as well as the nature of the womb it shall be conceived in, in its next incarnation."

இப்படி பூர்வ கர்ம வாசனை பற்றி பல இடங்களில் இந்த நூலில் குறிப்புகள் உண்டு.

"உலகவிருத்தியின் பொருட்டு தன்னுடைய முகம், புஜம், துடை, கால் இவைகளினின்றும் பிராமணன், க்ஷத்திரியன், வைசியன், சூத்திரன் இவர்களைக் கிரமமாக வுண்டுபண்ணினார்."

"அந்தப் பிரம்மாவானவர் தன்னுடைய தேகத்தை இரண்டு கண்டமாக்கி ஒன்று ஸ்திரியாகவும் ஒன்று புருஷனாகவும் ஆகி அந்த ஸ்திரியினிடத்தில் அந்தப் புருஷனாகிய தானே புணர்ந்து விராட் புருஷனையுண்டு பண்ணினார்." *(மநு தர்ம சாஸ்திரம் அத். 1:31-32)*

என உள்ளதை மேற்கோள் காட்டி ஸுசுருத சம்ஹிதையை ஆங்கிலத்தில் மொழிபெயர்த்த கவிராஜ் துவார்காந்த் சென் அவர்களது நூலின் அறிமுக உரையில் பின்வருமாறு குறிப்பிடுகிறார்;

"Sushruta, in common with the Brahmanic philosophers of Ind.. believed that distinction of sex has evolved from a pri mordial hermaphroditism. Manu in his Institutes has emphasised the fact (2), though in a highly poetic style. He observes that "the Purusha (Logos), by a stroke of Will. divided its body (animated cosmic matter) into two, one of which was male, and the other female."

அறுவைச் சிகிச்சை என்பது ஆரியர்கள் போர்க் காலங்களில் பயன்படுத்தியதை வேதங்களில் உள்ள ஸ்லோகங்களை உதாரணம்

காட்டி பின்னாட்களில் பிராம்மணிய சமூகத்தில் அறுவைச் சிகிச்சை பற்றிய ஒவ்வாமை பற்றியும் கவிராஜ் தொட்டுக் காட்டுகிறார்;

"But although the aid of surgery was constantly sought for, surgeons were not often allowed to mix in the Brahmanic society of Vedic India. This is hinted at by our author when he says that it was during the wars be tween the gods and demons that the Ashvins, the surgeons of heaven, did not become entitled to any sacrificial oblation till they had made themselves eligible for it by uniting the head of the god of sacrifice to his decapitated body. The story of the progress of Ayurvedic surgery is long and inter esting, but it must sufffice here to mention that with the return of peace,the small Aryan settlements grew in number and prosperity."

ஆங்கிலேயர்களின் ஆட்சியின் போது, ஆறு தொழில்களைத் தர்மமாக செய்ய வேண்டிய பிராமணர்களுக்கு வரப் பிரசாதமாக இந்த நூல் தக்க சமயத்தில் உதவி செய்தது. அறுவை சிகிச்சை, ரத்தம், கத்தி இதை தொடுவதையே பாவம் எனக் கருதிய சமூகத்தை ஸுசுருத ஸம்ஹிதை ஆயுர்வேதம் பயில்பதற்கு அறுவைச் சிகிச்சை செய்வதற்கு முக்கிய அதிகாரிகளாக அதிகாரம் அளிக்கிறது. இந்த நூலை முக்கிய ஆவணமாகவும் தங்களுக்குச் சாதகமாக நவீன மருத்துவம் பயில்வதற்கு பிராமணர்கள் பயன்படுத்திக் கொண்டார்கள் என்பதில் ஐயமில்லை.

மற்றபடி மற்ற எல்லா வைதீக நூல்களில் எழுதப்பட்டுள்ளதைப் போல இருபிறப்பாளர்களுக்கு சாதகமாகவே அதிலும் குறிப்பாக பிராம்மணர்களின் நலன் காக்கப்படுவதற்காகவே ஸுசுருத ஸம்ஹிதையும் எழுதப்பட்டுள்ளது என்பதை நான் விளக்காமலேயே வாசிக்கிற உங்கள் அனைவருக்கும் புரிந்திருக்கும் என நம்புகிறேன். மநுதர்ம சாஸ்திர நூல் போன்ற அனைத்து தர்ம சாஸ்திர நூல்களுக்கும் ஸசுருத ஸம்ஹிதையும் நிகரானது என எளிதில் புரிந்து கொள்ளலாம்.

இருபிறப்பாளர்களின் நலன்களைப் பாதுகாத்த வைதிக நூல் களைப் போலவே மதவாத அரசுகளும் செயல்படுவது நாம் அறிந்ததே.

ஸுசுருத ஸம்ஹிதையில் முதல் மூன்று வர்ணத்தவருக்கே ஆயுர்வேதம் பயில்வதற்கு அனுமதி அளித்துள்ளதைப் போல, வசதி இல்லாத கிராமப் பின்னணியிலிருந்து வரும் சூத்திர, ஆதி திராவிட மாணவ மாணவிகளைத் தவிர்த்து மற்ற வசதியான முதல் மூன்று வர்ணத்தவர்களுக்கு அளிக்கும் சலுகை என்பதே நீட் தேர்வு என உணர வேண்டும்.

வைதீக சனாதன தர்மத்தைப் புரிந்து கொள்ளாமல், இரு பிறப்பாளர்களுக்கு அடிமைச் சேவகம் செய்து வரும் சூத்திரர்கள், ஆதி திராவிடர்கள் உள்ளவரை வைதீக சனாதனத்தின் ஆதிக்கம் எல்லா வழிகளிலும் எல்லா இடங்களிலும் தொடரும் என்பதே உண்மை. நீட் மாதிரியான வன்மங்கள் தொடரும் என்பதே கசப்பான உண்மை.

ஆதார நூல்கள்:

1. *ஸுசுருத ஸம்ஹிதை-முதற் பகுதி (அறுவைச் சிகிச்சையைப் பற்றிய ஆயுர்வேத நூல்)- தமிழாக்கம் எஸ்.என். ஸ்ரீ ராமதேசிகன் அவர்கள், வெளியீடு: இந்திய மருத்துவம் மற்றும் ஓமியோபதி இயக்குநரகம், **1991**)*

   (இந்த நூலின் சில பக்கங்கள் அடுத்து வரும் பக்கங்களில்)

2. The Sushruta Samhita- Vol 1, Edited and Published by Kaviraj Kunja lal Bhishagratna,1907

3. *மநுதரும சாஸ்திரம் - இராமாநுஜாசாரியார் மொழிபெயர்ப்பு, **1865** ஆம் ஆண்டு பதிப்பு*

◆

ஸுசுருத ஸம்ஹிதை

(அறுவைச்சிகிச்சையைப் பற்றிய ஆயுர்வேதநூல்)

முதற் பகுதி

தமிழாக்கம்

எஸ்.என். ஸ்ரீராம தேசிகன்

கவுரவத் தனி அலுவலர்
ஆயுர்வேத மொழிபெயர்ப்புப் பிரிவு

இந்திய மருத்துவம் மற்றும்
ஓமியோபதி இயக்குநரகம்

வெளியீடு

இந்திய மருத்துவம் மற்றும்
ஓமியோபதி இயக்குநரகம்
அண்ணா மருத்துவமனை, சென்னை-106

இரண்டாம் அத்தியாயம்

* சிஷ்யோபநயனீயம்

இனி பகவான் தன்வந்தரி உபதேசித்தபடி சிஷ்யோப நயனீயம் என்னும் அத்தியாயத்தை விளக்குவோம். 1–2

1. சீடனாக ஏற்றுக் கொள்ளத்தக்கவனின் இலக்கணம்

அந்தணன், க்ஷத்திரியன், வைசியன் ஆகியவர்களில் ஒருவன், நல்ல குலத்தில் தோன்றியவன், தக்க பருவத்தில் உள்ளவன், சாஸ்திர முறைப்படி நடந்து கொள்ளக் கூடியவன், சூரன், உடலும் மனமும் தூய்மையாகக் கொண்டவன், நன்னடத் தையைப் பின்பற்றுபவன், புலனடக்கம் உள்ளவன், வரும் பொருளைக் கண்டறிந்து சாஸ்திர அர்த்தங்களை நன்கு உணர்ந்து கொள்ளும் சாமர்த்தியம் உள்ளவன், நல்ல அமைப்புடன் கூடிய நாக்கு, உதடுகள், பல் வரிசைகள் முதலியவற்றைக் கொண்டவன், தெளிவான சிந்தனை, சொல், செயல்கள் உடையவன், கஷ்டங்களைப் பொறுத்துக் கொள்ளும் தன்மை கொண்டவன் எனுமிவர்களை மருத்துவக் கல்வியை உபதேசம் செய்ய (உபநயனம்) அருகில் சேர்த்துக் கொள்ள வேண்டும். 3

2. உபநயன முறை

ஆயுர்வேதத்தை உபதேசிக்கும் ஆசிரியர், சோதிட வல்லுநரால் குறிப்பிடப்பட்ட நல்ல திதி, முகூர்த்தம், நட்சத்திரம் உள்ள நன்னாளில், கிழக்கு அல்லது வடக்கு திசை நோக்கியவராய் மேடு பள்ளமின்றிச் சமமாக நான்கு மூலைகள் உள்ள ஹோமம் செய்யத்தக்க இடத்தில் தர்பைகளைப் பரப்ப வேண்டும். அந்த இடம் சாணம் கொண்டு மெழுகப் பட்டு இருக்க வேண்டும். தேவர்களை மலர்கள், பொரி, அன்னம், இரத்தினம் முதலியவற்றால் பூசை செய்து அந்தணர்களையும் மருத்துவர் களையும் வணங்க வேண்டும். அந்தப் புனித இடத்தில் நீர்தெளித்து, மேல் நோக்கிக் கோடுகளைக் கீறி, வலப்பக்கம் புரோகிதரை அமர்ந்திருக்கச் செய்ய வேண்டும். பிறகு தணலை இட்டு வேலம், புரசு, தேவதாரு, வில்வம் எனும் மரங்களின் அல்லது பாலுள்ள ஆலம், அரசு, அத்தி போன்ற மரங்களின் குச்சிகளைத் தயிர், தேன், நெய் ஆகியவற்றால் நனைத்து 'தார்வீஹோமகல்பம்' என்பதில் கூறப்பட்டுள்ள முறைப்படி வாயினால் மந்திரங்களைச் சொல்லியவாறே * சுருவத்தைக்கொண்டு நெய்யினால் ஹோமம் செய்ய வேண்டும்.

---

* ஆயுர்வேதத்தைக் கற்கத் தகுந்த சீடனை ஆராய்தல், சீடனின் கடமை முதலியன விளக்கப்படுவதால் இந்த அத்தியாயம் "சிஷ்யோபநயனீயம்" எனும் பெயர் பெற்றது.

ஸூத்திரஸ்தானம் (அத் – 2) 13

தேவதைகளையும், ரிஷிகளையும் தன்வந்தரி, பரத்வாஜர், ஆத்ரேயர் ஆகியவர்களையும் குறித்து ஹோமம் செய்ய வேண்டும். சீடனைக் கொண்டும் ஹோமம் செய்விக்க வேண்டும். 4

3. ஆயுர்வேதம் கற்கத் தகுதியுள்ளவர்கள்

பிராமணர், க்ஷத்திரியர், வைசியர்களுக்கு அந்தணரும், க்ஷத்திரிய வைசியருக்கு க்ஷத்திரியரும், வைசியர்களுக்கு வைசியரும் உபநயனம் செய்யத்தக்கவராவர். வமிச பரம்பரையாக மருத்துவம் புரியும் குலத்தில் தோன்றி, முன் கூறப்பட்ட குணங்களைக் கொண்ட நான்காம் வருணத்தவராயினும் அவரும் மருத்துவம் கற்கத் தக்கவரே என்பது ஆசாரியர்களின் கருத்து. 5

4. சீடரின் கடமை

நெருப்பை மும்முறை வலம் வந்து, அக்னியைச் சாட்சியாக வைத்துக்கொண்டு ஆசிரியர் தம் சீடனை நோக்கி இவ்வாறு கூற வேண்டும்: "காமம், சினம், உலோபம், மோகம், மானம், அகங்காரம், பொறாமை, கடுஞ்சொல் கூறல், கோள் சொல்லுதல், பொய்யுரை, சோம்பல், கெட்ட பெயரை விளைவிக்கும் செயல்களைச் செய்தல் முதலிய தீய குணங்களை விட்டு விட வேண்டும். நகங்களை சீராக வெட்டிக் கொள்ள வேண்டும். நன்கு சவரம் செய்து கொள்ள வேண்டும். தூய்மையாக இருக்க வேண்டும். உண்மை, விரதம் இருத்தல், பிரம்மசரியம், பெரியவர்களிடம் பணிவு ஆகியவற்றில் விழிப்புடன் இருக்க வேண்டும். என் அனுமதியின்படி உன் நடமாட்டம், உறக்கம், உண்ணல், கற்றல் முதலியவை இருக்க வேண்டும். எனக்கு விருப்பமும், இதமுமான செயல்களைச் செய்ய வேண்டும். இந்தக் கட்டளைகளுக்கு மாறாக நடந்து கொண்டால் உனக்குப் பாபம் நேரும். கற்ற கல்வியும் பயனற்றுப் போகும். புகழும் விளங்காது. 6

5. குருவின் விதி

"நீ இவ்வாறு உன் கடமைகளைச் சரிவர செய்து வரும் பொழுது நான் உன் நடத்தையை வேறாக எண்ணுவேனாயின், எனக்குப் பாபம் நேரும். என் கல்வியும் எனக்குப் பயனற்றுப் போகும்". 7

6. நோயாளிகளிடம் சீடன் நடந்து கொள்ள வேண்டிய முறை

அந்தணர்கள், குருமார்கள், ஏழைகள், நண்பர்கள், சன்யாசிகள், தம் சன்னதியில் அன்புடன் நடந்து கொள்பவர்கள், நல்லவர்கள், அநாதைகள், வெகுதூர தேசத்திலிருந்து வந்து தன்னால் அருகில் (சிகிச்சைக்காகச்) சேர்த்துக் கொள்ளப்

---

* சுருவம் – ஹோமம் செய்வதற்குரிய ஒரு அகப்பை.

பட்டவர்கள் ஆகியவர்களைத் தம் உறவினர் போல எண்ணித் தக்க மருந்துகளைக் கொண்டு சிகிச்சை செய்ய வேண்டும். பணவரவு இருந்தாலும் வேடர்கள், பறவைகளைக் கொல்பவர், நல்லொழுக்கம் அற்றவர், கடும் பாபச் செயல்களைப் புரிபவர் ஆகியவர்களுக்கு மருத்துவர் சிகிச்சைக்கான (பணிவிடைகளைச்) செயல்முறைகளை பயன்படுத்தக் கூடாது. இவ்வாறு நெறிமுறையறிந்து செயல்படத்தக்கது, தகாதது ஆகியவற்றை உணர்ந்து முறை பிறழாமல் நடந்து கொள்ளும் மருத்துவன் புகழ் பெற்று நல்ல நண்பர்களையும் அறம், பொருள், இன்பம் ஆகியவற்றையும் அடைந்து பெருமை பெறுவான். 8

7. ஆயுர்வேத நூல் கற்கக் கூடாத நாட்கள்

கிருஷ்ண பக்ஷ (தேய்பிறை) அஷ்டமி, சதுர்தசி, அமாவாசை பிரதமை நாட்களிலும், சுக்லபக்ஷ (வளர்பிறை) அஷ்டமி, சதுர்தசி, பௌர்ணமி பிரதமை நாட்களிலும், காலை மாலை அந்திப் பொழுதுகளிலும், பருவமற்ற நாட்களில் இடி, மின்னல் தோன்றிய போதும், தன் மக்களுக்கும் தன் நாட்டிற்கும், தன் அரசனுக்கும் கேடுவிளைந்த போதும், ஆயுர்வேத சாஸ்திரத்தைக் கற்கக் கூடாது.

மயானத்திலும், வாகனங்களின் மீது ஏறிய போதும், பிராணிகளைக் கொல்லும் இடத்திலும், போர்க்காலத்திலும், விழா நாட்களிலும், நில நடுக்கம் முதலிய இயற்கை மாறுபாடுகள் தோன்றிய போதும், மற்றும் அந்தணர்கள் வேதம் கற்காத நாட்களிலும், தான் தூய்மையற்று (தீட்டு நேர்ந்துள்ள) போதும் மருத்துவ நூலைப் பயிலக் கூடாது. 9–10

ஸுசுருதஸம்ஹிதை – ஸூத்திரஸ்தானத்தில்

சிஷ்யோபநயனீயம் எனும்

இரண்டாம் அத்தியாயம் முற்றும்.

CHAPTER II.

Now we shall discuss the Chapter which deals with the rites of formal initiation of a pupil into the science of Medicine **(Shishyopanayaniya-madhyayam).**

Such an initiation should be imparted to a student, belonging to one of the three twice-born castes such as, the Brâhmana, the Kshatriya, and the Vaishya, and who should be of tender years, born of a good family, possessed of, a desire to learn, strength, energy of action, contentment, character, self-control, a good retentive memory, intellect, courage, purity of mind and body, and a simple and clear comprehension, command a clear insight into the things studied, and should be found to have been further graced with the necessary qualifications of thin lips, thin teeth and thin tongue, and possessed of a straight nose, large, honest, intelligent eyes, with a benign contour of the mouth, and a contented frame of mind, being pleasant in his speech and dealings, and usually painstaking in his efforts. A man possessed of contrary attributes should not be admitted into the sacred precincts of) medicine.

Mode of Initiation :—A Brâhmana preceptor should initiate a disciple or student in the following way —A square sand cushion or platform, measuring a cubit in length and breadth, should be laid out on a plot of smooth, level and sacred ground under the benign influence of any auspicious phase of the moon or astral combination such as, the "Karanam," etc. and in a direction of the compass which is held most auspicious to that end. The cushion or the platform should be plastered over with a solution of water and cow-dung; and blades of Kusha grass should be strewn over it. Then the gods, the Bráhmanas and the physicians should be worshipped with oblations of flowers, fried paddy, gems and sun-dried rice. Then having drawn straight lines across the Sthandilam so as to meet the top of the furthest side of the square, and having sprinkled them over with holy water, the preceptor should lay down a blade of Kusha grass tied up in the form of a knot, known as the Bráhmana, along the side of the sacred cushion to his right, and kindle the sacred fire close to his seat. Then having soaked the twigs of the four sacrificial trees of Khadira, Palásha, Devadáru and Vilva, or of Vata, Oudumvara, Ashvattha and Madhuka in curd, honey and clarified butter, he should perform the rite of Homa according to the rules of a Dárvi Homa ceremony. Then libations of clarified butter should be cast into the sacrificial fire with a repetition of the Mahá Vyáhriti Mantras preceded by the mystic Omkára. After that, libations of clarified butter should be cast into the fire in honour of each of the gods and Rishis (celestial physicians) invoked

ஆகமக் கோயில்கள் மக்களுக்கானவையல்ல

தீபங்கள் நூற்றியெட்டு. முக்காலமும் பலியிடுதலும், ஹோமம் செய்தலும் வேண்டும். இருபத்துநான்கு வாத்யம் சமஸ்த வாத்யங்களோடு கூடியதாயிருத்தல் வேண்டும். ரூபயௌவன சம்பத்தையுடைய வேசிகள் முப்பத்து நான்கு, அல்லது இருபத்துநான்கு, அல்லது பத்தாவதிருத்தல் வேண்டும். அவ்வக் காலங்களுக்கியைந்த ஐந்தாசிரியர் களோடு கூடிய நிருத்தனத்தை (நடன) மூன்று காலங்களிலு மநுஷ்டித்தல் வேண்டும்.

சைவ ஆகமம் - காமிகாகமம்

ஆகமங்களில் என்னதான் எழுதியிருக்கிறது என நிறையப் பேருக்கு தற்போது ஆவல் எழுந்திருப்பது வரவேற்கத் தக்கது. சில ஆண்டுகளுக்கு முன்பு ஒரு சில ஆகமங்களில் உள்ளவற்றைப் பற்றி எழுதியும் யார் மனதிலும் பதிய வில்லை.

கோயில், அர்ச்சகர், ஆகமங்கள் என சர்ச்சை எழுந்துள்ளதால், இதுவே சிறந்த தருணம் எனக் கருதி ஆகமங்கள் பற்றி தெரிந்த தகவல்களை ஆகம நூல்களிலிருந்து தொகுத்து நூல்களின் ஆதாரங்களையும் இணைத்து எழுதுகிறேன்.

சைவ ஆகமங்கள் சிவன் பார்வதிக்கு உபதேசித்தவை ஆகும்.

சைவ ஆகமங்களில் உள்ளவற்றை அறியுமுன் இன்று சிவாச்சாரியர்கள் எனப்படும் ஆதி சைவர்களைப் பற்றியும் பரார்த்த பூஜை, ஆன்மார்த்த பூஜை பற்றி அறிந்து கொள்ள வேண்டியது அவசியமாகிறது.

சிவ வேதியரை அதாவது ஆதிச் சைவர்களைப் பற்றி பன்னிரண்டாம் திருமுறையான பெரியபுராணம் (பாடல் எண் 2) இவ்வாறு புகழ்கிறது.

"தெரிந்துணரின் முப்போதும்
செல்காலம் நிகழ்காலம்
வருங்கால மானவற்றின்
வழிவழியே திருத்தொண்டின்
விரும்பிஅர்ச் சனைகள்சிவ
வேதியர்க்கே யுரியனஅப்
பெருந்தகையார் குலப்பெருமை
யாம்புகழும் பெற்றியதோ"

பொழிப்புரை:

ஆராய்ந்து காணின், இறப்பு, நிகழ்வு, எதிர்வு என்று மூன்றாய்ப் பகுக்கப்படும் எக்காலத்திலும், வழிவழியாய்ச் சிவபெருமானது அகம்படித் தொண்டில் விரும்பிய உள்ளத்தினராய் வழிபட்டும், போற்றியுரை செய்தும் வரும் மரபு சிவமறையோர்களுக்கே உரித்தாகும். அப்பெருந்தகையார்தம் குலத்தின் பெருமை, எம்மால் புகழப்படும் தன்மையதோ? அன்று என்பதாம்.

வழி வழியாக சிவனுக்கு அர்ச்சனை செய்து வருகிறவர்கள் சிவமறையோர் எனும் ஆதி சைவர்கள் என்றும் அவர்களது குலத்தின் பெருமையை யாரால் கூற இயலும் என்றும் பெரிய புராணத்தில் சேக்கிழார் கூறுகிறார்.

சைவத்தையும் தமிழையும் கண்ணை மூடிக் கொண்டு போற்று கிறவர்கள் சாதிப் பிரிவினைகள், சமத்துவமின்மை எங்கெல்லாம் ஊடுறுவியுள்ளது என்பதை முதலில் புரிந்து கொள்ளல் வேண்டும்.

சமயக் குரவர்கள் என்று போற்றப்படும் நால்வரில் சுந்தரமூர்த்தி நாயனார் ஆதி சைவர் குலத்தில் உதித்தவர் என்பது குறிப்பிடத் தக்கது.

ஆதிசைவர்கள் நான்கு வேதங்களோடு ஆகமங்களையும் கற்ற பிராமணர்கள் ஆவர்.

ஆதி சைவ அந்தணர் சிவாகமத்தையே சிறப்பாக ஓதி அவற்றின் வழி நிற்பதால், அவருக்கே அபிஷேகமும், அதன்வழி ஆச்சாரியத் தன்மையும் பெறும் உரிமை உண்டு. அநாதி சைவனாகிய சிவனை அர்ச்சிக்கும் சிவவேதியர் ஆதி சைவரென்றும்; சிவ தீட்சை பெற்ற வைதிகப் பிராமணர் மகா சைவரென்றும், இங்ஙனமே சிவ தீட்சை பெற்ற ஏனையர் ஏனைய சைவப் பெயர்கட்கு உரியராவாரென்றும் கூறுவர்.

கவுசிக், பரத்வாஜ், கௌதமர், கௌசிகா, அகஸ்தியர் இந்த ஐவரும் சிவனின் ஐந்து முகத்திலிருந்து தோன்றியவர்கள் என்றும் இப் பெயர்களைக் கோத்திரங்களாகக் கொண்ட இவர்களது வழித் தோன்றல்களே ஆதி சைவர்கள் என சிவாகமங்கள் கூறுகின்றன.

ஆதி சைவர்களுக்கு குருக்கள், சிவாச்சாரியார், சிவபிராமணர், சிவவேதியர், சிவமறையோர், சித்திரமேழி பட்டர், சிவதுவிஜர் என்றும் பெயர்கள் உண்டு.

'சிவாசாரியார்' என்று சொல்லப்படும் இவர்கள், சிவபெருமானைச் சிவாகமங்களின் வழி தம் இல்லங்களில் ஆன்மார்த்தமாகவும், சிவாலயங்களில் பரார்த்தமாகவும் பூசை செய்பவர்கள்.

இதில் ஆலயங்களில் நடைபெறும் நித்திய, நைமித்திய பூஜைகள் யாவும் பரார்த்த பூஜையில் அடங்குகின்றன. தினந்தோறும் ஆலயத்தில் நிகழ்த்துவது நித்திய பூஜை எனவும் விசேட விழாக்கள், உற்சவங்கள் நைமித்திய பூஜை எனவும் அழைக்கப்படுகின்றன.

இன்று நடைபெறும் பூஜைகள் அனைத்தும் அபிஷேகம், அலங்காரம், ஆவாகணம், தூபதீபம், அர்க்கியம், நைவேத்தியம், தீபராதனை, தோத்திரம், அர்ச்சனை, பூஜை சமர்ப்பணம் என்னும் ஒழுங்கிலேயே ஆலயங்களில் நடைபெறுகின்றன.

ஆன்மார்த்த பூஜை என்பது தங்களது ஆன்ம நலனுக்காக அவரவர் வீடுகளில் சிவலிங்கத்தை பூஜை செய்வதாகும். இதை ஆதி சைவர் களான சிவாச்சாரியார்களும் தீட்சை பெற்ற வேறு சைவர்களும் செய்யலாம்.

ஆனால், ஆலயங்களில் செய்யவேண்டிய பரார்த்த பூஜையானது ஆதி சைவர்களான சிவாச்சாரியார் மட்டுமே செய்ய வேண்டும் என்பதைப் புரிந்து கொள்ள வேண்டும்.

முதலில் சைவ ஆகமங்களில் ஒன்றான 'காமிகாகமம்' எனும் நூலில் உள்ளவற்றில் சில குறிப்புகளைத் தருகிறேன்;

ஆ-க-மம் = ஆன்மாக்கள் மோஷ சாதனத்தால் மலத்தை நாசஞ் செய்தின்புறுவித்தல் சித்தாந்த மென்னும் ஆகமமானது, காருட முதல் பைரவ மீறாகிய நான்கு பகுப்பினதாய் ஊர்த்துவ முதலிய நான்கு திருமுகங்களினும் தோன்றியதென்பது.

சித்தாந்தம் தந்த்ரம் ஆகமம் மந்த்ரம் என்பன ஒருபொருட்கிளவி.

சிவருத்ராதி அவதாரத்தை யுடைத்தான புருஷர்களால் பத்து பதினெட்டு (அஃதாவது, இருபத்தெட்டு) என்னும் பிரிவுகளினாலே அறுபத்தாறு பெயர்க்கு சதாசிவருடைய ஆஞ்ஞையினாலே முறையாகவே சொல்லப்பட்டதோ அந்தச் சாத்திரமே யுகபேதத்தால் நான்குவித பகுப்புள்ளதாக ப்ரகாசிக்கப்பட்டது. (சிவ ஆகமங்கள் பத்தும், ருத்ர ஆகமங்கள் 18 என்றும் ஆகமங்கள் 66 பேருக்கு முறையாக சொல்லப்பட்டது என்று பொருள். இந்த 28 தவிர 208ற்கும் மேற்பட்டு உப சைவ ஆகமங்கள் உண்டு).

காமிகாகமம் பரார்த்த சங்க்கையுடையது. இது ப்ரணவரென்பவருக்கு சொல்லப்பட்டிருக்கிறது. காமிகாகமம் சிவனது இரண்டு பாதங்களாக கருதப்படுகிறது.

(மற்ற ஆகமங்கள் உடலில் ஒவ்வொரு பாகத்தையும் குறிப்பதாக காமிகாகமம் குறிப்பிடுகிறது. ஒவ்வொரு ஆகமங்களுக்கும் சரியா, கிரியா, யோகா, ஞானா என நான்கு பிரிவுகள் உள்ளது. கிரியா பாகத்திலேயே கோயில் அமைப்பு, அர்ச்சனை, கிராம அமைப்பு என எல்லா விடையங்களும் கூறப்பட்டுள்ளது).

இனி ஆதிசைவப் பிராம்மணர்களைப் பற்றி தந்த்ராவதார படலத்தில் உள்ளவை:

ஆதிசைவ ப்ராம்மணர்களால் ஆசாரிய பரம்பரையாக இவைகளை ஓதலும் ஓதுவித்தலும் செய்யத்தக்கது. அக்காரியம் இதர மனிதர்களால் செய்யத்தகாது.

தீக்ஷையில்லாத ப்ராம்மணர் முதலான மூன்று வர்ணத்தாரும், சூத்ரஜாதிகளும், சவர்ணாதியான (வர்ணம் சாராத, தர்மம் ஏதும் இல்லாதவர்கள்) தாழ்ந்த சாதியரும், சில்பிகளும், சித்திர வேலைக் காரன் முதலானவர்களும் சைவசாத்திரங்களை படிப்பார்களாகில் அந்தப் பாவத்தால் அரசனுக்கும் ராஜ்யத்திற்கும் சீக்கிரமாக நாசமானது உண்டாகும். ஆகையால் அரசன் தடுக்க வேண்டும்.

சைவசித்தாந்த சாத்திரத்தில் தொடங்கப்பட்ட கர்ஷண (வாஸ்துக்காக புது இடத்தை உழுதல் - 'வாஸ்து' என்பது மனிதர்கள்

தேவர்கள் வசிக்கும் நிலம்) முதலிய க்ரியைகளை வேறு சாத்திரத்தால் செய்யக்கூடாது. செய்வானாகில் சாத்திரங்களின் கலப்பானது உண்டாகும். சாத்திரங்களின் கலப்பினாலுண்டான தோஷத்தால் அரசனும் ராஜ்யமும் கெடும்.

சாத்திரர்களிலே ப்ரசித்தமாகிய ஆன்மார்த்த பரார்த்த ப்ரயோசனமாயுள்ள சிவலிங்கத்தை ஸ்தாபித்து அரசன் ஊர் எஜமானன் இவர்களுடைய க்ஷேமத்துக்காக பூஜிக்கவேண்டியது. (இது ஒரு முக்கியமான செய்தி, சிவலிங்க ஸ்தாபனம் பண்ணப்பட்ட கோயில்கள் அரசனுக்காகவும் அதிகாரத்தில் உள்ளவனுக்காக மட்டுமே கட்டப் பட்டவை என்பது தெளிவாகிறது. பொது மக்களின் நலனுக்காகவோ உலக நன்மைக்காகவோ அல்ல என்பதை வாசிக்கிறவர்கள் உணர வேண்டும். இதனால்தான் ஆகம ஆலயங்கள் அனைத்தும் பொதுவானவை அல்ல என வருடக் கணக்காக எழுதியும் பேசியும் வருகிறேன்).

சித்தாந்த சாத்திரவுணர்ச்சியுள்ளவர்களாய் ஆதி சைவர்களால் சாத்திரப்படி ஆகமங்களின் பேதங்களால் அச்சாத்திரர்களிலே ப்ரசித்தமாகிய ஆன்மார்த்த பரார்த்த ப்ரயோசனமாயுள்ள சிவலிங்கத்தை ஸ்தாபித்து அரசன் ஊர் எஜமானன் இவர்களுடைய க்ஷேமத்துக்காக பூஜிக்கவேண்டியது.

ஆதிசைவர் ஆன்மார்த்த பரார்த்தத்தில் ஸர்வ அதிகாரமுள்ளவர் ஆவர்.

இல்லற ஆதி சைவர்களான பிராம்மண ஸ்ரேஷ்டர்கள் யாவத் காரியங்களிலும் அதிகாரிகளாகச் செய்யலாம்.

யாமளத்திலும், மாத்ரு தந்த்ரத்திலும், காபாலத்திலும் (சைவப் பிரிவுகள்), பஞ்சராத்ரத்திலும், பௌத்தத்திலும் அர்ஹத மதத்திலும் (சமணம்), லாகுளத்திலும் வைதிகமதத்திலும், மற்றும் வேறாகிய வழிகளில் அந்தந்தச் சாத்திரங்களால் தங்களுக்குச் சொந்தமாகிய ஆகம சாத்திரப்படி ஆதிசைவர்கள் தீக்ஷை முதலிய அந்த லிங்கஸ் தாபனம் முதலானவற்றை செய்யலாம்.

மற்ற சமயங்களுக்கு சிவ தர்சனத்தில் அதிகாரமில்லை. ஆகையால் (அந்தக்காரணத்தால்) பரார்த்தம் ஆன்மார்த்தம் இலிங்கஸ்தாபனம் அவ்வாறே சிவயாகமும் சிவத்விஜரால் செய்யத்தக்கது. இதராளுக்கு ஆன்மார்த்தமே! அவ்வாறே அரசனுடைய அறிவின்மையால் பரார்த்தத்தையும் கூட செய்வாராகில் சீக்ரமாக அந்த ராஜ்யத்திற்கும் கெடுதல் உண்டாகும் சந்தேகமில்லை.

எவ்வாகமத்தால் கர்ஷண முதல் அர்ச்சனை யீறாய் துவக்கப் படுகிறதோ அவ்வாகமத்தா லதற்குரிய சகல க்ரியையும் செய்தல் வேண்டும்; வேறு தந்த்ரத்தால் செய்தல்கூடா. விசேஷமாகச் சொல்லப் படாத விடங்களில் மாத்திரம் வேறு ஆகமங்களாற் செய்துகொள்ளலாம்.

இவ்வாகமங்கள் ஆதிசைவ குரு பரம்பரைகளால் ஓதலு மோதுவித்தலும் செய்வதேயன்றி பிறரால் செய்யத்தகுவதன்று. தீக்ஷா ஹீனரான ப்ராம்மணர் முதலான மூன்று வருணத்தாரும் சூத்திரரும் சவர்னாதியான சங்கரஜாதியரும் சித்ரவேலைக்காரர் சில்பர்கள் முதலியோரும் சைவ சாத்திரங்களை வாசிக்கின், அப்பாவத்தால் அரசனுக்கும் இராஜ்யத்திற்கும் அழிவுண்டாகும். ஆதலால் அரசன் இதனை விதிமுறை தடுத்தல் வேண்டும்.

சைவசித்தாந்த சாத்திரத்தால் தொடங்கப்பட்ட கர்ஷண முதலிய க்ரியைகளை வேறு சாத்திரத்தால் செய்து முடித்தல் கூடா.

செய்யின் சாத்திரக் கலப்புண்டாம். அக்கலப்பால் ராஜனும் ராஜ்யமும் அழிவெய்துப.

ஆதிசைவர் ஆன்மார்த்த பரார்த்த மிரண்டிலும் அதிகாரமுடையர். இல்லற ஆதிசைவர்கள் யாவத் காரியங்களிலும் அதிகாரமுடையர். யாமளம் மாத்ருதந்த்ரம் காபாலம் பாஞ்சராத்ரம் பௌத்தம் அர்ஹம் லாகுளம் வைதிகம் மற்றுமுள்ள சாத்திரங்களால் தங்கட்குச் சொந்தமாயுள்ள ஆகம சாத்திர விதிப்படி தீக்ஷை லிங்கஸ்தாபந முதலிய செய்விக்கலாம்.

பரமசிவத்தின் திருமுகத்தோற்றச் சிறப்பால் சைவர்கட்கு முற்கூறிய வெல்லா மதங்களினும் அதிகாரமுண்டு. ஏனையோர்க் கங்ஙனம் செய்தல்கூடா. அங்ஙனமாக பரார்த்த ஆன்மார்த்த இலிங்கத்தாபாந சிவயாகங்கள் சிவப்பிராமணரே செய்யத்தக்கவர். ஏனையோர் ஆன்மார்த்த மொன்றே செய்தற்குரியர். அரசனுடைய அறிவின்மையால் பரார்த்தமும் ஏனையோர் செய்யின் சீக்கிரமாய் அரசனுக்கும் ராஜ்யத்திற்கும் கேடு சூழ்ந்துறும்.

மேலுள்ளவை அனைத்தும் தந்த்ராவதார படலம் எனும் ஒரு பகுதியில் உள்ள சில குறிப்புகள் மட்டுமே.

ஸ்நாநவிதி படல சந்த்ரிகை படலத்தில் உள்ள ஒரு சில குறிப்புகள்;

த்ரிபுண்டாதாரண விபரம் (விபூதி அணிதல்)

த்ரிபுண்டரம் சாத்திரப்படி நடுவிரல் சுட்டுவிரல் மோதிர விரல்களாலிடல் வேண்டும்.

ப்ராம்மணர் ஆறு அங்குலமும் க்ஷத்ரியர் நாலங் குலமும் வைசியர் இரண்டங்குலமும் ரூத்ரரும் நான் வருணத்து ஸ்ரீகளும் ஓரங்குலமும் தரித்தல் வேண்டும். இதர ஜாதிகள் த்ரிபுண்டாம் தரிக்கலாகாது.

அந்தணர் மேல் வஸ்திரத்தோடும் சூத்திரர் அஃது இன்றியுமிருத்தல் வேண்டும்.

அர்ச்சனா விதி படலத்தில் சில குறிப்புகள்;

ஆன்மார்த்த பரார்த்த விபரம்:

தீக்ஷையின் முடிவில் ஆசாரியனாற் கொடுக்கப்பட்ட சிவலிங்கத்திலாவது ம்ருத்லிங்க முதலான விடத்திலாவது பூஜிப்பது ஆன்மார்த்தமென்று (வீட்டில் லிங்கம் வைத்து பூஜை செய்வது) சொல்லப்பட்டிருக்கிறது.

உத்தம ஜாதி சங்க்ரஜாதி வசிக்கும் ஊர் பட்டணம் முதலான விடங்களிலாவது, ஆற்றங்கரை மலை அறுபத்தெட்டு மஹா க்ஷேத்ரங்களிலாவது, மனதுக்கு ரம்யமான வேறு இடத்திலாவது, தானே யுற்பவித்தது தேவர்களால் ஸ்தாபிக்கப்பட்டது பாணலிங்கம் இருடிகள் ஸ்தாபிக்கப்பட்ட லிங்கம் இவைகளோடு கூடிய சிவாலயத்திலும், மனிதர்களால் ஸ்தாபிக்கப்பட்ட சிவலிங்கத்திலும் பரார்த்த பூஜையானது ஸ்மரிக்கப்பட்டிருக்கிறது.

பரார்த்த பூஜாபலன்:

பரார்த்த பூஜையானது அரசனுக்கு ஆயுள் ரோகமின்மை சத்ருஜயம் சம்பத்து இவைகளின் விருத்திக்காகவும் க்ராம முதலியவைகளின் விசேஷ விருத்திக்காகவும் செய்தல் வேண்டும். பரார்த்தபூஜை சிவத்விஜர்களே செய்தல் வேண்டும்.

எப்பொழுதும் மிகுந்த தர்ம்மிஷ்டரான ஆதிசைவ ப்ராம்மணர் ப்ராம்மணருக்குட் சிறந்தவரென்று சொல்லப்படுகிறது. அந்தக் காரணத்தால் சிவத்விஜர்களாலேயே பரார்த்த பூஜை அவச்யம் செய்யத் தக்கது. இதராள் பரார்த்த பூஜை செய்வதாற் பீடை.

மற்றவர்களோவெனில், ஆன்மார்த்தத்தைப் பார்க்கினும் வேறாகிய பரார்த்தத்தைச் செய்வார்களாகில் செய்கிறவர்கட்குக் கெடுதலுண்டாகும். யாதொருவர் சிவ சிருஷ்டியின்றி நான்முகனுடைய முகத்திலிருந்து உண்டாகின்றார்களோ அவர்கள் சாதாரண வைதிகர்கள் அவர்கட்கு பரார்த்த பூஜாதிகாரமில்லை.

சிவலிங்க பூஜா பலாபலன்:

அக்னி பூஜை வேதங்கள் மிகுந்த தக்ஷிணையுள்ள யாகங்கள் இவைகளெல்லாம் சிவலிங்க பூஜையினுடைய கோடியிலோர் பங்கேனும் சமமாக மாட்டாது. (கவனிக்கவும் யாகங்களில் அதிக தக்ஷிணை கிடைக்கும்!)

சாதாரணர்களாகிய யாதொரு பிராமணர்கள் கூலிக்காக பரமசிவத்தை பூஜிப்பார்களாகில் ஆறுமாதத்திற்குள்ளாக யாவும் கெட்டுப்போகும்; ஆகையால் அவர்களை பரார்த்த பூஜாவிதியில் பரித்தியாகம் செய்யவேண்டும்.

இந்தப் படலத்தில் ஒன்பது விதமான பூஜை விதி முறைகள், அதமாதமம், அதமத்தில் மத்திமம், அதமம், மத்திமத்தில் அதமம், மத்திமத்தில் மத்திமம், மத்திமம், உத்தமத்தில் மத்திமம், உத்தமத்தில் உத்தமம் எனக் கூறப்பட்டுள்ளது. அதில் ஒரு சில விதிகள் இவை;

தீபங்கள் நூற்றியெட்டு. முக்காலமும் பலியிடுதலும், ஹோமம் செய்தலும் வேண்டும். இருபத்துநான்கு வாத்யம் சமஸ்த வாத்யங்களோடு கூடியதாயிருத்தல் வேண்டும். ரூபயௌவன சம்பத்தையுடைய வேசிகள் முப்பத்து நான்கு, அல்லது இருபத்துநான்கு, அல்லது பத்தாவதிருத்தல் வேண்டும்.

அவ்வக் காலங்களுக் கியைந்த ஐந்தாசிரியர்களோடு கூடிய நிருத்தனத்தை (நடன) மூன்றுகாலங்களிலு மநுஷ்டித்தல் வேண்டும். இது உத்தமத்தில் அதமம்.

தீபங்கள் இருநூறு. முக்காலங்களிலும் பலி ஹோமம், தூப தீபம் ஐம்பது வேசிகளோடு கூடின முப்பத்து நான்கு வாத்தியம் இவைகள் கூறப்பட்டன. காலமாவது இரண்டு ஜாம மென்று சொல்லப்பட்டது. மூன்று சந்திகளிலும் நிருத்தனத்தை செய்தல் வேண்டும். இது உத்தமத்தில் மத்திமம்.

தீபங்கள் ஐந்நூறு. மூன்று காலமும் பலி ஹோமம், ஐம்பது வாத்யங்களோடு கூடிய முப்பத்திரண்டு வேசிகள் நிருத்தனம் செய்தல் வேண்டும். இவற்றின் காரியம் ஓர் ஜாம அளவாகும். இது உத்தமத்தில் உத்தமம்.

செல்வமுள்ளவன் ஜலதூப முடிவாகக் குறைவில்லாமல் அபிஷேகஞ் செய்யக் கடவன்.

உபசாரம்:

யாதொருமந்த்ர சம்பந்தமான வேதசந்த

ஸ்வரூபமான கானம் வீணாகானம்

வேதாத்யயநம் சாஸ்திர பாட முதலான கானம் செய்விக்க. பின் கௌடபாஷை (வங்காள மொழி) முதலானவைகளால் கானத்தைத் தூப முடிவு வரையில் அநுஷ்டிக்க. மேல் தமிழ்ப்பாஷையினங்கமான கானம் ந்ருத்தத்தோடு கூடினதாகவும், அநேக ஸ்வரங்களோடு கூடின ஸமஸ்கிருத பாஷா கானம், பதினெண்பாஷா கானங்கள் இவைகளைச் செய்தல் வேண்டும்.

அநேக தேசபேத நாட்டியங்களைச் செய்து புஷ்பமாலை முதலானவைகளால் நாலு பக்கத்திலும் தொங்கவிட்டு அலங்கரித்தல் வேண்டும்.

கோதானம், திலதானம் (எள்), ஸ்வர்ணதானம் பசுக்கட்குப் புல் முதலான தானம் இவைகளை லோகோபசாரமாகச் செய்தல் வேண்டும்.

இனி அர்ச்சநாங்க விதி படலத்தில் உள்ள ஒரு குறிப்பு;

அரசனுடைய ஆயுள் ஆரோக்ய சித்திக்காகவும் ஜயத்திற்காகவும் செல்வமிருந்தால் இவ்வாறு நாடோறும் பூஜை செய்யத்தக்கது.

மேலுள்ள காமிகாகமம் படிக்கும் உங்களுக்குப் புரிந்திருக்கும் கோயில்களில் நடத்தப்படும் பூஜை, அர்ச்சனைகள் மன்னர்களுக்காகவும் அவனைச் சார்ந்தவர்களின் நலன்களுக்காக மட்டுமே என்பது. கோயில்கள் பொதுவானவை அல்ல என்பதும் புரிந்திருக்கும்.

♦

க—வது நந்த்ராவதார படலம்

வ. ஷோதி. வை. சுழுபதம். ஸுஷுப்தி. உ—டி. ஒரு. வாங்கிசிவமுமவது வெகுமாசூர
உடி. த—சிவாகிவேழ். வளர்ஷபதம். கவி. கி வாசஷபெரு | சலிஷெண விசாசூரு
ச. ஸதிவிஷ்ட. ஸுதகைவரு. ஈஷஷபெரு திரா கிராஷெப் கஅ

பதப்பொருள்.

கரு	பிறகு
உ—சிவாகிவேழ்	மூவிப நிலையர்கள் முதலிய
டிப்திவிஷ்	தெய்வக்கால்
வைகாதி	இவைகளிர்
ஸு—ஷ	வேட்பு
ஸூரியஸ்தோம	பசுவார்க்கும்
ஸகஸ்ரவயவா	கருகையினும்
ஸாடிகுஷபத்	கருகமாச
கடிபட்டது	குழப்பட்டது

தாத்பரியம்.

இவர்தரைக் கேட்டதெழுவிவர்சனம் பின் கருபை
டன் சுருகமா வாயிற்கும் சொல்லப்பட்டணையென்பதி.

ஸ்லோகம்.

வஷஷரூபதம் காருஷிவஷ்விஷூ
உப்துகு ஈச | ஸூர்யவபஞைத்வும்
நகபுத்ரிதெஸகிரேய || கஅ

வ. வஷஷம். ஸஜுபதம். காருஷ. ஷிவஷ்விஷெ;
உ—ரு—சுரெ. ஸபுபதம். அ—சதுவும்.
ந. காபும். உதிவெய. கவெ.

பதப்பொருள்.

ஷிவஷ்விஷெ?	ஆதிசைவ ப்ராம்மணர்களசன்
உ—ருசெரு	பரசைய பரம்பராபாக
வஷம்	இவைக்
ஸபுபதம்	ஒதரும்
ஸுபுபரண	இருணிததரும்
ஸதெவ்யும்	செய்வர்ச்சக்கது
கபரும்	அக்காரியம்
உதிவெய	இரா
தவிகெய	மனிதர்க்கரால்
நகபும்	செய்யதகாசு.

தாத்பரியம்.

இவ்வாகமங்கள் ஆதி சைவசாரியர்களால் ஒறுகம் ஒறு
வித்வம் செய்யப்பட்டக்க, இராவண்த்ராசார் செய்யத்
காரென்பதி.

ஸ்லோகம்.

திருவகிவிக விஸ்துர விஷண
ஷுசெயபி | வயணபெபெரு—சொ
அறு விஷி குசரஷாசுழி || கக

வ. திருவாவிக விஸ்துராய. திவணரு.
ஸூர்யவசபி. வயணபெரு—சொ. அ. ஷி
ஸு. கரஷாசுழி.

பதப்பொருள்.

வாசஷபெரு	
ஸூர்யா	விஷை விஷ்பாத ப்ராம்மணர் மூச
த்ரிவணரு	மூன்ற வர்ணத்தரும்
ஸாடிக்குதப	ருஜாதிகளும்
வைஷைபாடு	சல்வஜியான தாட்சியரும்
ஸஞ்சியெருடு	
ஷிஜிரு	திப்பிகளும்
காரஷாசுழி	சித்ர யேலைக்கரால் முதரவசர்
	கரும்
ஷிலபாரஸரி	வைசாக்கிரபாசி
வாசிம்வுன்	படிபார்ப்பனலே
தத்புவாசி	அக்கை பாலகத்தாய்
கருபாரஸ	அரசனுக்கும் சாம்யத்திரும்
ஸவிரை	விக்ரெமாக
விமாசூ	கெசலவேதை
பூரஸ	உண்டாகும்
தவுஸ	ஆகையரல்
ராஜி	அரசன்
ஷிவாபதெச	தநிக்கவேண்டும்.

தாத்பரியம்.

ஜெதெபினால ப்ராம்மணிரூடியம் மூனை வர்
ணத்தின் குடிசை வரும், வினை அரசனைகிறைக்கடை
சி வேறுக் அசாஜையத்ரு எத்திரக்கிற்கும் கருமமாதா
குவெய வரச விதியுக தநிக்கவேன்டென்பதி.

ஸ்லோகம்.

ஷிவதுக்ன்ண தர்த்வே சுராயம
ஷுதக்கிசு | மகயபத்சு ராஷக
ஸபுரு வெசத்சவன்து || கக்க

வ. ஷிவடுக்ன்வ சர்தெய—சுராயம. கசி
ராதிக—ர—ஷபுச—ஸதுயவெஸோ. கூ
பரச்சி. தெச. சத்ருலக்ச.
ஸூ—சத்ருலகக்வ்ஷ ராஷாரத
ஐசாசெஜி கக்ச
வ. சத்ருலகக்வ்ஷ. ராஷா. ரத.
க. ஸ்சொத.

காமிகாகமம்.

இதில் குறிப்பிட்டுள்ள பெயர்கள் வேறு சாத்திரங்களில் வேறுபெயராய் உபயோகிக்கப்படும். அவை வருமாறு:—

O அகமம்	✱ தேவர்கள்	✚ ருத்ரேத்ரம்	✕ திருமூர்த்தி
	‡ பட்டுச்சர்	§ பொகமம்	● பரிவட்டம்
	✕ அதிர்ஷர்		
	✢ பாஷ்நீ		
	¶ பச்சிமு		

O சத்ராக-சத்தொத்தம் பிரணவமும் துரைபெயராகவும். அவ்விரண்டின் உபயுக்தத்தைத் தொகுத்த உபயோகம் பண்ணிரண்டாகவும் வேகைகள்கம், அன்னமாக பேராகமெண்பதைச் செய்த மூலாகம் இருபத்தெட்டிமை உள்ளன.

ருத்ரபேத முடிந்தது.

உபாகமங்களில் காலொத்தம் பிராணாஷபூகவாகவும் இருபத்திரண்டு காரணகமும். கப்பதந்திரம் ஏம் பேசமாகவும், இவற்றில் வசாரத்ரய்ய பூச்சகமும், அம்பாகமம் புழ்பாரம்பொயகவும், சித்தாந்த சார்த ஏம் மறையேத்தமாகவும் கேள்விப்படும்.

தத்தரூப சித்ரும் மந்த்ரரூப மூர்த்திகளும் இதற்சின் உபயோகஷ்களும் ரகாக்கரூர்த்தி செருபி டம், சதசிவ ருத்ரவாபாரமான இந்த விபயத்தில் ஆகமசாஸ்த்ரங்கள் இத்தாமணிலைபொத்து அது முடியவர் விருப்பத்திவ்பண்ணம் பலக்க உக்தரும்.

செய்யா ரோகுராசமப் கேட்டவர் அக்கசாவ மிருபியும் கர்வணமுகட் ப்ரதிடைவை மூலசாஸ்வபே செய்யவேண்டும். உபாகமகளும் செய்யாயன் செய்வதிலும் செய்வித்துக் கொள்வோ ரும் ஸ்பெயர். உபாகமப்களரும் நியாயுன மீபோக்ஷ்ப்படும். அபவத்தவதார் சொல்லப்பட்ட மூலகமாக்கும் எல்பரிஷ்ஷ முதலிய செய்யும் ஸ்ரேஷ்டம்.

எல்வாகமத்தால் கர்வணமுகடி அர்ச்சண பெரும் தொலைக்கப்படுகிறதா அவ்வாகமத்தாக சாதுஞாப் சகுகிரியையும் செய்தல் வேண்டும்; வேறு தந்த்ரத்தால் செய்தில்ஸ்தா. விசேஷமாகச் சொல்லப்பட்ட விடங்கமே மாத்திரம் வேறு ஆகமங்களை செய்ய துற்கொள்ளலாம்.

ஆகமலில் எல்விதமவே உடிப்னத்ததும் ஸ்வாலாகாவ மாதவனன் அறிய ப்ரேஷ்டர்; உப்பு செய்புமாம் இள்ளிதமாகச் செய்துரத்தப்பட்ட ருஷிகணங்கள் பிறகு உகத்துல்லோர்க்குக் கருக்கமாக சொய்யலாம்.

இவ்வாகமம் ஆதிசைவ குருபாம்பரைகளால் ஒருகு மோதிவுத்தும் செய்கிதாய்ப்ப்ரால் செய்ப்படுவாயதுள். தீக்ஷையினால பாயமலூர்சமனே மூன்ற வருணத்தரும் ருத்திரும் சைவ யாயான சங்காரு இபும் இத்ரவேரும்க்கார் சிப்பிர்கள் முற்சியொரும் சைவசாத்திரங்கள் லாகிந்தைய அபாவர்வமும் அரசனுக்கும் இர்ப்பர்திரிரும் அறிஞர்கும். ஆகவால் அரசன் இதன் விதிமறை தப்பத்தலேவண்டும்.

சைவித்தாந்த சாத்ராத் ஜெடக்கப்பட்ட கர்வணமுகிய கிரியைக்ஷே வேத சாத்திரத்தால் செய்தமுத்தண்டாட, செய்யின் சாத்ரிக் கலப்புண்டாம். அக்கபவால் ராஜமும் ராஜ்யமும் அழிவேமி தாய்.

காருடம் பூதத்ரும் பைசவம் வாமதந்தரம் காபாலம் பாஞ்சாத்ரம் சகுலீருத்சன்த்ரம் பாபதம் புராணம் தம்மனசாதி இதியாசம் ஆதிங்கமையா வேதாங்கம் ருத்பிய மீமாலாசா என்னும் கவ்பெ சைவாகம் போதப்கும் இதுதம் ஷார்தசாம் அதுபாதனம் சிப்பகள் குற்னிக்கார் சற்ப்பாக்கிவர் வேற சுவதிரக்ஷை பரம்பரையும், காமிகமஹே சாத்திரக்ஷே பரமிவற்றின் சிறத்தாலேய விசல்தும். முர்க்கேய வேறு சாத்திரிகள் பிறங்கையைக் கொல்லப்படும்.

காருமுதலிய தந்த்ரம் பாமிலேஷப்பப் பபசுமாகக் கத்தப்படாலை.

செய்பாாகவில் விட்பரவாஞ்சம் பிரிவித்தாஷகவும் த்ரிமாவமாகவும் சைவித்தாந்த சாத்திரக்ஷே. ஆகால், ஆகமிதிபிற அதில் ப்ரசித்தமாவே ஆன்மார்த்த பாரர்த்த ப்ரயோசென சமாரஷவெல் விப்பக்கை அதிசைவகளால் தரித்த, அரசன் காசி பஷமால முதணியே செய்மத்திராக வின் பூசை செய்விக்காம்.

ஆதிசைவ ஆய்மார்த்த பாரர்த்த பிசண்டும் அதிகாரமுடையர். இறை அதிசைவரன் பாவ சிய்களிலும் அதிகாருடையர். வாம்மே மாத்குருர்த்தம் காபாலம் பாஞ்சாத்ரம் பொகும் அஹும் ரிருஷ்டிற பிக்ஷைபாட முறுறில் செய்விக்காம்.

பாலெலின் திருமுத்திறிரிப்பால் சைவகட்டு முற்நிவ செல்வா மதன்கள்ளும் அதிசர முனி, எவ்ேர்ர் கப்பம் செய்துள்ஸ்தா. அப்பவமாக

பாராத்த ஆய்மார்த்த இவைகளை வியாபகள் வெய்ப்பிராமாஷே செய்பர்கள்ளல், எஜிபோர் ஆய்மார்த்த பொன்ன செய்தல்தடுபீர். அரசனுடைய அதினிர்ன்மையால் பாரர்த்தபும் எஜிபோர் செய் யில் ரக்ஷிமால் அரசற்கும் ராஜ்யத்திற்கும் கேடு ழுந்திடும்.

4—வது, தந்த்ரவதாபடல சந்த்ரிகை மூற்றும்.

ச-வது அர்ச்சனவிதிபடலசந்த்ரிகை.

ன் சாதனத்தில் மூலமந்த்ரையால் ஆவாஹனத்திற்செய்ய பி
ர்கு பின்பு தூபாஸனம்செய்து பூமியில் நவாகாரமாகி
மூன சுழல்வர்த்த ஸ்வாமி குழ்ச்சகுப் பொருத்தருமச்சே
ப்ப்வேண்டுமென்று ப்ரார்த்திக்கவேண்டும்.

உ ற காசிகாமே மஹாதந்த்ரத்தில்
   கா   நான்காவது அர்ச்சகவிதிபடலம்
உ க - ய - புவேடி.   முற்றிற்று.
                         ஆ படலம் ௪ - இ ஸ்லோகம்—௬௦௪
வமாரம்.

உ
சிவமயம்.
ச. வது அர்ச்சனவிதிபடல சந்த்ரிகை.

அதன் பிறகு மோக்ஷ பலனைத் தருவதாகிய ஆ
பூஜை விஷையை சொல்லப்போகின்றேன். அந்தச் சிவ
பூஜை விஷ்த்தமாகவே பார்த்திவமஞல் ஸ்வராத்மையே
ஏறும் இருவகையாச் சொல்லப்பட்டிருக்கின்றது.

ஆன்மார்த்த பரார்த்த விபாகம்.

ஒருவையின்பொருட்டில் ஆசரிப்பனுக் கொடுக்கப்ப
ட்ட சிவலிங்கத்திலாவது ம்ருத்சிக முதலான விடத்தி
லாவது பூஜிப்பது ஆன்மார்த்தமென்று சொல்லப
ட்டிருக்கிறது.

எந்தக் காரணத்தால் தனக் இஷ்டமான பலனைத்
தருமோ அந்தக் காரணத்தால் ஆனமார்த்த மென்று
சொல்லப் படுகிறது.

உத்தமாதி சங்க்ஞாதி வகிக்கும் ஊர் பட்ட
ணம் முதலான விடங்களிலாவது, ஆற்றங்கரை மலை
அடுப்பெடுத்தி மஹா க்ஷேத்ரங்களிலாவது,மனதுக்கு
சம்மதமான வேறு இடத்திலாவது, தானே புற்றிலின
து தேவர் ஸ்தாபிக்கப்பட்ட லிங்கம் இவைகளோடி
டி சிவஸலத்திலும், மகிமர்களால் ஸ்தாபிக்கப்பட்ட
சிவலிங்கத்திலும் பரார்த்த பூஜையானது ஸ்மரிக்கப
ட்டிருக்கிறது.

பரார்த்த பூஜாபலம்.

பரார்த்த பூஜையானது அரசனுக்கு ஆயுர் ரோ
கமில்லாமை சத்ருஜய சம்பத்து இவைகளின் விருத்தி
காகவும் க்ராம முதலியவைகளின் விசேஷ விருத்தி
காகவும் செய்தல்வேண்டும்.

பரார்த்தபூஜை சிவத்விஜர்களே செய்தல்வேண்டும்.

எப்பொழுதும் மிகுந்த நல்மிஷ்டமான ஆதிசிவ
ப்ராம்மர் ப்ராம்மணருக்குட் சிறந்தவரென்று சொ
ல்லப்படுகிறது. அந்தக் காரணத்தால் சிவத்விஜர்களா
லேயே பரார்த்த பூஜை அவசியம் செய்தல் தக்கது.

இதரால் பரார்த்தபூஜைசெய்வதாம் கேடு.

மற்றவர்களோ வேலை, ஆன்மார்த்தத்தைப்
பார்க்கிறும் வேறுபெ பரார்த்தத்தைச் செய்வர்களா
ல் செய்றிவர்களுக்கு கெடுதலுண்டாகும். யாதொ
ருவர் சிவ விருத்தியின்றி தான்முகமுடைய முகத்தி
ல் இருக்க உண்டவிலைருக்கோ அவர்கள் சாதாரண
வகிகள்; அவர்களுக்கு பரார்த்த பூஜைக்காரமில்லை.

ஆயிவேதத்தார் செய்யாங்காலத்தில் அரசனுக்கும் ராஷ்
ட்ரத்திற்கும் அழிவுண்டாகும். சாதாரணமாகவே ப
தொரு ப்ராமணர்கள் கூடிக்கூடிய பரமிஷத்தைப் பூ
ஜிப்பாராகில் ஆஅமாரத்திற்கு காயும் கேடும்; ஆ
சாரனய வலாகீனை பரார்த்த பூஜாவிதியில் பரீட்ஷிய
செய்தல்வேண்டும்.

சிவத்விஜர்களின் பரார்த்த பூஜா விசேஷம்.

சிவ தீக்ஷையிராம் ஆசாரியர்அபிஷேகம் செய்து
கொள்ளப்பட்டாலும் சிவனுதுணவனவது திருந்த
முன்கூடிய சிவ வ்ருத்தி லக்கப்பட்ட சிவத்விஜருக்குச்
சிவலிஞ்ஞலின் ஸ்வாரினத்தால் பரார்த்தபூஜை குல
ரத்தை படைவதாத.

சிவலிங்கபூஜா பலாபலம்.

அக்ஷிபூஜை வேதங்கள் மிருக்க தமிழிலாஜுள்ள
வாக்கள் இவைசெல்லாம் சிவலிங்க பூஜையிவிடை
ய சோடியில் லேசம்பங்கேயும் சமமாக மாட்டாத.

ஒருக்கொரு பரிபூரணான சிவலிங்கபூஜையில், ஓசு
மூடக்கும் எந்த ஆம்ந த்ரோபிலே புலிபெல் புஷ்த்தெ
ஆயோ அவன் இந்த தக்கப்பட்டபடியே சம்சாரத்தில்
வெருகாலம் சஞ்சரிக்கின்றவ குடிய.

ப்ரரான விடல் சிரக பழுத்தல் முதலியவும்
ண் தணிபிணடபன்னையும் ஒட்டுள்ணிய பரிபூரண
சிவப்ராணம்கு பூஜிரவாம் புதித்தற்கு தணியவ
ல் வேண்டும். டுபமோ மயாக ரஷிக்க ஐதாலி
சர்ந்தி பாவளர் புக்ஷக்தத் தக்கவர்.

வெழம்பம்பம்—ரிவிசிர மிஷ்ட விளாணம்.

முழக்தாள் வரையில் பாதங்களிலும் மணிக்கட்டி
வரையில் இருகாத்திரையும் புளம் பிறகு சிவாதிரு
ஏத்தால் மலலிந்த இடையறாமாக்கும் போக்கல் வே
ணடியே. அம்முறியில் இடையுறவண்ட்—
ஸ்வர்க்கத்தி துண்டாமை.

ஆரோசு. இ துண்டானவ.

பூமிக்கிருப்பவ.

சிவசுதுக்ரூதத்தால் தேவலோகத் இடையூறாகவே
ர் ஞலிருக்ர யாயும்,

ஆசுயம் இடையூசினப் புஷ்பத்தைப் போசே
தரும்,

பூமியிலுண்டா மிடையூஙாகளு மும்முறை குத்
காலில் தட்டிவாரு விவக்குதல் வேண்டும்.

அறியப்படாத இந்து மதம் / 81

அதமம்.

பிறகு முக்காலங்களிலும் இரண்டிரண்டுபடி யரிசியும் உதய மத்யாகங்களில் தீபங்கள் நாலும் சாயரக்ஷையில் தீபங்கள் எட்டு மிருத்தல் வேண்டும். புத்திமான் முக்காலமும் வாத்யத்துடன் பூஜிக்க. இது அதமம்.

மத்திமத்தில் அதமம்

மத்யாகத்தில் குறுமரக்கா லரிசியும் உதய சாயந்தரங்களில் இரண்டுபடியரிசியும் தீபங்கள் பன்னிரண்டும் இருத்தல்வேண்டும். இது மத்திமத்தில் அதமம்.

ஓ அந்தணர்களே! முக்காலமும் பலியுடன் புஷ்பாகார லிங்கத்தாற் பூஜித்தல் வேண்டும்.

மத்திமத்தில் மத்திமம்.

முக்காலத்திலும் குறுமரக்கா லரிசியும் காலாங்கலையே அர்த்தராத்திரியில் அதிற்பாதியாலே யாதுபடி அரிசியும் தீபமிருபத்தைந்து மாகும். இது மத்திமத்தில் மத்திமம்.

மத்திமம்.

முக்காலமும் பலியோடு கூடினதாயும் பலிஹோமத்தித் புஷ்பத்தோடு கூடிய அர்க்யமும் சங்கரனைத் தோமம் வாத்யத்துடனேயேயோடு மிருத்தல்வேண்டும். நிப்புணிற் நிவைத்தியத்தோடு கூடிய நித்யஹோமமும் அநுஷ்டித்தல் வேண்டும். இது மத்திமம்.

உத்தமத்தில் அதமம்.

முக்காலங்களிலும் இரண்டுமரக்கா லரிசியும் அர்த்தராத்திரியில் ஒருமரக்கா லரிசியும் எழுபது தீபங்களு மிருத்தல் வேண்டும். முக்காலமும் பலியிடுதலும் ஓமித்தலும் வேண்டும். ஆறுகாலமும் சமஸ்த வாத்யங்களோடு கூடினதாகச் சேவிப்பித்தல் வேண்டும்.

உத்தமத்திற்கு ஆறுகாலமாகும். அதற்குக் கால அளவு இல்லை. எவ்விடத்தில் எதுவோ அவ்விடத்தில் முக்காலங்களிலும் இரண்டுமரக்கா லரிசியாலேயே அபிஷேகம் செய்யத்தக்கது. அர்த்தராத்திரியில் ஒருமரக்கால். தீபங்கள் நூற்றெட்டு. முக்காலமும் பலியிடுதலும் ஓமஞ்செய்தலும் வேண்டும். இருபத்தைந்து வாத்யம் சமஸ்தவாத்யங்களோடு கூடியதா யிருத்தல்வேண்டும். ரூபமுள்ளவனான சம்பத்தை யுடைய வேசிகள் முப்பத்துநான்கு, அல்லது இருபத்தநான்கு, அல்லது பத்தாவதிருத்தல் வேண்டும். அவ்வக் காலங்களுக் கேற்ற நித்த நிர்த்தனமோடு கூடிய நிருத்தனத்தை மூன்றுகாலங்களிலு மநுஷ்டித்தல் வேண்டும். இது உத்தமத்திலதமம்.

உத்தமத்தில் மத்திமம்.

முக்காலங்களிலும் நான்குபடி அரிசி பாயசமுதலிய பண்டங்கள் இரண்டுமரக்கா லரிசியாலவித்தியோடு வெவ்வேறாகவும் இரண்டுமரக்கால் சுத்தான்னத்தை வெவ்வேறாகவும் சமையல்செய்வித்து நிவேதனஞ் செய்தல் வேண்டும். அர்த்தயாமத்திற்கு இரண்டுமரக்காலாகும். தீபங்க ளிருநூறு. முக்காலங்களிலும் பலி ஓமம் தூபதீபம் ஐம்பது வேசிகளோடு கூடின முப்பத்திரண்டு வாத்தியம் இவைகள் கூறப்பட்டன.

காலமானது இரண்டு யாமமென்று சொல்லப்பட்டது. மூன்று சந்திகளிலும் நிருத்தனத்தைச் செய்தல் வேண்டும். இது உத்தமத்தில் மத்திமம்.

உத்தமத்தில் உத்தமம்.

இனி உத்தமோத்தம பக்ஷத்தை யுத்தேசித்து அவிசின க்ரமம் சொல்லப்படுகிறது. பக்குவஞ் செய்யப்பட்ட பாயச முதலான பதார்த்தங்கள் வெறுபடித்துமரக்காலாற் செய்தல் வேண்டும். அர்த்தராத்திரியில் அதிற் பாதியாகும். தீபங்கள் ஐந்நூறு. மூன்று காலமும் பலி ஓமம் ஐம்பது வாத்யங்களோடு கூடிய முப்பத் திரண்டு வேசிகளின் நிருத்தமும் செய்தல் வேண்டும். இவற்றின் காரியம் ஒரு யாம அளவாகும். பாயச முதலிய ஐந்துவகை அவிசுகள் முறையாக இரண்டு மரக்கா லரிசியாலாவது அதிற் பாதியாலாவது செய்தல்வேண்டும். இவைகளுள் ஒன் றிரண்டு மூன்றுவிதமாவது சமன்று மாவது விசேஷமாகும். அவ்வாறன்றி மறுபடி பெருநாளத்திலாவது அவிசைக் கொடுத்தல் வேண்டும். சுத்தான்னம் இரட்டிப்பாகச் சொல்லப்பட்டது. இது சாதாரணம்.

இவ்வாறு ஒன்பது விதமாக உத்தமோத்தம முதல் அதமாதம மீறுகவிதிக்கப்பட்டிருக்கிறது.

அபிஷேகவிதி.

இனித் தனியே விதிக்கப்படுகிற தாவது சந்தன தீர்த்தத்தின் பரிமளத்தால் வாசித்துக்கொண்டிருக்கும் ஜலபாண்டத்தைச் சம்ஹிதா மந்திரத்தால் ஜபிக்கப்பட்டதாயும் புஷ்பங்களோடு கூடினதாயும் தூபமிடப்பட்டதாயும் கவசமாயும் பூஜித்துக்கையெடுத்து முதலானதுகளால் பிழியப்பட்டதாயும் புதிதாயு மிருக்கின்ற எண்ணெயாலும் காய்ந்த பரிமளமுள்ள பசுவின் மான பசுவின் நெய்யாலும் பீடத்தோடு கூடிய லிங்கத்தை அர்ச்சித்துப் பிறகு தூபமிடல் வேண்டும். மங்களகரமான மஞ்சட்பொடியோடு கூடின நெல்லிமாவினாலும் உளுந்த மாவினாலும் தேய்த்துப் பிறகு ஸ்நானஞ் செய்வித்தல் வேண்டும். இவ்விடத்தில் நெல்லிக்கனி முதலிய பரிமள திரவியங்களாலும் ஸ்நானஞ் செய்விக்க. பசுமை ம்சமான வஸ்த்ரமுதலிய கருகை விரைக்கப்பட்ட வண்ணமுள்ள தட்டுகளில் வைக்கப்பட்ட மாவுகளாலும் கலிது உப்பு சேர்த்த பித்தளையைக்கொண்டு ந்த வெந்நீராலும் அபிஷேகஞ் செய்க. பால் தயிர் நெய் தேன் சர்க்கரை முதலானவைகளால் தனித்தனி யாதுசாரமாக உழக்கிலிருந்து விருத்தி செய்யப்பட்ட உழக்கு முதல் மரக்கால் முடிவான ப்ரமாணங்களால் அபிஷேகஞ் செய்க. சர்க்கரை யில்லாவிடில் கருப்பஞ்சாறும் தேனில்லாவிடில் நெய்யுமாகும். சொல்லமுன்னவைகளை யாதுமுடிவாகக் குறைவில்லாமல் அபிஷேகஞ் செய்யக்கடவன். இனிக் குறிப்புள்ள ரசவர்க்கங்கள் புஷ்ப முதலானவைகளாலும் ஸ்வர்ணத்தோடு கூடிய ஜலம் ரத்தினத்தோடு கூடிய ஜலம் சந்தன ஜலம் இவைகளாலு மபிஷேகஞ் செய்க. பிறகு ருத்ரபிரசாத அபிஷேகஞ் செய்யற்க.

சுட்டுவிரல் பெருவிரல் சேர்த்து அஸ்த்ர மந்திரத்தால் லிங்கத்திலிருக்கும் புஷ்பத்தை யெடுத்து அவ்வஸ்த்ர மந்திரத்தாலேயே அப்புஷ்பங்களை யவ்விடம்விட்டு வேறிடத்திற் சேர்த்தல்வேண்டும்.

புஷ்பக் குடலை அர்க்ய பாத்ய ஆசமன ஸ்நாந ப்ரோக்ஷண பாத்ரங்களெதிலும் ஜலம்நிரப்புதல் வேண்டும்.

கக

ப - ந்ருபஸ்ய - ஆயுராரோக்ய ஜயஸம்பத் விவ்ருத்தயே - க்ராமாதீநாம் - விஶேஷத: - பரார்த்த யஜநம் - ப்ரயோக்தவ்யம்.

பதப்பொருள்.

பரார்த்த யஜநம்	பரார்த்த பூஜையானது
ந்ருபஸ்ய	அரசனுக்கு
ஆயுராரோக்ய	ஆயுள் ரோகமில்லாமை சத்ருஜய
ஜயஸம்பத்	ம்சம்பத்து இவைகளின் விருத்தி
விவ்ருத்தயே	க்காகவும்
க்ராமாதீநாம்	கிராம முதலானவைகளின்
விஶேஷவ்ருத்தயே	விசேஷ விருத்திக்காகவும்
ப்ரயோக்தவ்யம்	செய்யவேண்டும்.

தாத்பரியம்.

அரசனுக்கு ஆயுள் ரோகமின்மை சத்ருஜயம் சம்பத்து இவைகளின் விருத்திக்காகவும் கிராம முதலானவைகளின் விசேஷவிருத்திக்காகவும் பரார்த்த பூஜை செய்யவேண்டுமென்பது.

ஶ்லோகம்.

பரார்த்தயஜநம் கார்யம் ஶிவவிப்ரைஸ்து
நித்யஶ: | யாஜ்ஞிகா: கத்யதே நித்ய
மாதிஶைவா த்விஜோத்தமா: || ௧௯

ப - பரார்த்தயஜநம் - கார்யம் ஶிவவிப்ரை: - து - நித்யஶ: - யாஜ்ஞிகா: - கத்யதே - நித்யம் - ஆதிஶைவா: - த்விஜோத்தமா: .

ஶ்லோ - அந்யே து ஸ்வாத்மார்த்தகாத் அந்ய
ஸ்யைவ குர்யுஶ்சேத் கர்த்ருநாஶநம் | ௨௦

ப - அந்யே - து - ஸ்வாத்மார்த்தகாத் - அந்யம் - குர்யு: - சேத் - கர்த்ருநாஶநம் .

பதப்பொருள்.

நித்யம்	எப்பொழுதும்
யாஜ்ஞிகா:	மிகுந்த தர்மிஷ்டரான
ஆதிஶைவா:	ஆதிசைவ ப்ராமணர்
த்விஜோத்தமா:	ப்ராம்மணருக்குள் சிறந்தவரென்று
கத்யதே	சொல்லப்படுகிறது
(தத:)	அந்தக் காரணத்தினால்
ஶிவவிப்ரை:	சிவத்விஜர்களினாலேயே
பரார்த்தயஜநம்	பரார்த்த பூஜையானது
நித்யஶ:	அவச்யமாய்
கார்யம்	...செய்யத்தக்கது.
அந்யே து	மற்றவர்களோவென்றால்
ஸ்வாத்மார்த்தகாத்	ஆத்மார்த்தத்தைப் பார்க்கிலும்
அந்யம்	வேறாகிய பாரார்த்தத்தை
குர்யுஶ்சேத்	செய்வார்களாகில்
கர்த்ருநாஶநம்	செய்கிறவர்களுக்குக் கெடுதல்
(பவேத்)	உண்டாகும்.

தாத்பரியம்.

எப்பொழுதும் மிகுந்த தர்மிஷ்டரான ஆதிசைவர்கள், பிராம்மணருள் சிறந்தவர்களென்று சொல்லப்படுகிறது. அந்தக் காரணத்தால் சிவத்விஜர்களாலேயே பரார்த்தபூஜை செய்யத்தக்கது. மற்றவர்கள் ஆன்மார்த்தத்தைப் பார்க்கிலும் வேறாகிய பரார்த்தத்தைச் செய்வார்களாகில் செய்பவர்கட்குக் கேடுண்டாகுமென்பது.

ஶ்லோகம்.

ஶிவஸ்ருஷ்டிம் விநா யே து ஜாயந்தே
ப்ரஹ்மணோ முகாத் || தே ஸாமாந்யா ந
தேஷாம் து பரார்த்தேऽதிகாரிதா | ௨௧

ப - ஶிவஸ்ருஷ்டிம் - விநா - யே - து - ஜாயந்தே - ப்ரஹ்மண: - முகாத் - தே - ஸாமாந்யா: - ந - தேஷாம் - து - பரார்த்தே அதிகாரிதா .

ஶ்லோ - யதி மோஹேந குர்வந்தி ராஜ்ஞோ
ராஷ்ட்ரஸ்ய நாஶநம் || ௨௨

ப - யதி - மோஹேந - குர்வந்தி - ராஜ்ஞ: ராஷ்ட்ரஸ்ய - நாஶந: .

பதப்பொருள்.

யே	யாதொருவர்
ஶிவஸ்ருஷ்டிம் விநா	சிவஸ்ருஷ்டி யன்றி
ப்ரஹ்மண:	நான்முகனுடைய
முகாத்	முகத்திலிருந்து
ஜாயந்தே	உண்டாகின்றார்களோ
தே	அவர்கள்
ஸாமாந்யா:	சாதாரண வைதிகர்கள்;
தேஷாம்	அவர்களுக்கு
பரார்த்தே அதிகாரிதா	பரார்த்த பூஜாதிகாரம்
ந	இல்லை.
மோஹேந	அவிவேகத்தினால்
குர்வந்தி யதி	செய்வார்களாகில்
ராஜ்ஞ:	அரசனுக்கும்
ராஷ்ட்ரஸ்ய	ராச்சியத்திற்கும்
நாஶநம்	அழிவுண்டாகும்.

தாத்பரியம்.

சிவஸ்ருஷ்டியன்றி பிரமதேவனால் சிருஷ்டிக்கப்பட்ட வைதிக வேதியர்களுக்குப் பரார்த்த பூஜாதிகாரமில்லை. அவ்வாறு அதைச் செய்யின் அரசனுக்கும் ராஜ்யத்திற்கும் அழிவுண்டாமென்பது.

ஶ்லோகம்.

ஸாமாந்யம் யே ஶிவம் விப்ரா ஸ்தா
பயந்த்யத்ர யத்நத: | ஸ்வார்த்தாய வா
பரார்த்தாய ஸஂஸ்தாப்ய து விநஶ்யதி || ௨௩

ப - ஸாமாந்யம் - யே - ஶிவம் - விப்ரா: - ஸாமாந்யா: - ச - ஸ்தாபயந்தி - யத்நத: - ஸ்வார்த்தாய - வா - பரார்த்தாய - ஸஂஸ்தாப்ய - து - விநஶ்யதி.

பதப்பொருள்.

ஸாமாந்யா:	சாதாரணர்களாகிய
யே	யாதொரு
விப்ரா:	பிராமணர்கள்

அறியப்படாத இந்து மதம் / 83

ஹிந்து மதம் வைதிகர்களுக்கு மட்டுமே

வைதிகர்களின் தர்மத்தின்படி சூத்ரர்கள் வேதம் கேட்டால் காதை அறுக்க வேண்டும் -

வேதம் ஓதினால் நாக்கை அறுக்க வேண்டும்

மனப்பாடம் செய்தால் உடலை அறுக்க வேண்டும் (ஈயத்தையும் அரக்கையும் காய்ச்சி ஊற்ற வேண்டும்)

- ஸ்ரீ பாஷ்யம் என்னும் நூலில்

வேதங்களும், இதிகாசங்களும், புராணங்களும், உபநிடதங்களும், ஸ்மிருதிகளும், சாஸ்திரங்களும், தர்ம நூல்களும் பாமர எளிய சூத்திர பஞ்சம மக்களுக்கானதல்ல. இவை அனைத்தும் வைதீகர்களான பிராமண சத்ரிய வைசியர்களுக்கானவை மட்டுமே. இவை அனைத்தும் அவர்களுக்காக அவர்களின் நலன் சார்ந்தும் அவர்களின் புகழைப் பரப்பும் வண்ணமும் எழுதப்பட்டவை. வைதிகர்கள் அல்லாதவர்கள் இவற்றில் பெற்றுக் கொள்ளவோ இணைத்துக் கொள்ளவோ ஒன்றுமே யில்லை. இவை அனைத்தும் வைதிகர்கள் அல்லாத மக்களை அடிமைகளாகவும் எதிரிகளாகவுமே சித்தரிக்கின்றன.

வைதிகர் அல்லாத மக்கள் வேத புராணங்களை கையில் எடுத்து அதை உயர்வாகக் கருதி நம்மை வைதிகர்களுக்கு அடிமை என்பதை நமது ஒவ்வொரு செயலிலும் நிரூபித்துக் கொண்டிருக்கிறோம். இதில் சுகம் கண்ட

வைதிகர்கள் உண்மை அறிந்தும் போகும் வரை போகட்டுமே, வலிய கிடைக்கும் அதிகாரம், பதவி, மரியாதை, பொருள், வசதி இவற்றை ஏன் விட வேண்டும் என எண்ணுகின்றனர். தாங்களாக முன்வந்து அறிந்த உண்மையை உலகுக்கு எடுத்துரைப்பாரில்லை.

படிப்பு வாசனை இல்லாத சூத்திரர்களும் சண்டாளர்களும் தங்களுக்கான புராண இதிகாசங்களை வைதிகர்களைப் போல எதுவும் எழுதி வைக்கவில்லை, தமிழ் சங்க இலக்கியங்களைத் தவிர.

குறிப்பாக தமிழகத்தில் வைதிகர்கள் என பிராமணர்களை மட்டுமே கூற முடியும். வைதிகர்களான பிராமண, சத்ரிய, வைசியர்கள் இருபிறப்பாளர்கள் ஆவர். இதற்கு அடையாளமாக உபநயன சடங்கு செய்து பூணூல் அணிந்து கொள்வர். இவர்களில் பிராமணர்கள் மட்டுமே வேதங்களை ஓதுவதற்கும் மற்றவர்களுக்கு உபதேசிக்கவும் கற்றுக் கொடுக்கவும் முடியும். சத்ரியரும் வைசியரும் வேதங்களை கேட்க முடியும். ஆனால், மற்றவர்களுக்கு கற்றுத்தர இயலாது. முக்கியமாக வேதங்களைத் தெரிந்து வைத்திருப்பர். இதுதான் வட இந்தியாவில் உள்ள நடைமுறை.

இந்த அடிப்படையில் தமிழ்நாட்டில் வேதங்களை அறிந்தவர்கள் இருபிறப்பாளர்கள் பிராமணர்களைத் தவிர வேறு யாரும் இல்லை. தமிழகத்தில் ஆண்ட பரம்பரை என்றும் வாணிப வைசியர்கள் எனக் கூறும் யாரும் இருபிறப்பாளர்கள் இல்லை. வைதிக அடிமைத்தனத்தினால் ஒரு சிலர் பூணூல் அணிவதை சமீப காலமாக வழக்கில் கொண்டுள்ளார்கள். தமிழகத்தில் தங்களை சத்ரியர்கள், வைசியர்கள் என அடையாளப் படுத்துவோருக்கு நான்கு வேதங்களைப் பற்றியோ உபநயனம் பற்றியோ வைதிக முறைகள் சாஸ்திரம் ஏதும் தெரியாது.

அதனால் வேத முறைப்படி பிராமணர்களைத் தவிர வைதிகர்கள் யாரும் தமிழகத்தில் இல்லை என்பதே உண்மை. தமிழ் நிலப்பரப்பு என்பது சூத்திரர்களாலும் பஞ்சம சண்டாளர்களாலும் நிறைந்தது எனலாம். இந்தக் கருத்தினை பல முறை பதிவு செய்துள்ளேன். இதை விளக்கும் விதமாக ஸ்ரீ இராமானுஜர் பிரம்ம சூத்திரத்திற்கு உரை எழுதிய ஸ்ரீ பாஷ்யம் எனும் நூலில் சூத்திரர்கள் பற்றி விவரிக்கும் பகுதியானது முதல் அத்யாயம் - மூன்றாம் பாதம் - ஒன்பதாம் அதிகரணம் - அபஸூத்ராதிகரணம் பகுதியில் உள்ளது.

தரவுகளையும் ஆதாரங்களைத் தேடுவோருக்காக 1930இல் அச்சிடப்பட்ட ஸ்ரீ பாஷ்யம் பழைய நூலின் பக்கங்களை இணைத்துள்ளேன். வைணவத்தைப் பரப்பும் இணையதள பக்கங்களில்

வெளிவந்த ஸ்ரீ பாஷ்யம் முதல் அத்யாயம் - மூன்றாம் பாதம் - ஒன்பதாம் அதிகரணம் - அபஸூத்ராதிகரணம் சுலோகம் 38 மற்றும் 39 ஆகியவற்றுக்கான விளக்கப் பகுதியையும் தந்துள்ளேன்.

வைதீகர்களின் தர்மத்தின்படி சூத்ரர்கள் வேதம் கேட்டால் காதை அறுக்க வேண்டும் -

வேதம் ஓதினால் நாக்கை அறுக்க வேண்டும்

மனப்பாடம் செய்தால் உடலை அறுக்க வேண்டும் (ஈயத்தையும் அரக்கையும் காய்ச்சி ஊற்ற வேண்டும் என நூலில் குறிப்பிடப் பட்டுள்ளது). இனி நீங்களே முடிவு செய்யுங்கள் எப்பேறப்பட்ட அடிமைத்தனத்தில் சிக்குண்டு தவிக்கிறோம் என்பதை.

இனி சுலோகத்தைப் பார்ப்போம்:

1-3-38- ஸ்ரவணாத் யய நார்த்த பிரதிஷேதாத்

சூத்ரர்கள் வேதத்தைக் கேட்பதும் பொருளை ஆராய்வதும் அதன் பலனை பெறுவதும் கூடாது என்று வேதங்கள் கூறும்

வசிஷ்ட ஸ்ம்ருதி

பத்யு ஹ வா ஏதத் ச மசாநம் யத் ஸூத்ர தஸ்மத் சூத்ர சமீபே நாத்யேதவ்யம் -7-9- என்பதாலும்

யார் ஒருவன் வேதங்களைக் கேட்கவும் கூடாதோ என்று கூறப்பட்டது அவனுக்கு வேத அத்யயனமும்

பொருளை உணர்ந்து அனுஷ்டானமும் சம்பவியாதே

சூத்ரர்களுக்கு ப்ரஹ்ம உபாசனைக்கு அதிகாரம் இல்லை - என்றதாயிற்று-

1-3-39- ச்ம்ருதே ச-

அத ஹாஸ்ய வேதம் உப ச்ருண்வதஸ் த்ர புஜ துப்யாம் ஸ்ரோத்ர ப்ரதிபூர்ணம்

உதாஹரணே ஜிஹ்வாச் ஸேதோ தாரனே சரீர பேத - கௌதம - *12-3-*

ஸ்ம்ருதிகளும் சூத்ரர்கள் வேதம் கேட்டால் காதை அறுக்க வேண்டும்-

வேதம் ஓதினால் நாக்கை அறுக்க வேண்டும்

மனப்பாடம் செய்தால் உடலை அறுக்க வேண்டும்

ந ச அஸ்ய உபாதி சேத்தர்மே ச ச அஸ்ய விரதம் அதி சேத் -மனு -4-80-

என்பதால் அதிகாரம் இல்லை-

அத்வைதிகள் - சின்மாத்ரா ப்ரஹ்மம் ஒன்றுமே சத்யம் - மற்ற அனைத்தும் மித்யை -

சம்சார பந்தமும் அபாரமார்த்தமே - உண்மையற்ற நிலை - என்பர்

ஒருவன் வேத அத்யயனம் ஆகாவிடிலும் யார் மூலமாக இந்த வாக்கியம் கேட்டு ஞானம் பெற்று சம்சார விமுக்தி பெறுவான்

இது வெள்ளி இல்லை முத்துச் சிப்பி தான் என்று உணர்த்தப் பெற்ற ஞானம் போலே - பேத வாசனை நீங்கப் பெறலாம்

இதனால் ஞானம் பெற்று நிர்விசேஷ சின் மாத்ர ஸ்வயம் பிரகாச ப்ரத்யக் வஸ்துவே ப்ரஹ்மம் என்று அறிகிறான் என்பர்

இவ்வாறு என்றால் வேதங்கள் பயன் அற்றதாகி விடும்

உபாஸனை மூலமே ப்ரஹ்ம ஞானம் கை வந்து அத்தால் ப்ரஹ்மம் மகிழ்ந்து யதார்த்த ஞானம் பிறப்பித்து சம்சார பந்தம் விலகி முக்தனாகிறான். பிரம்ம சூத்திரம் பற்றிய விரிவான கட்டுரை 'அறியப்படாத இந்துமதம்' வேறு பாகங்களில் வெளிவரும்.

ஆதார நூல்

ஸ்ரீ பாஷ்யம், ஸ்ரீமத் உ.வே.டி.வி. ஸ்ரீநிவாஸாச்சார்யா ஸ்வாமிகளால் மொழிபெயர்க்கப்பட்டது. 1930 ஆம் ஆண்டு பதிப்பு மற்றும் பதிவில் உள்ள தர்ம சாஸ்திர நூல்கள்.

♦

ஸ்ரீ

ஸ்ரீமதே ராமாநுஜாய நம:

ஸ்ரீபாஷ்யம்.

(ச்ருதப்ரகாசிகா ஸஹிதம்)

தமிழ் மொழி பெயர்ப்பு.

ஜிஜ்ஞாஸாதிகரணம்

திருச்சி
ஸேண்ட் ஜோஸப் காலேஜ் ஸம்ஸ்க்ருத தலைமைப் பண்டிதர்
மஹாவித்வான், ஸாரஸ்வத ஸாகஜ்ஞர், கவிசிகாமணி,

ஸ்ரீமத் உ. வே. டி. வி. ஸ்ரீநிவாஸாச்சார்யா

ஸ்வாமிகளால்

மொழி பெயர்க்கப்பெற்று.

ஸ்ரீமத் உ. வே.

A. V. கோபாலாச்சாரியார் அவர்கள், M.A., B.L.,

அவர்களால் பார்வையிடப்பட்டு.

ஸ்ரீரங்கம்.
ஸ்ரீ பாஷ்யம் தமிழ் மொழிபெயர்ப்பு ஸங்கத்து பிரிஸிடெண்டு
T. D. இராமஸ்வாமி நாயுடு அவர்களால்

கும்பகோணம்
லார்ட் ரிப்பன் அச்சுயந்திரசாலையில்
பதிப்பிக்கப்பெற்றது.

1930.

§ ச்ராவணத்துக்கும் ஸமானம். அதனாலேயே, க்ருஹஸ்ததர்மநிஷ்டர்களான யுதிஷ்டிரர் முதலியவர்களுக்கு பீஷ்மர் முதலியவர்களிடத்திலிருந்து ச்ரவணமானது பாரதம் முதலிய இதிஹாஸங்களில் ப்ரதிபாதிக்கப்படுகிறது.

என்றாலும், சராவணகாலமேதான் ச்ரவணகாலம். ஆயினும், ச்ரோதாவுக்கு, தீர்த்தங்கொண்டு வருதல், விறகுதேடுதல் முதலியவைகளால் அநுஷ்டானத்திற்கு உபரோத மேற்படுமெனில், அல்ல,—

அத்யயனவிதியினால் விதிக்கப்பட்ட உதகாஹரணம் முதலிய கார்யமானது அத்யயனம் முடிந்ததனாலேயே முடிவு பெறுவதால். பொருள் சேர்த்தல், புகழ்ச்சியைத்தேடுதல் முதலிய ப்ரயோஜனாந்தரங்களில் விருப்பத்தாலும், சிஷ்யனிடத்திலுள்ள நேசத்தாலும் குருவுக்கு ச்ராவணம் உபபன்னமாகிறது.

ச்ரவணத்தைச்செய்விக்கிற ஆசார்யன் அர்த்தங்களை அறிந்தவராக இருப்பதால் அனுஷ்டானம் பொருந்தும். ச்ரோதாவுக்கு அர்த்தஜ்ஞானமில்லாமையால் அனுஷ்டானம் ஸம்பவியாதென்றால், அப்படியல்ல,—உபநயனம் தொடங்கி அநுஷ்டானமுள்ளவர்களான ஹிதைஷிகளின் வசனத்தினால் அனுஷ்டானமுபபன்னமாவதால். அங்ஙனமாகில், ஹிதைஷியினுடைய வாக்யமே போதும், எதற்காக மீமாம்ஸையின் ச்ரவணம் என்றால், ஹிதைஷிகளுடைய வசனத்திற்கு ப்ரமாணமூலத்வநிச்சயத்தின் பொருட்டும், ப்ரச்னம் பண்ணுகின்ற மற்றவர்களுக்கும் தான் உபபாதனம் செய்வதின் பொருட்டும். ஹிதைஷியின்வசனத்தினால் அனுஷ்டானம்ஸம்பவிக்கும் பக்ஷத்தில் சூத்ரன்முதலியவர்களுக்குக்கூட அனுஷ்டானம் ப்ரஸங்கிக்க வேண்டியதாக ஆகும் என்றால், அதுஸம்பவிக்காது.'ந சூத்ராய மதிம் தத்யாத் நசாஸ்யோபதிசேத் தர்மம். ந சாஸ்ய வ்ரதமாதிசேத்' (சூத்ரனுக்கு ஜ்ஞானத்தைக்கொடுக்கக்கூடாது. அவனுக்கு தர்மத்தை உபதேசிக்கக்கூடாது. அவனுக்கு வ்ரதங்களையும் உபதேசிக்கலாகாது) இது முதலான நிஷேதவசனமிருப்பதால் ப்ராஹ்மணர்கள் யக்ஞம் முதலியவற்றைசூத்ரனுக்கு உபதேசிக்கிறார்களில்லையன்றோ. சுச்ருஷை செய்யாத சூத்ரவிசேஷவிஷயமானதால் இப்படிப்பட்ட நிஷேதவசனங்களுக்கு ஸங்கோசம் செய்ய வேண்டுமென்பது ஸரியல்ல, ஸங்கோசத்தைச்செய்வதற்குத்தகுந்த ப்ரமாணமில்லாமையால். சூத்ரன் யக்ஞம் முதலிய கர்மாக்களுக்குத்தகுதியுள்ளவன் என்பதைக்காட்டுகிற வேறு வசனம் காணப்படவில்லையன்றோ! மேலும், யாகம் செய்பவனால் வேதம் முழுவதும், மாத்ரவிசேஷங்களும் ஜபிக்கத்தக்கவைகளென்று வசனமிருப்பதாலும், அந்த வேதம் முதலியவைகள் அத்யயனத்தினால் அடையத்தக்கதாலும், அந்த அத்யயனம் உபநயனத்தை அபேக்ஷித்து இருப்பதாலும், அந்த உபநயனத்தில் மூன்று வர்ணத்தார்களுக்கே அதிகாரமிருப்பதாலும், சூத்ரனுக்கு அதிகாரப்ரஸங்கமே இல்லை.

உபநயனவிதியானது, மூன்று வர்ணத்தார்களுடைய அத்யயனவிஷயமாக, ஒதுக்கக்கூடும். ஆதலால், சூத்ரனுக்கு உபநயனத்தை அபேக்ஷிக்காமலே அத்யயனம் ஸம்பவிக்கலாம். அவனுக்கு யாஜமானமந்த்ரங்களின் உச்சாரணமும் ஸம்பவிக்கலாம் என்றால், கூடாது. "தஸ்மாச்சூத்ரஸமீபே நாத்யேதவ்யம்" (ஆதலால் சூத்ரன் பக்கலில் அத்யயனம் செய்யத்தக்கதல்ல) "அத ஹாஸ்யவேதமுபச்ருண்வதஸ்த்ரபுஜதுப்யாம் ச்ரோத்ர ப்ரதிபூரணம்" (அப்படிக்கின்றி வேதத்தைக்கேட்டானேயாகில் அவன் காதில் ஈயத்தையும், அரக்கையும் காய்ச்சிவிடவேண்டும்) இது முதலிய சாஸ்த்ரங்களால் சூத்ரனுக்கு வேதச்ரவணம் நிஷேதிக்கப்பட்டிருக்கிறது. எப்பொழுது அத்யயனம் உபநயனாங்கமாக

§ ச்ராவணம் - கேட்பித்தல்

முடிந்ததோ, அதனால் அதில் த்ரைவர்ணிகர்களுக்கே அதிகாரம்; சூத்ரனுக்கு அதில் அதிகாரமில்லை—என்று ஏற்பட்டது. அக்காரணம் பற்றி மந்த்ரவிசேஷணங்களின் உச்சாரணம் உபபன்னமாகாததால் ஹிதைஷிவசனத்தால் சூத்ரன் முதலியவர்களுக்கு யாகாநுஷ்டான ப்ரஸங்கமில்லை. ஆதலால், அபசூத்ராதிகரணவிரோதமில்லை.

மேலும், எவ்வாறு "யாவஜ்ஜீவம் அக்நிஹோத்ரம் ஜுஹோதி" (உயிருள்ளவரையில் அக்னிஹோத்ரஹோமம் செய்யவேண்டும்.) இது முதலான விதியானது 'ந ஸ்வாங்கம் ஸ்வவ்யவதாயகம்' (தன்னுடைய அங்கம் தனக்கு § வ்யவதானத்தை உண்டுபண்ணுவதாக ஆகாது) என்கிற ந்யாயத்தால் தனக்கு உபயோகியாயும், ராகப்ராப்தமாயுமிருக்கிற பொருள் சேகரித்தல் முதலியவைகளுக்கு அவகாசத்தைக்கொடுக்கிறதோ—அவ்வாறாக அநுஷ்டானத்துக்கு உபயோகியான மீமாம்ஸாச்ரவணத்திற்கு ஸமாவர்த்தனவிதியும் அவகாசத்தைக்கொடுப்பதாக ஆகும்.

க்த்வாப்ரத்யத்துக்கு ஸமானமான கர்த்தாவோடுகூடி யிருத்தல்;—முந்தின காலத்தில் இருத்தல்—இதுமாத்ரமே பொருள். பிறகு என்கிற பொருள் இல்லை.

(கறு) ஆநந்தர்யமே விதிக்கத்தக்கது. இல்லாவிட்டால் விதி பயனற்றதாகும், நிக்க ரூபமான குருகுலவாஸநிவ்ருத்தியானது தானாக வந்துவிடுமாதலால்,—என்று கூறப்படுமே யாகில், அப்படியல்ல. ஆநந்தர்யத்தை அர்த்தமாகக்கொண்டபோதிலும் விதிக்கு வையர்த்யம் வருகிறது, அதுவும் குருகுலவாஸம் நிக்கரூபமாக இருப்பதினாலேயே. ஆகையால், நியமத்துடன் கூடிய ஸம்ஸ்காரவிசேஷமே ஸ்நாநமென்று அது விதேயம்; ஆநந்தர்யம் விதேயமல்ல. ஆதலால், 'ஆதீத்ய' என்கிற க்த்வாச்ருதிக்கு விரோதமில்லை. ஆதலால், தானாக ப்ரவ்ருத்திக்கிறான்.

"யோ ஹவா அவிதிதார்ஷேயச்சந்தோதைவதேகமந்த்ரேண யஜதி யாஜயதிவாத்யா பயதி வா ஸ்தாணும் வர்ச்சதி கர்தம் வாபத்யதே,ப்ரவாமீயதே பாபீயாந்பவதி அயாதயா மாநவஸ் யச்சந்தாம்ஸி பவந்தி, அத யோ மந்த்ரே மந்த்ரே வேத ஸர்வமாயுரேதி ச்ரேயாமச்சபவ தஸ்மாதேதாநி மந்த்ரே மந்த்ரே வித்யாத்" (எவன் ரிஷிச்சந்தஸ் தேவதைகளை அறியாமல் மந்த்ரத்தினால் செய்வனோ, செய்விப்பனோ அத்ய யனத்தைச்செய்விப்பனோ— அவன் நரகத்தில் விழுகிறான். மிக்க பாபியாகி ரஸ மில்லாமல் போகின்றான். எவன் ஒவ்வொரு மந்த்ரத்திலும் ரிஷிமுதலியவற்றை அறிகிறானோ அவன் பூர்ணமான ஆயுளைப்பெறுகிறான். ச்ரேயஸை அடைகிறான். அவனுடைய வேதங்கள் பழசாகி ரஸமற்றவைகளாக ஆகிறதில்லை. ஆதலால், ஒவ்வொரு மந்த்ரத்திலும் இந்த ரிஷி, தேவதைமுதலியவற்றை அறியவேண்டும்) இது முதலிய ச்ருதியினாலும 'அவிதித்வா ரிஷம் சந்தோதைவதம் யோகமேவச யோத்யாபயேஜ்ஜபேத்வாபி பாபீயாந் ஜாயதேஸ':(ரிஷியையும், சந்தஸையும், தேவதையையும், மந்த்ரத்தின் விநியோகத்தையும் அறியாமல் எவன் மந்த்ரத்தைப் பிறருக்கு அத்யயனம் செய்விப்பானோ, அல்லது ஜபிப்பனோ அவன் மிக்க பாபமுள்ளவனாகிறான்) என்கிற ச்ருத்யுபப்ருஹ்மணமான ஸ்ம்ருதியினாலும் அர்த்தஜ்ஞானவிதானம் பலித்தது,—

மந்த்ரத்தால் ப்ரதிபாதிக்கத்தக்க தேவதாஜ்ஞானம் இங்கு விதிக்கப்பட்டிருப்பதால் ஸமானந்யாயத்தாலும் தைவதசப்தமானது மந்த்ரத்தால் ப்ரகாசிக்கத்தக்க அநுஷ்டேயார்த்தத்தை விளக்கிக்காட்டுவதற்காக இருப்பதாலும், விதிமுதலிய பாகங்களின் அர்த்த ஜ்ஞானமும் விதேயமாகவேண்டுவதாலும். (பலித்தது) யோகமாவது மந்த்ரங்களுடைய

§ வ்யவதானம் - விலக்கம், மறைதல்.

90 / அறியப்படாத இந்து மதம்

ராமாநுஜர் செய்தது புரட்சியா?

'திரு நாராயணபுரத்திலேயே ஜகதாசார்யரான யதிராஜரின் (ஸ்ரீ ராமாநுஜரின்) ஆணையால் கீழிழிந்த ஜாதியைச் சேர்ந்த அனைவரும் பகவத் பக்தியை உடையவர்களாய், அங்கு நடக்கும் திருநாரணன் ப்ரஹ்மோத்ஸவத்தில் ஒவ்வொரு வருஷமும் மூன்று தினங்கள் கல்யாண ஸரஸ்ஸில் நீராடி, ஊர்த்வ புண்ட்ரம் தரித்து, மங்களமானவர்களாய், பகவத் ஸந்நிதியில் நுழைந்து, பலிபீடம் வரையில் சென்று, பெருமாளுடைய விமானத்தைப் பிரதக்ஷிணம் செய்து, லோகநாதனான அவனைச் சடக்கென வணங்கி, அப்போதே அவ்வெம்பெருமானுக்கு எண்ணெயும், அரிசியும் ஸமர்ப்பித்துப் பேறுபெற்றவர்களாய் அந்தக் கோயிலி லிருந்து வெளிவருகிறார்கள்; அதற்குப்பின் அர்ச்சகர்கள் அந்த ஸந்நிதிக்கு ஆகமங்களில் சொன்னபடி ஸம்ப்ரோக்ஷணம் (தீட்டு தோஷங்களைப் போக்கும் சடங்கு) செய்து, செல்வப் பிள்ளையின் எஞ்சிய உத்ஸவத்தை நடத்துகிறார்கள்.

– ஸ்ரீராமாநுஜரின் சரித்திர நூல் 'ப்ரபந்நாம்ருதமும்'

'**ஹ**ரிஜனங்கள்' என்று பெயரிட்ட காந்தியடிகளுக்கு முன்னோடியாக ஒடுக்கப்பட்ட மக்களுக்கு 'திருக்குலத்தார்' என்று பெயரிட்டவர் ஸ்ரீ ராமாநுஜர். இவருக்குப் பின் வைணவத்தில் சிறு மாற்றங்கள் கூட இன்றுவரை நிகழ்ந்ததாகத் தெரியவில்லை.

ஸ்ரீ ராமாநுஜர், திருக்குலத்தாரை கோயிலுக்குள் அனுமதித்தார் என்பது வைணவத்தில் அவர் செய்த சீர்திருத்தங்களில்

ஒன்றாகக் கருதப்படுகிறது. ஸ்ரீ ராமானுஜரின் சரித்திர நூலான ப்ரபந்நாம்ருதமும் (1983 பதிப்பு), Life and teachings of Sri Ramanuja என்ற நூலும் இதன் பின்னணியை விளக்குகின்றன.

இணையத்தில் தேடியபோது இதுகுறித்து கிடைத்த சில தகவல்கள் : 'மைசூருக்கு அருகில் உள்ள திருநாராயணபுரம் கோயில் உற்சவர் செல்வநாராயணரின் சிலை, ஒரு சமயம் டில்லி பாதுஷாவின் அரண்மனையில் இருந்தது. பாதுஷாவின் மகள் நாராயணர் மீது மிகுந்த பக்தி கொண்டிருந்தாள். ராமானுஜர் உற்ஸவரை மீட்க வடநாட்டுக்குப் புறப்பட்டார். இளவரசி அரண்மனையில் இல்லை. பாதுஷாவின் அனுமதியுடன் இளவரசியின் அந்தப்புரத்தில் செல்வநாராயணர் விக்ரஹத்தைக் கண்டார். அதை திருநாராயணபுரம் கோயிலுக்குக் கொண்டு வந்தார். பாதுஷாவின் மகள் பெருமாளைத் தேடி நாராயணபுரம் வந்துவிட்டாள்.

உற்சவ மூர்த்தியான செல்வப்பிள்ளையை தில்லி முகலாய மன்னரிடமிருந்து ஸ்ரீ ராமானுஜர் கொண்டுவரும் வழியில் எதிர்ப்பட்ட கள்ளர் கூட்டத்திடமிருந்து இப்பகுதியைச் சேர்ந்த தாழ்த்தப்பட்ட மக்கள் போராடி உற்சவ மூர்த்தியையும் ஸ்ரீ ராமானுஜரையும் காத்தனர்.

இதற்குக் கைம்மாறாக ஸ்ரீ ராமானுஜரின் ஆணைக்கிணங்க, தேர்த் திருவிழாவின் அடுத்த நாளிலிருந்து மூன்று நாட்கள் 'திருக்குலத்தார் உற்சவம்' கொண்டாடப்படுகிறது என்றும் குறிப்புகள் உண்டு.

இதே கதையை ஸ்ரீ ராமானுஜர் அவர்களது சரித்திர நூலான ப்ரபந்நாம்ருதம் குறிப்பிடுவதைக் கீழே தருகிறேன்;

திருக்குலத்தாருக்கு அருள்புரிதல்:

செல்வப்பிள்ளையை (திருநாராயணபுர உற்சவர் சிலை) அழைத்து வருவதற்காக எம்பெருமானாருக்குத் (ஸ்ரீ ராமானுஜருக்கு) துணையாகப் பேரன்போடு வந்திருந்தவர்களாய், நாலுவர்ணங்களிலும் கீழிழிந்தவர் களான வைஷ்ணவர்கள் விஷயமாக ஜகதாசார்யரான எம்பெருமானார் தம் கருணையாலே இந்த திவ்ய தேசத்தில் எப்போதும் நடைமுறையில் இருக்கும்படி ஒரு நித்யமான கட்டுப்பாட்டை ஏற்படுத்தினார். அவர்கள் கல்யாண ஸரஸ்ஸில் நீராடி (திருநாராயண-புரத்தில் உள்ள தீர்த்தம்), ப்ரஹ்மோத்ஸவத்தில் அந்த நாராயணன் ஸந்நிதியில் ஒவ்வொரு வருஷமும் மூன்று நாள் பிரவேசிக்கலாம் என்று நிர்ணயித்தார். அன்று முதல் அந்தத் திரு நாராயணபுரத்திலேயே ஜகதாசார்யரான யதிராஜரின் (ஸ்ரீ ராமானுஜரின்) ஆணையால் கீழிழிந்த ஜாதியைச் சேர்ந்த அனைவரும்

பகவத் பக்தியை உடையவர்களாய், அங்கு நடக்கும் திருநாரணன் ப்ரஹ்மோத்ஸவத்தில் ஒவ்வொரு வருஷமும் மூன்று தினங்கள் கல்யாண ஸரஸ்ஸில் நீராடி, ஊர்த்வ புண்ட்ரம் தரித்து, மங்களமானவர் களாய், பகவத் ஸந்நிதியில் நுழைந்து, பலிபீடம் வரையில் சென்று, பெருமாளுடைய விமானத்தைப் பிரதக்ஷிணம் செய்து, லோகநாதனான அவனைச் சடக்கென வணங்கி, அப்போதே அவ்வெம்பெருமானுக்கு எண்ணெயும், அரிசியும் ஸமர்ப்பித்துப் பேறுபெற்றவர்களாய் அந்தக் கோயிலிலிருந்து வெளிவருகிறார்கள்; அதற்குப்பின் அர்ச்சகர்கள் அந்த ஸந்நிதிக்கு ஆகமங்களில் சொன்னபடி ஸம்ப்ரோக்ஷணம் (தீட்டு தோஷங்களைப் போக்கும் சடங்கு) செய்து, செல்வப்பிள்ளையின் எஞ்சிய உத்ஸவத்தை நடத்துகிறார்கள். யதிராஜருடைய ஆணையால் தடையில்லாத இந்தக் கட்டுப்பாடு அந்தத் திருநாராயணபுரத்தில் இன்றும் காணப்படுகிறது.

'During the grand festival at Tirunarayanapura, the Pariahs are given free access into the sacred precincts of the temple. They bathe in the Kalyanasaras, wear the sacred caste-marks, penetrate into the temple as far as the High Altar (Balipitha), make the circuit of the courtyards, present their offerings of rice and oil, worship the deity from afar (at a distance), and depart after having been sumptuously (costly) entertained. Then the temple is purified and the festival goes on. And it holds even to this day.

Ramanuja gave them the name of Tirukkulattar (F¼,°ô˜î£˜) 'the Blessed Caste'. He gave them the privilege of entering the temples of Belur, SriRangam, and Melkote, once in a year; and the Brahmanas cannot complain of pollution, should they happen to be touched by the Pariahs on those occasions.'

இது சி.ஸி. ஸ்ரீ நிவாஸ ஐயங்கார் (தி லிட்டில் ப்ளவர் கம்பெனி) அவர்கள் எழுதிய 'Life and teachings of Sri Ramanuja' எனும் நூலில் குறிப்பிடப்படுகிறது.

திருக்குலத்தாரை கோயிலில் வருடத்திற்கு ஒரு முறையோ மூன்று முறையோ அதிலும் தூர நின்று பலிபீடம் வரை அனுமதித்தது, ஸ்ரீ ராமாநுஜர் காலத்தில் மிகப் பெரிய புரட்சியாக இருந்திருக்கலாம். ஆனால், கவனிக்க வேண்டிய விசயங்கள்- பலிபீடம் வரை மட்டுமே அனுமதிக்கப்பட்டதும், தூர நின்று வழிபாடு செய்வதற்கும், பெருமளவு பணம் அதற்காக திருக்குலத்தார் செலவு செய்தனர் என்பதே.

தவிர திருக்குலத்தார் கோயில் உள்ளே நுழைந்ததற்காகச் செய்யப் படும் 'ஸம்ப்ரோக்ஷணம்' என்பது தீட்டு, தோஷத்தைப் போக்குவதற்காகச் செய்யப்படும் சடங்கு ஆகும்.

இதை எல்லாக் கோயில்களிலும் வெவ்வேறு பெயர்களில் சூத்திரன், பெண்கள் மற்றும் untouchables கோயில்களுக்கு உள்ளே பலிபீடம் வரை வந்து செல்வதால் செய்கிறார்கள். இந்த வழக்கம் ஸ்ரீ ராமாநுஜர் காலத்திலேயே இருந்துள்ளதை மேலுள்ள இரு நூல்கள் மூலமாக அறிந்து கொள்ள முடிகிறது.

மேலெழுந்த வாரியாகப் பார்த்தால் சூத்திரர், பெண்கள், untouchables இவர்களைக் கோயிலுக்குள் அனுமதித்ததே மாற்றமாகத் தெரிந்தாலும், அவர்கள் வந்து போனபின்பு தீட்டுக் கழிக்கும் சடங்குகளான ஸம்ப்ரோக்ஷணம், பவித்ரோத்ஸவம், பெருஞ்சாந்தி, சாந்தி யோகம், குடமுழுக்கு இவை அனைத்தும் பொதுமக்களின் பணத்தைக் கொண்டோ, அறநிலையத் துறை (மக்களின் வரிப்பணம்) மூலமாகவோ செலவு செய்யப்பட்டு இன்று வரை நடத்திவைக்கப்படுகிறது. பெரும் பாலும் இந்தச் சடங்குகளுக்கு வடமொழிப் பெயர்கள் வழங்கப் படுவதால் பொதுமக்கள் ஏதோ முக்கியமான சடங்கோ, பூசையோ அர்ச்சகர்கள் செய்கிறார்கள் என எண்ணுகிறார்கள். இதன் உண்மையான அர்த்தம் பொது மக்களுக்கு இன்றும் தெரியாது.

இந்தத் தீட்டுச் சடங்குகள் பற்றி அரசாணை நகலோடு முன்பு பதிவு செய்திருக்கிறேன். ஆணை பிறப்பித்த அரசுக்கும் அறநிலையத் துறைக்கும் இதுபற்றி முழுமையாகத் தெரியாது.

சாதாரணமாக பொதுமக்கள் கோயிலுக்குள் போய் வந்தால் கடவுளுக்கே தீட்டும் தோஷமும் ஏற்படுகிறது எனும் மூட நம்பிக்கை களால் இன்றும் பெருமளவில் பொருட்செலவுகள் செய்து குடமுழுக்கு, கும்பாபிஷேகம், பவித்ரோத்ஸவம், பெருஞ்சாந்தி, சாந்தியோகம், ஸம்ப்ரோக்ஷணம் போன்ற பல ஏமாற்று வித்தைகள் நடப்பதை மக்கள் எப்போது புரிந்து கொள்வார்களோ?

◆

ஆதார நூல்கள்

1. ப்ரபந்நாம்ருதம் - முதல் பாகம் ஸ்ரீராமாநுஜ சரித்ரம், பதிப்பாசிரியர் ஸ்ரீ கிருஷ்ணஸ்வாமி அய்யங்கார் 1983ஆம் ஆண்டு பதிப்பு.
2. Life and teachings of Sri Ramanujacharya by C.R.Srinivasa Aiyengar, 1908 Edition.

ஸ்ரீ:

ஸ்ரீமதே ராமாநுஜாய நம:

குருபரம்பராப்ரபாவ ஸாரமான

ப்ரபந்நாம்ருதம்

(முதல் பாகம்—ஸ்ரீராமாநுஜ சரித்ரம்)

[ப்ரபந்நாம்ருத க்ரந்தம் எனும்
எளிய தமிழ் விளக்கத்துடன் கூடியது]

கிடைக்குமிடம் & பதிப்பாசிரியர்:—

ஸ்ரீ. கிருஷ்ணஸ்வாமி அய்யங்கார்,

அட்வகேட், M.A.B.L.,

'ஸ்ரீவைஷ்ணவ ஸுதர்சனம்' ஆசிரியர்,

3, புத்தூர் அக்ரஹாரம், திருச்சி-620 017.

ஸ்ரீ. ரா. ஸ்ரீ. கி. ஸ்ரீநிவாஸய்யங்கார் குடும்ப
தர்ம சொத்துக்களின் ஆதரவில் வெளியிடப்பெற்றது.

ட்ரஸ்டிகள்:-

S. கிருஷ்ணஸ்வாமிஅய்யங்கார், M.A.B.L.,அட்வகேட்.
S. ராம அய்யங்கார், B.Sc.B.L., அட்வகேட்.

விலை ரூ. 25.00. தபால் 3.00.

ஸ்ரீநிவாஸம் ப்ரஸ், புத்தூர் அக்ரஹாரம், திருச்சி.

५०. ततो दिल्लीश्वरः श्रीमान् पुत्रस्य दुहितुश्च सः।
तमद्भुततमं श्रुत्वा वृत्तान्तं सादरं मुहुः॥

५१. विस्मयं परमं प्राप दुःखं च स दयानिधिः।
विबुधैर्बोधितः सम्यक् दिल्लीशो भक्तिमान् हरौ॥

५२. श्रीमान् दुहितृवात्सल्यात् यतीन्द्रं जगतां गुरुम्।
पूजयित्वा महाभक्त्या संपत्पुत्राय सादरम्॥

५३. वराय बहुशः सम्यक् दिल्लीशः प्रददौ धनम्।
दिल्लीश्वरेण योगीन्द्रः पूजितो बहुधा तदा॥

५४. नारायणपुरे तत्र कञ्चित्कालमुवास सः।
संपत्सुतस्यानयने सहायार्थं समागताः॥

டில்லியரசனின் காணிக்கை

50-*54. அதற்குப்பின் பெருஞ்செல்வமுடைய டில்லி அரசன் தன் பிள்ளை, பெண் ஆகிய இருவரைப்பற்றிய அற்புதமான செய்தியைக் கேள்விப்பட்டு, அன்போடு மிகவும் வியப்புற்று, கருணையுடையவனாகையாலே துன்பத்தையுமடைந்தான். அறிவாளிகளால் நன்கு உணர்த்தப்பட்ட பெருஞ்செல்வமுடைய டில்லியரசன் நாராயணனிடம் ப$_4$க்தி உடையவனாகி, பெண்ணிடம் வாத்ஸல்யத்தினாலே ஜக$_3$தா$_3$சார்யரான யதிராஜரைப் பேரன்போடு ஆராதி$_4$த்து, தன்னுடைய மாப்பிள்ளையான செல்வப்பிள்ளைக்கு அன்போடு பெருஞ்செல்வத்தை ஸமர்ப்பித்தான். டில்லிராஜாவால் அப்போது பலவாறு ஆராதி$_4$க்கப்பெற்ற யதிராஜர் திருநாராயணபுரத்திலேயே சிறிதுகாலம் வாழ்ந்திருந்தார்.

திருக்குலத்தாருக்கு அருள்புரிதல்

54*-62. செல்வப்பிள்ளையை அழைத்துவருவதற்காக எம்பெருமானாருக்குத் துணையாகப் பேரன்போடு வந்திருந்த

५५. ये वर्णबाह्याः सद्भक्त्या सदेह कृपया तदा।
मर्यादां विदधे नित्यां वैष्णवानां जगद्गुरुः॥

५६. कल्याणसरसि स्नानं प्रवेशो विष्णुमन्दिरे।
महोत्सवे च त्रिदिनं प्रत्यब्दमिति निर्णयः॥

५७. तदाप्रभृति तत्रैव यादवाद्रौ जगद्गुरोः।
शासनादन्त्यजास्सर्वे हरिभक्तिपरायणाः॥

५८. प्रत्यब्दं त्रिदिनं तत्र सम्पत्सुनुमहोत्सवे।
कल्याणसरसि स्नात्वा चोर्ध्वपुण्ड्रधराः शुभाः॥

५९. विष्ण्वालये प्रविश्यान्तः बलिपीठान्तिकं गताः।
विमानं तत्परिक्रम्य प्रणम्याशु जगत्पतेः॥

வர்களாய், நாலுவர்ணங்களிலும் கீழிழிந்தவர்களான வைஷ்ணவர்கள் விஷயமாக ஜகத்₃கு₃ருவான எம்பெருமானார் தம் கருணையாலே இந்த தி₃வ்யதே₃ஶத்தில் எப்போதும் நடைமுறையில் இருக்கும்படி ஒரு நித்யமான கட்டுப்பாட்டை ஏற்படுத்தினார். அவர்கள் கல்யாண ஸரஸ்ஸில் நீராடி, ப்₃ரஹ்மோத்ஸவத்தில் அந்த நாராயணன் ஸந்நிதி₄யில் ஒவ்வொரு வருஷமும் மூன்றுநாள் ப்ரவேஶிக்கலாம் என்று நிர்ணயித்தார். அன்றுமுதல் அந்தத் திருநாராயணபுரத்திலேயே ஜகத்₃கு₃ருவான யதிராஜரின் ஆணையால் கீழிழிந்த ஜாதியைச் சேர்ந்த அனைவரும் ப₄க₃வத்₃ப₄க்தியை உடையவர்களாய், அங்கு நடக்கும் திருநாரணன் ப்₃ரஹ்மோத்ஸவத்தில் ஒவ்வொரு வருஷமும் மூன்று தினங்கள் கல்யாணஸரஸ்ஸில் நீராடி, ஊர்த்₄வ புண்ட்₃ரம் த₄ரித்து, மங்க₃ளமானவர்களாய், ப₄க₃வத் ஸந்நிதி₄யில் நுழைந்து, ப₃லிபீட₂ம்வரையில் சென்று, பெருமாளுடைய விமானத்தைப் பிரத₃க்ஷிணம் செய்து, லோகநாத₂னை அவனைச் சடக்கென வணங்கி, அப்போதே அவ்வெம்பெருமானுக்கு எண்ணெயும், அரிசியும் ஸமர்ப்

६०. तैलं च तण्डुलं तस्मै समर्प्य हरये तदा।
कृतार्था निर्ययुस्तस्मात्ते सर्वे हरिमन्दिरात्॥

६१. ततः संप्रोक्षणं सम्यक् कृत्वा तस्य यथाविधि।
अवशिष्टोत्सवं चक्रुः सम्पत्पुत्रस्य चार्चकाः॥

६२. यतीन्द्रशासनात्तत्र मर्यादैषा ह्यखण्डिता।
नारायणपुरे सेयमद्यापि परिदृश्यते॥

६३. स्वनाम्ना कारयित्वाथ मठं तत्र महत्तरम्।
सुखेन लक्ष्मणाचार्यस्तस्थौ श्रीमान् महायशाः॥

६४. अस्यैव महतो ह्यद्रेरभून्नामचतुष्टयम्।
सनत्कुमारो भगवान् पुरा कृतयुगे महान्॥

பித்துப் பேறுபேற்றவர்களாய் அந்தக் கோயிலிலிருந்து வெளிவருகிறார்கள்; அதற்குப்பின் அர்ச்சகர்கள் அந்த ஸந்நிதிக்கு ஆகமங்களில் சொன்னபடி ஸம்ப்ரோக்ஷணம் செய்து, செல்வப்பிள்ளையின் எஞ்சிய உத்ஸவத்தை நடத்துகிறார்கள். யதிராஜருடைய ஆணையால் தடையில்லாத இந்தக் கட்டுப்பாடு அந்தத் திருநாராயணபுரத்தில் இன்றும் காணப்படுகிறது.

நாலு யுகங்களில் யதுகிரி நாமங்கள்

63-*70 தம் திருநாமத்தைக்கொண்டு யதிராஜஜீயர் மடம் என்னும் பெரியமடத்தை அவ்வூரில் ஸ்தாபித்து, பெரும்புகழாளராய், கைங்கர்யச்செல்வம் நிறைந்தவரான ராமாநுஜர் திருநாராயணபுரத்தில் இனிது வாழ்ந்துவந்தார். இந்தப் பெரிய மலைக்கு (நாலு யுகங்களில்) நான்கு திருநாமங்கள் உண்டு. முதலாவதான கிருதயுகத்தில மஹா புருஷராய், ஜ்ஞாநாதிபரிபூர்ணரான ஸனத்குமாரர்

THE LIFE AND TEACHINGS OF SRI RAMANUJACHARYA

BY

C. R. SRINIVASA AIYENGAR, B. A.

1908.

Published by:
R. VENKATESHWAR & CO.,
Madras.

Copyright Registered.]

yearly, and annual.[1] He had a maṭha erected in the place for the accommodation of the faithful and selected fifty-two of his disciples to settle themselves in that holy spot and serve in the temple. He gave them the proud name of 'The Fifty-Two' and each had his own baptismal name when he was born in the Faith.

His father at Delhi came to know of the glories of his sainted son, and as a mark of his appreciation of the great honor done to his family, sent valuable presents of money and jewels to his Divine Son-in-law.

When the Master was returning from Delhi, he was attacked by robbers and was in danger of losing his dear Son, so miraculously recovered. Some low-caste men, Pariahs, who dwelt thereabout, offered to assist him, beat off the robbers and took the Master and his men to a place of safety; nor did they leave him until he was well on his way and out of danger. And in token of the disinterested help rendered him at that critical moment, the Master gave them a recognition—a rare one in those days, and one that shows the broad heart and the allembracing love of the Great One. During the grand festival at Tirunārāyaṇapura, the Pariahs are given free access into the sacred precincts of the temple. They bathe in the Kalyāṇasaras, wear the sacred caste-marks, penetrate into the temple as far as the High Altar (Balipīṭha), make the circuit of the courtyards, present their offerings of rice and oil, worship the deity from afar, and depart after having been sumptuously entertained. Then the temple is purified and the festival goes on. And it holds even to this day.—(Prap.)

Rāmānuja gave them the name of Tirukkulattār (திருக்குலத்தார்) 'the Blessed Caste.' He gave them the privilege of entering the temples of Bēlūr, Śrīrangam, and Mēlkote, once in a year; and the Brahmaṇas cannot complain of pollution, should they happen to be touched by the Pariahs on those occasions.—(G.L.R.)

[1] One day the Lord at Toṇḍanoor appeared to Toṇḍanoor Nambi in his sleep and said: "We desire to be taken to the house of Sampatkumāra and hunt with him." The Nambi communicated the wishes of the Lord to His followers, who accordingly took Him in sacred pomp to the shrine of Rāmapriya. The Master received Nambi kindly; caused the highest honors of the place to be shown him; and presented large offerings of various kinds of food to the Host and His Divine Guest. The fifty-two disciples of Nambi prayed for permission to partake of this; and the Master, who ever loved a joke, directed them to take it by force from the servants of the temple; whereat the fifty-two disciples of *his* clamoured loudly.

சிவபுராணத்தில் சில்லறைத்தனம்!

> "ஓ முனிவரே... பெண்களைப் பற்றி இன்னுமொரு ரகசியத்தைச் சொல்கிறேன். பெண்கள் ஆண்களைக் காணும் போதெல்லாம் அவர்களின் பிறப்புறுப்பில் ஈரம் கசியும்..."
>
> - சிவபுராணம், பாகம் - 3 உமா சம்ஹிதை, அத். 24

பதினெட்டு புராணங்களில் சிவபுராணமும் ஒன்று. இதை சிவ மஹா புராணம் என்றும் அழைப்பர். இந்த நூல் இழிவுபடுத்தியதைப்போல் பெண்களை வேறெந்த மதநூலும் இழிவுபடுத்தியதில்லை என்று துணிந்து கூறலாம். உமையொரு பாகனாய் பார்வதிக்குத் தன் உடலில் பாதியை அளித்து சிவன் பெண்மைக்கு முக்கியத்துவம் அளித்திருப்பதாகக் கூறிக் கொள்வோர் இதனை அவசியம் படிக்க வேண்டும்.

வியாச முனிவரால் இயற்றப்பட்ட பதினெட்டு மகா புராணங்களுள் சைவ சமய முழு முதற்கடவுளான சிவ பெருமானின் பெருமையை உரைக்கும் புராணங்கள் சிவபுராணங்களாகும். இவை தாமச புராணம் என்றும் அறியப்படுகின்றன.

சிவபுராணம் பாகம்-3, உமா சம்ஹிதை பகுதியில் 24ஆவது அத்தியாயத்தில் Nature of Women (Stri) பெண்களின் இயல்புகளைப் பற்றிக் குறிப்பிடப்பட்டுள்ளது (The Siva Purana – Part 3, Prof. J.L.Shastri, First Edition 1950). இதில்,

பஞ்சசூடை எனும் அப்ஸரஸ் பெண்மணி பெண்களின் இயல்புகளை நாரதரிடம் கூறுகிறாள். பெண்களைப் பற்றி ஒரு பெண்ணே கூறுகிறாள் (மஹாபாரதத்திலும் பெண்களைப் பற்றி இதே பகுதி உண்டு. அதுபற்றி அடுத்த கட்டுரையில்).

சிவபுராணத்தில் உள்ளதைத் தமிழில் மொழிபெயர்க்க மனம் கூசுவதால் ஆங்கிலத்தில் உள்ளதை அப்படியே கீழே தருகிறேன்;

Nature of Women (Stri):

Pancacuda said:—

1. O Narada, this is the defect in women. Even women of noble families, women with husbands and women endowed with beauty do not stand within the limits of decency.

2. There is none more sinning and more sinful than women. Women are at the root of all sins. This you know already.

3. They might have husbands of good knowledge, of ample wealth, of great comeliness and pleasing to them. But when they get opportunities for erring, they do not wait.

4. O holy lord, this is the evil practice of all of us, women, that we resort to sinful men casting off all shame and shyness.

5. Women love only those persons who solicit their company, who approach them intimately and who render them a little bit of service.

6. Women usually do not observe the limitations of conventional decency. If at all they stand by them with their husbands it is because no man makes advances to them or because they are afraid of their husbands.

7. There is no man not worthy of honour to women. They are not mindful of the age of the man. They carry on their dalliances with any man ugly or beautiful.

8. It is not due to fear, taunts or affection for their husbands or regard for their lineage that women remain loyal to their husbands.

9. Even women of noble families aspire for the life of lascivious women who in their prime of youth adorned with lovable ornaments and beautiful wearing garments move about frivolously.

10. Even the women who are honoured well, loved intimately and looked after with care become attached to hunchbacks, blind men, imbeciles and dwarfs.

11. O celestial sage, they become attached to lame and even despicable persons. O great sage, there is none in the world who cannot be approached by women with solicitations of lust.

12. O brahmin, if women do not get men for their dalliance they begin to indulge in abnormal sexual activity with one another. They do not stand by their husbands.

13. Women become desperate when they do not get men, when they are afraid of servants, when they are frightened of being killed or imprisoned.

14. Because they indulge in sexual intercourse as they please they are fickle-minded, of evil deeds and emotionally incomprehensible even to an intelligent man.

15. Fire is not satiated with the logs of wood it consumes; the ocean is not satiated with the rivers that flow into it. The god of death is not satiated with the living beings he kills and women are not satiated with the number of men they cohabit with.

16. O excellent sage, there is another secret of all women that immediately on seeing a man their vaginal passage begins to exude slimy secretions.

17. On seeing a man fresh and clean from his bath with his body perfumed with sweet scents, the vaginal passage of women begins to exude like water dripping from a leather bag.

18. Women do not brook their husbands who may give all that they love, who may honour and console them and who may look after them well.

19. Women do not remain satisfied and contented so much with simple loves and pleasures and with ornaments and money as with illicit love pursued by them with other men.

20. Women can be kept equally balanced against all these put together viz., god of death, Yama, Antaka, Patala, the submarine fire, the sharp edge of razor, poison, serpent and fire.

21. Ever since the five elements, the world, the men and women were created by Brahma, O Narada, the defect lies in women always.

-Siva Purana Part III, by J.L Shastri

இந்த ஓர் அத்தியாயம்தான் இந்த லட்சணத்தில் எழுதப்பட்டுள்ளதா என்றால் அதுதான் இல்லை. சிவபுராணத்தின் நான்கு பாகங்களும் இப்படியான வக்கிர ஆபாச விசயங்களைப் பேசுகிறது. உதாரணத்திற்கு பெண்களைப் பற்றி ஓரிரு ஸ்லோகங்கள்;

All the women too are equally crooked, whorish and sinful. Evil - tempered, loose in morals they are devoid of good behaviour and disciplined life. *(சிவ புராணம் பாகம்-1,* The Glory of Sivapurana, *அத். 3).*

Women too generally misbehave and err; they slight their husbands; they are inimical to their fathers - in law; fearlessly they pursue their nefarious activities. *(சிவ புராணம் பாகம்-1,* Vidyesvara Samhita, *அத். 1).*

A linga of pure crystal bestows all sorts of worldly enjoyment on women. The worship of the pedestal grants all cherished desires of the worshipper in this world. *(சிவ புராணம் பாகம்-1,* Vidyesvara Samhita, *அத். 18).*

ஆபாசமாக உள்ள இந்தக் கட்டுரையை எழுதுவதற்காக வருந்துகிறேன். உண்மையைப் புரிய வைக்க வேறு வழியில்லை.

ஆதார நூல்

The Siva Puvana Part III edited by Prof.J.L.Shastri First Edition, 1969.

♦

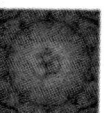

ANCIENT INDIAN TRADITION AND MYTHOLOGY

Vol. 3

THE ŚIVA-PURĀṆA

PART III

Edited by
PROF. J.L. SHASTRI

CHAPTER TWENTYFOUR

(*Women's nature*)

Vyāsa said:—

1. O sage, if you are pleased with me you shall narrate succinctly what was mentioned by Pañcacūḍā viz., that women are despicable.

Sanatkumāra said:—

2. I shall explain the nature of women as it is. O dear, listen to it, merely by hearing which excellent detachment results.

3. O sage, women are light-minded. They are at the root of all troubles. Attachment towards them should not be pursued by wakeful persons who desire liberation.

4. In this respect they quote an ancient tradition, the conversation of Nārada with the unchaste woman Pañcacūḍā.

5. Formerly, while the intelligent celestial sage Nārada was wandering in the worlds he saw the beautiful celestial damsel Pañcacūḍā.

6. The excellent sage Nārada asked the beautiful woman, the Apsaras—"O lady of beautiful waist, I have a certain doubt. Please explain it to me."

7. O brahmin, thus addressed the excellent celestial damsel replied—"If you consider me competent and if there is a proper subject, I shall explain."

Nārada said:—

8. O gentle lady, I shall never engage you in a subject beyond your scope. O lady of slender waist, I wish to hear from you the nature of women.

Sanatkumāra said:—

9. On hearing these words of that celestial sage the excellent Apsaras replied to that lord of sages, Nārada the excellent sage.

1552

Pañcacūḍā said:—

10. "O sage listen, being a woman I cannot censure women. You already know what women are and what their nature is.

11. O celestial sage, it does not behove you to urge me in such a question." After saying this the excellent Apsaras Pañcacūḍā kept quiet.

12. On hearing her excellent statement the most excellent of the celestial sages replied to her with a desire for the benefit of the worlds.

Nārada said:—

13. It may be wrong to make a false statement. There is no defect in speaking the truth. Know this, O lady of good waist and speak the truth.

Sanatkumāra said:—

14. Thus prompted, the sweet-smiling lady, resolved and immediately began to explain truthfully the permanent defects of women.

Pañcacūḍā said:—

15. O Nārada, this is the defect in women. Even women of noble families, women with husbands and women endowed with beauty do not stand within the limits of decency.

16. There is none more sinning and more sinful than women. Women are at the root of all sins. This you know already.

17. They might have husbands of good knowledge, of ample wealth, of great comeliness and pleasing to them. But when they get opportunities for erring, they do not wait.

18. O holy lord, this is the evil practice of all of us, women, that we resort to sinful men casting off all shame and shyness.

19. Women love only those persons who solicit their company, who approach them intimately and who render them a little bit of service."[291]

---

291. Pañca. Mitrabheda 142.

20. Women usually do not observe the limitations of conventional decency. If at all they stand by them with their husbands it is because no man makes advances to them or because they are afraid of their husbands.[292]

21. There is no man not worthy of honour to women. They are not mindful of the age of the man. They carry on their dalliances with any man ugly or beautiful.[293]

22. It is not due to fear, taunts or affection for their husbands or regard for their lineage that women remain loyal to their husbands.

23. Even women of noble families aspire for the life of lascivious women who in their prime of youth adorned with lovable ornaments and beautiful wearing garments move about frivolously.

24. Even the women who are honoured well, loved intimately and looked after with care become attached to hunchbacks, blind men, imbeciles and dwarfs.

25. O celestial sage, they become attached to lame and even despicable persons. O great sage, there is none in the world who cannot be approached by women with solicitations of lust.

26. O brahmin, if women do not get men for their dalliance they begin to indulge in abnormal sexual activity with one another. They do not stand by their husbands.

27. Women become desperate when they do not get men, when they are afraid of servants, when they are frightened of being killed or imprisoned.

28. Because they indulge in sexual intercourse as they please they are fickleminded, of evil deeds and emotionally incomprehensible even to an intelligent man.

29. Fire is not satiated with the logs of wood it consumes; the ocean is not satiated with the rivers that flow into it. The god of death is not satiated with the living beings he kills and women are not satiated with the number of men they cohabit with.[294]

292. Cp. Ibid. Mitrabheda 143.
293. Cp. Ibid. Mitrabheda 144.
294. Cp. Ibid. Mitrabheda 138.

30. O excellent sage, there is another secret of all women that immediately on seeing a man their vaginal passage begins to exude slimy secretions.

31. On seeing a man fresh and clean from his bath with his body perfumed with sweet scents, the vaginal passage of women begins to exude like water dripping from a leather bag.

32. Women do not brook their husbands who may give all that they love, who may honour and console them and who may look after them well.

33. Women do not remain satisfied and contented so much with simple loves and pleasures and with ornaments and money as with illicit love pursued by them with other men.

34. Women can be kept equally balanced against all these put together viz., god of death, Yama, Antaka, Pātāla, the submarine fire, the sharp edge of razor, poison, serpent and fire.

35. Ever since the five elements, the world, the men and women were created by Brahmā, O Nārada, the defect lies in women always.

Sanatkumāra said:—

36. On hearing her words Nārada was satisfied in his mind. Considering it to be the truth he became disinterested in them.

37. O Vyāsa, thus the nature of women as mentioned by Pañcacūḍā has been narrated to you. What other cause of detachment do you wish to hear?

மகளிரை இழிவுபடுத்தும் மகாபாரதம்

> பெரும்பாலும் பெண்கள் கெட்ட நடத்தையுடையவர்கள். பாவத்தில் மனமுள்ளவர்கள். உண்மையில்லாதவர்கள். வஞ்சகமுள்ளவர்கள். பெண்களைவிடக் கொடிய பாவமானது வேறு ஒன்றும் இல்லை...
>
> - மகாபாரதம் அநுசாஸன பர்வம்

பெண்களைப் பற்றி சிவபுராணம் கூறுவதை முந்தைய கட்டுரையில் எழுதியிருந்தேன். சிவபுராணத்தில் பெண்களைப் பற்றி சொல்லப்பட்ட அதே கருத்துக்கள் மகாபாரதத்திலும் உண்டு.

யுதிஷ்டிரர் (தர்மர்) பீஷ்மரிடம் பெண்களின் இயற்கையைப் பற்றி விளக்கும்படி கேட்கிறார். அதற்கு பீஷ்மர் இதிகாசம் ஒன்றில் நாரதரின் கேள்விக்கு தேவலோக அப்ஸரஸ் பெண்ணான பஞ்சசூடையிடம் பெண்களின் இயற்கையைப் பற்றி கேள்வி கேட்பதாகவும் அதற்கு பஞ்சசூடை சொல்லும் பதிலை யுதிஷ்டிரருக்கு கூறுவதாகவும் மகாபாரதம் அநுசாஸன பர்வம் 73 ஆவது அத்தியாயத்தில் கூறப்பட்டுள்ளது.

புகழ்பெற்ற கும்பகோணம் பதிப்பான மகாபாரதம் - அநுசாஸன பர்வத்தில் உள்ள தமிழாக்கத்தை கீழே தருகிறேன். தமிழில் மொழிபெயர்த்தவர் கும்பகோணம் காலேஜ் ரிடயர்ட் சமஸ்கிருத பண்டிதர் மஹாவித்வான் சதாவதானம் ஸ்ரீ உபய வே. தி. ஈ. ஸ்ரீ நிவாஸாரியார் அவர்கள். 1923 ஆம் ஆண்டு பதிப்பு.

பஞ்சசூடை நாரதருக்கு பெண்களின் இயற்கை பற்றிக் கூறுவது இதுதான்;

நாரதரே!

நல்லகுலத்திற் பிறந்தவர்களும் அழகுள்ளவர்களும் சிறந்த கணவனுள்ளவர்களுமாயிருந்தும் ஸ்திரீகள் கட்டுப்பாடுகளில் நிற்பதில்லை. அது ஸ்திரீகளிடத்திலுள்ள குற்றம். ஸ்திரீகளைப் பார்க்கிலும் மிகப்பாவமான பொருள் மற்றொன்றுமில்லை. ஸ்திரீகள் தாமே பாவங்களுக்கு வேர்.

பெண்கள் விருப்பம் வந்தபோது, ஐசுவரியமும் அழகுமுள்ளவர்களும் தங்களுக்குட்பட்டிருப்பவர்களுமாகக் கணவர்களைத் தெரிந்து கொள்ளும்படி பொறுத்துப் பரிசோதிக்கத் திறமையற்றவர்.

பிரபுவே! மிக்கபாவிகளான புருஷர்களையும் நாங்கள் வெட்கத்தை விட்டு அடைகிறோம். பெண்களாகிய எங்களிடத்திலுள்ள பெரிய அதர்மம் இது. எவன் தம்மை வேண்டி, கிட்டப்பழகி, சிறிது உபசாரமும் செய்கிறானோ அவனையே பெண்கள் விரும்புகின்றனர்.

புருஷர்கள் வேண்டாமையினாலும் சுற்றியிருக்கும் ஜனங்களிடம் பயத்தினாலும் பெண்கள் கணவர்களுக்குக் கட்டுப்பட்டிருக்கிறார்கள். உண்மையில் அவர்கள் கட்டிலகப்படாதவர்கள். இவர்கள் சேரக் கூடாதவன் எவனுமில்லை.

இவர்களுக்குப் புருஷன் பிராயத்தைப்பற்றியும் கவனமில்லை. அழகில்லாதவனையும் அழகுள்ளவனையும் ஆண்பிள்ளையென்றே அனுபவிப்பார்.

பரலோக பயத்தினாலாவது அன்பினாலாவது பொருளுக்காகவாவது சுற்றத்தாருக்காகவாவது குலத்திற்காகவாவது பெண்கள் கணவர்களிடம் கட்டுப்பட்டு நிற்பதில்லை.

குலப்பெண்களும் இளமைப் பருவத்திலிருந்து கொண்டு அழகான ஆபரணங்களோடும் ஆடைகளோடுமிருக்கும் ஸ்வதந்திரமாயுள்ள வேசிப்பெண்களைப்போலிருக்க ஆசைப்படுகின்றனர்.

கணவர்களால் நேசிக்கப்பட்டும் அடிக்கடி கௌரவிக்கப்பெற்றும் காப்பாற்றப்பட்டுமிருக்கிற பெண்களும் கூனர், குருடர், அசடர், குள்ளர் இவர்களோடும் சேர்ந்துவிடுகின்றனர்.

தேவரிஷியே! மஹரிஷியே! இவ்வுலகத்தில் ஸ்திரீகள் சேரத்தகாதவன் முடவர்களிலும் மற்ற எந்த இழிவான மனிதர்களிலும் எவனுமில்லை.

பிராம்மணரே! புருஷர்களை அடைவது எவ்வகையிலும் சரிப்படாமற் போகும்போது பெண்களே ஒருவரிடம் ஒருவர் பிரவிருத்திக்கிறார்கள்; கணவர்களிடத்தில் கட்டுப்பட்டு நிற்பதில்லை.

பெரும்பாலும் பெண்கள் கெட்ட நடையுடையவர்கள்; பாவத்தில் மனமுள்ளவர்கள்; உண்மையில்லாதவர்கள்; வஞ்சகமுள்ளவர்கள்; சிறந்த ஞானிகளைப் பாராதவர்கள் என்றறியலாம்.

புருஷர்கள் கிடையாமையாலும் சேர்ந்த ஜனங்களிடத்தில் அச்சத்தினாலும் அடிக்கும் சிறைக்கும் பயந்தும் பெண்கள் தங்களைக் காப்பாற்றிக் கொண்டிருக்கின்றனர்.

அவர்கள் நிலையற்ற ஸ்வபாவமுள்ளவர்கள். அவர்களை ஸந்தோஷப்படுத்துவது கடினம். இவ்வுலகத்தில் மிகத் தெரிந்த புருஷனும் அவர்கள் எந்த எண்ணத்தோடிருக்கிறார்களோ அந்த எண்ணத்தைத் தெரிந்துகொள்வது கடினம்.

அக்னி விறகுகளினால் திருப்தியடைவதில்லை; கடல் நதிகளினால் நிரம்புவதில்லை; யமன் ஸர்வப்ராணிகளாலும் நிரம்புவதில்லை; பெண்களும் புருஷர்களால் நிரம்புவதில்லை.

தேவரிஷியே! இதுநிற்க, மற்றொரு ரகஸ்யமும் எல்லா ஸ்திரீகளுக்குமுள்ளது. வேறுபுருஷனைக் கண்டவுடன் பெண்களின் மனம் வேறுபடுகிறது.

வேண்டினவற்றையெல்லாம் கொடுப்பவனும் கௌரவமாகவும் நயமாகவும் நடத்துகிறவனும் காப்பாற்றுகிறவனுமான கணவனையும் கெட்ட பெண்கள் நினைப்பதில்லை.

புணர்ச்சியினாலுண்டான ஸுகத்தை விரும்புவது போல மிக்க விருப்பமான பொருள் நிரம்பியிருப்பதையும் அலங்காரங்களையும் மதிப்பதில்லை.

எல்லாரையும் அழிப்பவனும் எல்லாவற்றையும் முடிப்பவனுமாகிய யமன் பாதாளத்திலிருக்கும் வடவாமுகாக்கினி (குதிரை முகம் கொண்ட தீ) கத்திமுனை ஸர்ப்ப விஷம் அக்னி இவையெல்லாம் ஒருதட்டு; பெண்கள் ஒரு தட்டு.

நாரதரே! பிருதிவி, அப்பு, தேயு, வாயு ஆகாயம் என்னும் ஐந்து மகாபூதங்களும் உலகங்களும் ஆண் பெண்களும் எதிலிருந்து பிரம்மாவினால் படைக்கப்பட்டனரோ அந்த மூல காரணத்திலிருந்தே பெண்களின் குற்றங்களும் படைக்கப்பட்டிருக்கின்றன என்று சொன்னாள் என்றார்.

பெண்களின் கெட்ட இயற்கை பற்றி யுதிஷ்டிரர் பீஷ்மரிடம் மேலும் விளக்கம் கேட்க, அதற்கு பீஷ்மர் விளக்கம் அளிக்கிறார்;

இந்த ஸ்த்ரீகள் தங்கள் மாயைகளினால் புருஷர்களை ஏமாற்று கின்றனர். அவர்கள் கைக்குள் அகப்பட்ட ஆண்பிள்ளை ஒருவனும் விடுபடுவதில்லை.

பசுக்கள் புதிய புல்லை மேய்வதுபோல அவர்கள் புதிய புதிய மனிதர்களைப் பிடிக்கின்றனர். சம்பரன், நமுசி, பலி, லவணன் இவர் களுக்குத் தெரிந்த மாயைகளனைத்தையும் பெண்கள் அறிந்திருக்கின்றனர்.

அவர்கள் நகைப்பவனோடு நகைப்பர்; அழுபவனோடு அழுவர்; வேண்டாதவனையும் காலம் நேரும்போது சொற்களினால் வசப்படுத்துவர்.

ஒருவன் ஆயிரம் நாவுள்ளவனாகவும் ஒரு நூற்றாண்டு ஜீவிப்பவனாகவும் வேறு காரியமில்லாதவனாகவுமிருந்தாலும் ஸ்த்ரீகளின் குற்றங்களை முற்றும் சொல்ல முடியாமலே மரணமடைவான்.

சுக்ரருக்குத் தெரிந்த நீதிசாஸ்திரமும் பிருஹஸ்பதிக்குத் தெரிந்த நீதிசாஸ்திரமும் பெண்கள் புத்திக்கு மேற்படா. அவர்களைப் புருஷர்கள் ரக்ஷிப்பதெப்படி?

வீரனே! அவர்கள் பொய்யை மெய்யென்பர்; மெய்யைப் பொய்யென்பர். இப்படி சாதிப்பவர்களை இந்தப்புருஷர்கள் அடக்குவது எப்படி?

அநேகம் குற்றங்களுக்கிடமும் சுத்தமற்றதுமாகிய பெண்களின் தேகத்தில் புருஷர்கள் பற்று வைத்திருப்பது ஆச்சரியம்.

இதைத் தொடர்ந்து பெண்களை காப்பது கடினம் என்பதற்கு உதாரணமாக குருபத்தினி ருசி என்பவளை (தேவசர்மா ரிஷியின் பத்தினி) சீடரான விபுலர் அவளது உடம்புக்குள் புகுந்து இந்திரனிடமிருந்து காத்த கதையினை யுதிஷ்டிரருக்கு பீஷ்மர் விளக்குகிறார். பெண்களைப் பற்றி பீஷ்மர் மேலும் கூறுவதாவது;

புத்ரனே! பெண்களைவிடக் கொடிய பாவமானது வேறு ஒன்றுமில்லை.

ராஜனே! பெண்களே எரியுந் தீ. அவர்கள் மயனுடைய கைகள்; கத்திமுனை, விஷம், ஸர்ப்பம், யமன் இவையெல்லாம் ஒரு தட்டிலும் பெண்கள் ஒரு தட்டிலுமிருப்பவர்.

சிறந்த கைகளையுடையவனே! இந்த ஜனங்களெல்லாரும் தர்மிஷ்டர்களென்று நாமும் கேட்டிருக்கிறோம். அவர்கள் தாங்களே தேவத் தன்மையையடைந்தனர். அதனால் தேவர்களுக்குப் பயமுண்டாயிற்று.

பகைவரையடக்குகிறவனே! அந்தத் தேவர்கள் உடனே பிரம்ம தேவரிடம் சென்று தங்கள் கருத்தைத் தெரிவித்துப் பேசாமல் தலைகுனிந்து நின்றனர். பிரபுவான அந்தப் பிரம்மதேவர் அந்தத் தேவர்களின் கருத்தையறிந்து மனிதர்களை மயக்குவதற்காகப் பேய்கள் போன்ற பெண்களைப் படைத்தார்.

குந்திபுத்ரனே!

சிருஷ்டியின் ஆரம்பத்தில் இவ்வுலகத்திலுள்ள பெண்கள் கற்புள்ளவர்களாயிருந்தனர். பிரம்ம தேவர் படைத்த பின்தான் கற்பில்லாத பிசாசுகள் உண்டாயின. அந்தப் பிரம்மதேவர் அந்த ஸ்த்ரீகளுக்கு வேண்டின அளவு காம ஸுகங்களைக் கொடுத்தார்.

சிற்றின்பத்தில் ஆசைப்பட்ட அந்தப் பெண்கள் புருஷர்களை எக்காலமும் பீடித்தனர். தேவசிரேஷ்டரான பிரம்மதேவர் காமத்துக்குத் துணையாகக் கோபத்தைப் படைத்தார்.

ஸ்த்ரீகளுக்கு எந்தக் கிரிகைகளும் இல்லையென்பது தர்ம சாஸ்திரத்தின் நிச்சயம்.

ஸ்த்ரீகள் வீரியமில்லாதவர்கள்; சாஸ்திரமில்லாதவர்கள். ஸ்த்ரீகள் பொய்யென்று சுருதி சொல்லுகிறது.

படுக்கை, உட்காருதல், அலங்காரங்கள், உண்பது, குடிப்பது, அயோக்கிய தனம், கெட்டவாக்கு, கெட்டஎண்ணம், புணர்ச்சியின்பம் இவற்றைப் பிரம்மதேவர் ஸ்த்ரீகளுக்களித்தார்.

புருஷர்கள் அவர்களை ரக்ஷிப்பது எவ்வகையிலும் முடியாது. அப்பா! உலகத்தைப் படைத்தவராலேயே முடியாதே. மற்றவர்களால் ஏது? சொல்லினாலும் அடிப்பதனாலும் கட்டுப்படுத்துவதனாலும்

பலவகைகளாகப் பீடிப்பதனாலும் பெண்களை அடக்கமுடியாது. அவர்கள் எப்போதும் கட்டுப்படாதவர்கள்.

குந்திபுத்ரனே!

ஆதலால், உனக்குச் சொல்லுகிறேன். பெண்களை எப்போதும் பாதுகாக்கவேண்டும். நல்லது கெட்டது இரண்டும் அவர்களிடத்தில் எப்போதும் காணப்படுகின்றன.

அரசனே! கற்பில்லாதவர்களும் ஒழுக்கங்கெட்டவர்களும் குலத்தைக் கெடுப்பவர்களும் பாவஞ் செய்யத் துணிந்தவர்களுமான பெண்களை உடம்பினோடு பிறந்த துர்லக்ஷணங்களினாலேயே அறியலாம்.

ராஜசிரேஷ்டனே! அவர்களை இவ்வகையாகக் காப்பது மகாத்மாக்களுக்குத்தான் கூடும். மற்றவகையில் பெண்களைக் காப்பது முடியாது.

புருஷசேஷ்டனே! இவர்கள் கொடியவர்கள்; அதிக சாமர்த்திய முள்ளவர்கள். இவர்களுக்கு அன்புக்குரியவன் யாருமில்லை. புணர்ச்சியில் சேருகிறவரெல்லாம் அன்பர்களே.

பரத ஸ்ரேஷ்டனே! இவர்கள் பிசாசங்கள்; வசப்படுத்த முடியாதவர்கள்; நன்றிகெட்டவர்கள்.

பாண்டுபுத்ரனே! இவர்களுக்கு ஒரு புருஷனிடத்திலும் அன்புண்டாவதில்லை.

ராஜசிரேஷ்டனே! எல்லா வகையாலும் ஜாக்ரதையுள்ளவன் எல்லாக் கார்யங்களிலும் சரியாயிருப்பான். ஆனால், அந்த விபுலர் ஒருவர்தாம் பெண்ணைப் பாதுகாத்தவர்.

அரசனே! பெண்களைக் காப்பாற்றும் திறமையுள்ளவன் இம்மூவுலகங்களிலும் வேறு எவனுமில்லை என்றார்.

இதைத் தொடர்ந்து எப்படிப்பட்ட பெண்ணை விவாஹம் செய்வது பற்றி பீஷ்மர் விளக்குகிறார் அதில், பிராமணனுக்கு மூன்று வர்ணத்துப் பெண்களும் மனைவிகளாகலாம்; க்ஷத்திரியனுக்கு இரண்டு வர்ணத்தவர்களுமாகலாம். வைசியன் தன் ஜாதியிலேயே மனைவியை அடையவேண்டும். இவர்களிடத்திலுண்டாகும் ஸந்ததி நன்மைக்காகும்.

பிராமணனுக்குப் பிராமண ஜாதிய பெண்ணும், க்ஷத்ரியனுக்கு க்ஷத்ரிய ஜாதிப் பெண்ணும் மிகச் சிறந்தவர். போகத்திற்காகச் சூத்திர

ஜாதிப் பெண்ணும் இருக்கலாமென்று சிலரும் கூடாதென்று மற்றும் சிலரும் கூறுகின்றனர்.

சூந்திரப் பெண்ணினிடத்தில் ஸந்ததியுண்டாவதைப் பெரியோர் அங்கீகரிப்பதில்லை. சூத்திரப் பெண்ணிடம் ஸந்ததியை யுண்டாக்கும் பிராமணன் பிராயச்சித்தத்திற்குரியவனாகச் சாஸ்திரத்தில் விதிக்கப் படுகிறான். (அதாவது அவர்கள் பிராயசித்த பரிகாரங்களைச் செய்ய வேண்டும்).

பெண்களுக்கு யாகமும் சிராத்தமும் உபவாஸமும் ஒன்றுமில்லை. தம் கணவனுக்குப் பணிவிடை செய்வதுதான் தர்மம். அதனாலேதான் அவர்கள் ஸ்வர்க்கத்தை ஜயிப்பார்கள். இளமையில் தந்தையும் பருவத்திற் கணவனும் முதுமையில் புத்திரர்களும் காப்பாற்றுகின்றனர். ஆதலால், பெண்கள் ஸ்வதந்திரமாயிருக்கத்தகாது.

புத்திசாலியான மனிதன் சாஸ்திரத்தில் உபதேசித்தபடி ஆராய்ந்து தனக்கு விதிக்கப்பட்ட பெண்களிடத்தில் ஸந்ததிகளை உண்டாக்க வேண்டும்.

ஈன ஜாதிகளிற் பிறந்த புத்ரன் ஜலத்தில் நீந்தப் போகிறவனைக் கல்லமிழ்த்துவது போல அமிழ்த்தி விடுவான்.

உலகத்தில் தெரியாதவனையும் தெரிந்தவனையும் பெண்கள் காமத்துக்கும் குரோதத்திற்கும் உட்படுத்திக் கெட்ட வழியில் கொண்டு போகத் திறமையுள்ளவர்கள்.

புருஷர்களைக் கெடுப்பதென்பது பெண்களின் இயற்கை. தெரிந்தவர்கள் பெண்களிடத்தில் மிகப்பற்று வைப்பதில்லை என்றார்.

★★★

புராணங்கள், தர்ம சாஸ்திர, ஸ்மிருதி நூல்கள் அனைத்திலும் பெண்கள் பிறவியிலேயே தோஷமானவர்கள், பிசாசு என மிகக் கேவலமாக சித்தரிக்கப்பட்டுள்ளதைப் போன்று வேறு மத நூல்களில் இல்லை.

தமிழ் மொழிபெயர்ப்பில் நாகரீகம் கருதி சொற்கள் பல மோசமான வார்த்தைப் பிரயோகங்கள் இல்லாமல் இருப்பதை ஆங்கில மொழியாக்கத்தினை வாசிக்கிறவர்களால் உணர இயலும். இத்துடன் ஆங்கில மொழியாக்கம் The Mahabharata Vol XI - Anusasana Parva, by Pratap Chandra Roy நூலின் பக்கங்கள் இணைக்கப்பட்டுள்ளது.

♦

ஸ்ரீ

ஸ்ரீ மஹாபாரதம்.

அநுசாஸனபர்வம்.

கும்பகோணம் காலேஜ், ரிடயர்ட் ஸம்ஸ்க்ருதபண்டிதர்

மஹாவித்வான்

சதாவதானம், ஸ்ரீ - உ - வே.

தி. ஈ. ஸ்ரீநிவாஸாசாரியர்

அவர்களால் மொழிபெயர்க்கப்பெற்று,

கும்பகோணம் காலேஜ், ரிடயர்ட் தமிழ்ப்பண்டிதர்

ம. வீ. இராமானுஜாசாரியரால்

பதிப்பிக்கப்பெற்றது.

விலை ரூபா 6 : தபால்சார்ஜ் வேறு.

MADRAS :

PRINTED AT THE COMMERCIAL PRESS,

TRIPLICANE,

1923

(*All Rights Reserved.*)

ரிஷியே! நான் பெண்ணாயிருத்தலால் பெண்களைத் தூஷிக்கமாட்டேன். பெண்கள் எவர்களென்பதும் எப்படிப்பட்ட இயற்கையுள்ளவர்களென்பதும் உமக்குத் தெரிந்தவைதாம். இவ்வகையான காரியத்தில் என்னை நீர் ஏவத்தகாது' என்று மறுமொழி சொன்னாள். அந்தத் தேவரிஷியானவர் அவளைப்பார்த்து, 'அழகிய இடையுள்ளவளே! உண்மையைச் சொல். பொய்சொல்வதில் பாவமுண்டாகும். உண்மைசொல்லுவதில் தோஷமில்லையே?' என்றுகூறினர். அழகானநகையுள்ள அந்த அப்ஸரஸ் இவ்வாறு நாரதர் கேட்டமையால் சொல்வதாக நிச்சயம்செய்துகொண்டாள். பெண்களிடம் எக்காலமுமுள்ள உண்மையான குற்றங்களைச் சொல்லத்தொடங்கினள்.

'நாரதரே! நல்லகுலத்திற்பிறந்தவர்களும் [1] அழகுள்ளவர்களும் சிறந்தகணவனுள்ளவர்களுமாயிருந்தும் ஸ்திரீகள் கட்டுப்பாடுகளில் நிற்பதில்லை. அது ஸ்திரீகளிடத்திலுள்ள குற்றம். ஸ்திரீகளைப்பார்க்கிலும் மிகப்பாவமானபொருள் மற்றொன்றுமில்லை. ஸ்திரீகள்தாமே பாவங்களுக்கு வேர். அது உமக்குத்தெரியுமே. பெண்கள் விருப்பம்வந்தபோது, ஐசுவரியமும் அழகுமுள்ளவர்களும் தங்களுக்குட்பட்டிருப்பவர்களுமாகக் கணவர்களைத் தெரிந்துகொள்ளும்படி பொறுத்துப் பரிசோதிக்கத் திறமையற்றவர். பிரபுவே! மிக்கபாவிகளான புருஷர்களையும் நாங்கள் வெட்கத்தைவிட்டு அடைகிறோம். பெண்களாகிய எங்களிடத்திலுள்ள பெரிய அதர்மம் இது. எவன் தம்மை வேண்டி, கிட்டப்பழகி, சிறிதுஉபசாரமும் செய்கிறானோ அவனையே பெண்கள் விரும்புகின்றனர். புருஷர்கள் வேண்டாமையினாலும் சுற்றியிருக்கும் ஜனங்களிடம் பயத்தினாலும் பெண்கள் கணவர்களுக்குக் கட்டுப்பட்டிருக்கிறார்கள். உண்மையில் அவர்கள் கட்டிலகப்படாதவர்கள். இவர்கள் சேரக்கூடாதவன் எவனுமில்லை. இவர்களுக்குப் புருஷன் பிராயத்தைப்பற்றியும் கவனமில்லை. அழகில்லாதவனையும் அழகுள்ளவனையும் ஆண்பிள்ளையென்றே அனுபவிப்பார். பரலோகபயத்தினாலாவது அன்பினாலாவது பொருளுக்காகவாவது சுற்றத்தாருக்காகவாவது குலத்திற்காகவாவது பெண்கள் கணவர்களிடம் கட்டுப்பட்டுநிற்பதில்லை. குலப்பெண்களும் இளமைப் பருவத்திலிருந்துகொண்டு அழகான ஆபரணங்களோடும் ஆடைகளோடுமிருக்கும் ஸ்வதந்திரமாயுள்ள வேசிப்பெண்களைப்போலிருக்க ஆசைப்படுகின்றனர். கணவர்களால் நேசிக்கப்பட்டும் அடிக்கடி கௌரவிக்கப்பெற்றும் காப்

[1] அழகுள்ளவர்கள் குணமுள்ளவர்களாயிருப்பார்களென்பது கொள்கை.

பார்க்கப்பட்டுமிருக்கிற பெண்களும் † கூனர், குருடர், அசடர், குள்ளர் இவர்களோடும் சேர்ந்துவிடுகின்றனர். தேவரிஷியே! மஹரிஷியே! இவ்வுலகத்தில் ஸ்திரீகள் சேரத்தகாதவன் முடவர்களிலும் மற்ற எந்த இழிவான மனிதர்களிலும் எவனுமில்லை. பிராம்மணரே! புருஷர்களை அடைவது எவ்வகையிலும் சரிப்படாமற்போகும்போது பெண்களே ஒருவரிடம் ஒருவர் பிரவிருத்திக்கிறார்கள்; கணவர்களிடத்தில் கட்டுப்பட்டு நிற்பதில்லை. பெரும்பாலும் பெண்கள் கெட்டநடையுடையவர்கள்; பாவத்தில் மனமுள்ளவர்கள்; உண்மையில்லாதவர்கள்; வஞ்சகமுள்ளவர்கள்; சிறந்த யோனிகளைப் பாராதவர்கள்' என்றறியலாம். புருஷர்கள் கிடையாமையாலும் சொந்த ஜனங்களிடத்தில் அச்சத்தினாலும் அடிக்கும் சிறைக்கும் பயந்தும் பெண்கள் தங்களைக் காப்பாற்றிக்கொண்டிருக்கின்றனர். அவர்கள் நிலையற்ற ஸ்வபாவமுள்ளவர்கள். அவர்களை ஸந்தோஷப்படுத்துவது கடினம். இவ்வுலகத்தில் மிகத் தெரிந்தபுருஷனும் அவர்கள் எந்த எண்ணத்தோடிருக்கிறார்களோ அந்த எண்ணத்தைத் தெரிந்துகொள்வது கடினம். அக்நி விறகுகளினால் திருப்தியடைவதில்லை; கடல் நதிகளினால் நிரம்புவதில்லை; யமன் ஸர்வப்ராணிகளாலும் நிரம்புவதில்லை; பெண்களும் புருஷர்களால் நிரம்புவதில்லை. தேவரிஷியே! இது நிற்க, மற்றொரு ரகஸ்யமும் எல்லா ஸ்திரீகளுக்குமுள்ளது. வேறுபுருஷனைக் கண்டவுடன் பெண்களின் * மனம் வேறுபடுகிறது. வேண்டினவற்றையெல்லாம் கொடுப்பவனும் கௌரவமாகவும் ப்ரியமாகவும் நடத்துகிறவனும் காப்பாற்றுகிறவனுமான கணவனையும் கெட்டபெண்கள் நினைப்பதில்லை. புணர்ச்சியினாலுண்டான ஸுகத்தை விரும்புவதுபோல மிக்க விருப்பமான பொருள் நிரம்பியிருப்பதையும் அலங்காரங்களையும் பொருட்குவியலையும் மதிப்பதில்லை. எல்லாரையுமழிப்பவனும் எல்லாவற்றையும் முடிப்பவனுமாகிய யமன் பாதாளத்திலிருக்கும் வடவாமுகாக்நி கத்திமுனை ஸர்ப்பவிஷம் அக்நி இவையெல்லாம் ஒருதட்டு; பெண்கள் ஒருதட்டு. நாரதரே! பிருதிவி அப்பு தேயு வாயு ஆகாயம் என்னும் ஐந்து மகாபூதங்களும் உலகங்களும் ஆண்பெண்களும் எதிலிருந்து பிரம்மாவினால் படைக்கப்பட்டனரோ அந்த மூலகாரணத்திலிருந்தே பெண்களின் குற்றங்களும் படைக்கப்பட்டிருக்கின்றன' என்று சொன்னாள்" என்றார்.

† இவர்கள் அந்தப்புரங்களில் போதுபோக்காயிருப்பவர்கள்.

* மூலத்தில் வேறுவிதமாயிருக்கிறது.

THE MAHABHARATA

OF

KRISHNA-DWAIPAYANA VYASA

Translated into English prose from the original Sanskrit Text.

BY

PRATAP CHANDRA ROY, C. I. E.

VOL XI
ANUSASANA PARVA

ORIENTAL PUBLISHING CO.
11D, ARPULI LANE
CALCUTTA

ANUSASANA PARVA

"Panchachuda said, 'Even if high born and endued with beauty and possessed of protectors, women wish to transgress the restraints assigned to them. This fault truly stains them, O Narada! There is nothing else that is more sinful than women. Verily, women are the root of all faults. That is certainly known to thee, O Narada! Women, even when possessed of husbands having fame and wealth, of handsome features and completely obedient to them, are prepared to disregard them if they get the opportunity. This, O puissant one, is a sinful disposition with us women that, casting off modesty, we cultivate the companionship of men of sinful habits and intentions. Women betray a liking for those men who court them, who approach their presence, and who respectfully serve them to even a slight extent. Through want of solicitation by persons of the other sex, or fear of relatives, women, who are naturally impartinent of all restraints, do not transgress those that have been ordained for them, and remain by the side of their husbands. There is none whom they are incapable of admitting to their favours. They never take into consideration the age of the person they are prepared to favour. Ugly or handsome, if only the person happens to belong to the opposite sex, women are ready to enjoy his companionship. That women remain faithful to their lords is due not to their fear of sin, nor to compassion, nor to wealth nor to the affection that springs up in their hearts for kinsmen and children. Women living in the bosom of respectable families envy the condition of those members of their sex that are young and well-adorned with jewels and jems and that lead a free life. Even those women that are loved by their husbands and treated with great respect, are seen to bestow their favours upon men that are hump-backed, that are blind, that are idiots, or that are dwarfs. Women may be seen to like the companionship of even those men that are destitute of the power of locomotion or those men that are endued with great ugliness of features. O great Rishi, there is no man in this world whom women may regard as unfit for companionship. Through inability to obtain persons of the opposite sex, or fear of relatives, or fear of death and imprisonment, women remain, of themselves, within the restraints prescribed for them. They are exceedingly restless, for they always hanker after new companions. In consequence of their nature being unintelligible, they are incapable of being kept inobedience by affectionate treatment. Their disposition is such that they are incapable of being restrained when bent upon transgression. Verily, women are like the words uttered by the wise.[1] Fire is never satiated with fuel. Ocean can never be filled with the waters that rivers bring unto him. The Destroyer is never satiated with slaying even all living creatures. Similarly, women are never satiated with men. This, O celestial Rishi, is another mystery connected with women. As soon as they see a man

---

1 Such words are unseizable and unintelligible for their depth of meaning. Women are equally unseizable and unintelligible.—T.

of handsome and charming features, unfailing signs of desire appear on their persons. They never show sufficient regard for even such husbands as accomplish all their wishes, as always do what is agreeable to them and as protect them from want and danger. Women never regard so highly even articles of enjoyment in abundance or ornaments or other possessions of an agreeable kind as they do the companionship of persons of the opposite sex. The destroyer, the deity of wind, death, the nether regions, the equine mouth that roves through the ocean, vomiting ceaseless flames of fire, the sharpness of the razor, virulent poison, the snake, and Fire—all these exist in a state of union in women. That eternal Brahma whence the five great elements have sprung into existence, whence the Creator Brahman hath ordained the universe, and whence, indeed, men have sprung, verily from the same eternal source have women sprung into existence. At that time, again, O Narada, when women were created, these faults that I have enumerated were planted in them!'"

SECTION XXXIX

"Yudhishthira said, 'All men, O king, in this world, are seen to attach themselves to women, overcome by the illusion that is created by the divine Being. Similarly, women too are seen to attach themselves to men. All this is seen taking place everywhere in the world. On this subject a doubt exists in my mind. Why, O delighter of the Kurus, do men (when women are stained with so many faults) still attach themselves to women? Who, again, are those men with whom women are highly pleased and who are they with whom they are displeased? It behoveth thee, O chief of men, to explain to me how men are capable of protecting women? While men take pleasure in women and sport with them, women, it seems, are engaged in deceiving men. Then, again, if a man once falls into their hands, it is difficult for him to escape from them. Like kine ever affecting pastures new, women affect new men one after another. That illusion which the Asura Samvara possessed, that illusion which the Asura Namuchi possessed, that illusion which Vali or Kumbhinasi had, the sum total thereof is possessed by women. If man laughs, women laugh. If man weeps, they weep. If the opportunity requires, they receive the man that is disagreeable to them with agreeable words. That science of policy which the preceptor of the Asuras knew, that science of policy which the preceptor of the celestials, *viz.*, Vrihaspati knew, cannot be regarded to be deeper or more distinguished for subtility than what woman's intelligence naturally brings forth. Verily, how can women, therefore, be restrained by men? They make a lie appear as truth, and a truth appar as a lie. They who can do this,—I ask, O hero,—how can they be ruled by persons of the opposite sex? It seems to me that Vrihaspati and other great thinkers, O slayer of foes, evolved the science of Policy from observation of the understandings of women. Whether treated by men, with respect or with disdain, women are seen to turn the heads and agitate the hearts of men.[1] Living creatures, O thou of mighty arms, are virtuous. Even this is what has been heard by us. (How, then, can this be consistent with fact)? For treated with affection and respect or otherwise, women (forming a fair portion of living creatures) are seen to deserve censure for their conduct towards men.[2] This great doubt fills my mind *viz.*, when their behaviour is such, what man is there that can restrain them within the bounds of righteousness? Do thou explain this to me, O highly blessed scion of Kuru's race! It behoves thee to tell me, O chief of Kuru's race, whether women are truly capable of being restrained within the bonds prescribed by the scriptures or whether any one before our time did really succeed in so restraining them.'"

SECTION XL

"Bhishma said, 'It is even so as thou sayest, O thou of mighty arms. There is nothing untrue in all this that thou sayest, O thou of Kuru's race, on the subject of women, O monarch! In this connection I shall recite to thee the old history of how in days of yore the high-souled Vipula had succeeded in restraining women within the bounds laid down for them. I shall also tell thee, O king, how women were created by the Grandsire Brahman and the object for which they were created by Him. There is no creature more sinful, O son, than woman. Woman is a blazing fire. She is the illusion, O king, that the Daitya Maya created. She is the sharp edge of the razor. She is poison. She is a snake. She is fire. She is, verily, all these united together. It has been heard by us that all persons of the human race are characterised by righteousness, and that they, in course of natural progress and improvement, attain to the status of deities. This circumstance alarmed the deities. They, therefore, O chastiser of foes, assembled together and repaired to the presence of the Grandsire. Informing Him of what was in their minds, they stood silent in his presence, with downcast eyes. The puissant Grandsire having ascertained what was in the hearts of the deities, created women, with the aid of an Atharvan rite. In a former creation, O son of Kunti, women were all virtuous. Those however, that sprang from this creation by Brahman with the aid of an illusion became sinful. The Grandsire bestowed upon them the desire of enjoyment, all kinds of carnal pleasure. Tempted by the desire of enjoyment, they began

---

1 The sense is this: women agitate the hearts of those that treat them with respect as of those that treat them with disdain. The commentator explains that Pujitah dhikkritava tulyavat vikaram janayati.—T.

2 All living creatures are virtuous, for they are capable of progressing towards godship by their own acts.—T.

பெரிய மூர்த்திகள்... சிறிய கீர்த்திகள்...

தர்மத்தின் பெயரால் அநேக புராணங்களிருக்கின்றன. அவைகள் வேதங்களின் சாரமெனவும் சொல்லப் படுகின்றன. பரமேசுவரன், மானிடர்களின் மேன்மைக்காக முவ்வடிவாகத் தோன்றி, முத்தொழிலைச் செய்தாராம். மானிடர்களைப் போல் அவர் மூன்று வடிவங்களைத் தாங்கி சிற்றின்பங்களில் வாழ்ந்து மானிடர்களாகிய நாம் செய்வதற்கே அஞ்சும் பற்பல காரியங்களைச் செய்ததாக இப்புராணங்கள் கூறுகின்றன

– எம்.ஆர். ஜம்புனாதன் எழுதிய திரிமூர்த்தி உண்மை நூல், 1928 பதிப்பு

இந்தக் கட்டுரையில் கூறப்போகும் 'திரிமூர்த்தி உண்மை' (அல்லது தேவர்களின் இரகசியம்) எனும் நூலை எழுதிய எம்.ஆர்.ஜம்புனாதன் அவர்கள் நாத்திகரோ இறை மறுப்பாளரோ அல்ல. தயானந்த சரஸ்வதி அவர்கள் தொடங்கிய 'ஆரிய சமாஜ்' இயக்கத்தில் தன்னை இணைத்து அவரது சீடரான சுவாமி ஸ்ரத்தானந்தா அவர்களுடன் நெருங்கிப் பழகிய ஆன்மீகவாதியாக அறியப்பட்டவர். பல வைதீக சைவ வைசவ ஸ்மார்த்த மடங்களின் எதிர்ப்புகளையும் மீறி தமிழில் நான்கு வேதங்களையும் மொழி பெயர்த்தவர்.

வைதிக ஜெயபேரிகை, தயானந்த சரிகை தமிழ்ச் சத்தியார்த்தப் பிரகாசம் போன்ற பத்திரிகைகளின் ஆசிரியர்.

மும்பை முனிசிபல் கார்ப்பரேசனில் சிவில் என்ஜினீயராகப் பணியாற்றியவர். மும்பை தாராவி முதல் பல பகுதிகளில் தமிழ்ப் பள்ளி ஆரம்பிப்பதற்கு உதவியவர். சமஸ்கிருதம், தமிழ், ஆங்கில மொழிகளில் பாண்டித்தியம் உள்ளவர். வேத நூல்களை ஆய்வு செய்து ஆய்வுக் கட்டுரைகள் பல எழுதியுள்ளார். ஆரிய சமாஜில் ஈடுபாடு கொண்டதால் ஆரிய வேதங்களும் வேதக் கல்வி வாழ்க்கை முறையுமே சிறந்தது என நம்பினார். வேதங்களில் கூறப்படாத மும்மூர்த்தி வழிபாடு பூசைகள் என இன்றளவும் உள்ள வைதிக வழிபாடுகளை கடுமையாக எதிர்த்தவர்.

இவ்வளவு முஸ்தீபுகளோடு பதிவைத் தொடங்குவதற்கு காரணம், ஹிந்து வைதீக புராணங்களில் உள்ள ஆபாசம் அபத்தங்களை மதங்களை நம்பாத, இறை மறுப்பாளர்களே தொடர்ந்து மக்களுக்கு எடுத்துரைக்கிறார்கள் என்ற பொதுக் கருத்தை உடைப்பதற்குத்தான். ஆன்மீகத்தில் இருந்து கொண்டு புராண ஆபாசங்களை, புரட்டுக்களை அம்பலப்படுத்தியவர்களுள் எம்.ஆர். ஜம்புநாதன் அவர்களும் ஒருவர்.

இனி, திரிமூர்த்தி உண்மையிலிருந்து சில பகுதிகள்;

ஆரியர்களும் திராவிடர்களும் அன்புடனே வாழ்ந்த போதிலும், பரஸ்பர நன்மைகளை நிலவச் செய்யாமல் இருவர்களும் அதிகமாக இருளிலேயே அமிழ்ந்தார்கள். அவைகளில் திரிமூர்த்தி பூஜை ஒன்றாகும். வேத சாஸ்திரங்களில் நடமாடும் திரிமூர்த்திகள் இல்லை எனத் தெளிவாயிருப்பது போல் தமிழர்களின் நூல்களிலும் இல்லை எனலாம்.

ஸ்ரீ இராமலிங்க சுவாமிகளும் திரிமூர்த்திகளின் நிலைகளை மானிட உடலிலேயே நிறுவியுள்ளார். ஆனால், தமிழர்களும் முப்பொருளை உணர்த்தும் புராதன நூல்களைப் புறக்கணித்து நவீன வேதாந்த புராணங்களிலேயே புரண்டமிழ்கின்றார்கள். புராதன நூல்களில் பல தேவ பூசையில்லை.

தர்மத்தின் பெயரால் அநேக புராணங்களிருக்கின்றன. அவைகள் வேதங்களின் சாரமெனவும் சொல்லப்படுகின்றன. பரமேசுவரன், மானிடர்களின் மேன்மைக்காக முவ்வடிவாகத் தோன்றி, முத்தொழிலைச் செய்தாராம். மானிடர்களைப் போல் அவர் மூன்று வடிவங்களைத் தாங்கி சிற்றின்பங்களில் வாழ்ந்து மானிடர்களாகிய நாம் செய்வதற்கே அஞ்சும் பற்பல காரியங்களைச் செய்ததாக இப்புராணங்கள் கூறுகின்றன.

திரிமூர்த்தி லீலைகள்:

பெண்ணின் ரூபலாவண்யத்தைக் கண்டு பிரும்மா இச்சித்தாராம். - வாமன புரா அத். 49.

பார்வதியின் மணத்தைக் காணச்சென்றிருந்த பிரும்மாவிற்கு அவள் பாதங்களைக் கண்டவுடன் 'இந்திரிய ஸ்கலித'மாய் விட்டதாம். இதிலிருந்து தோன்றினவர்களே பால கல்யாதிகளாம். -வா.பு. தர்மசம்ஹிதை. அத். 10.

ஸ்ரீ கிருஷ்ணன் ஆடுமாடுகளை மேய்க்கக் கானகத்திற்குச் சென்றிருக்கையில் பிரும்மா அவைகளைக் களவாடிச் சென்று விட்டாராம். - பாகவதம்

சாவித்திரியை விலக்கி கோபால கன்னிகையுடன் கூடி யாகஞ் செய்யுங்கால், அவள் கோபமடைந்து 'உனக்குப் பூஜை யில்லாமல் போகக்கடவது' என்று பிரம்மாவைச் சபித்தாளாம். -பத்ம புராணம், சிருஷ்டி காண்டம். (இந்தச் சாபத்தால்தான் பிரம்மாவிற்கு கோயில்கள் ஓரிரண்டைத் தவிர பரவலாக இல்லை போலும்).

பொய் சொன்னதற்காகப் பூஜையில்லாமல் பிரும்மாவிற்கு ஆச்சுதாம். -சிவபுராணம்

விஷ்ணு லீலை:

மகாவிஷ்ணு ஜலந்தர ஸ்திரீயை அடைந்தது, அவள் புருஷனைப் போலவே அவளுடன் கூடினாராம். -பத்ம.புரா, காண். 2. அத். 15

ஒரு காலத்தில் விஷ்ணுவினிடம் நாரதரும் பிரும்மாவும் சென்றார்கள். அவர் நாரதரைப் புஷ்கரத்தில் ஸ்னானஞ் செய்யும்படி கட்டளையிட்டார். ஸ்னானஞ் செய்தவுடன் அவர் ஸ்திரீயாக மாறிவிட்டார். பிறகு அந்த ஸ்திரீயுடன் ஒரு வருட காலமிருந்தாராம்.

ரூபலாவணயத்திற் சிறந்த ஒரு பெண் அம்பரீஷருக்கு இருந்தாள். பர்வதமுனி, நாரதமுனி ஆகிய இருவரும் அவ்வரசனிடம் சென்று அவர் குமாரத்தியை வேண்டவே, அரசர் 'தனக்கிஷ்டமானவரை அடையும்படி' தன் மகளுக்கு உத்தரவளித்தார். விஷ்ணு பக்தியிற் மேம்பட்ட நாதமுனி பர்வதமுனியின் முகத்தைக் குரங்காக மாற்றிவிடும்படி வேண்டினார். பர்வதமுனியும் நாரதமுனியின் முகத்தை அவ்விதமாகவே மாற்றும் படி கூறினார். சுயம்வர காலத்தில் நாரதர் யௌவன புருஷவேடம் பூண்டு அப்பெண்ணை அபகரித்துச் சென்றார். பர்வதமுனி ஏமாற்றமடைந்து வெட்கித்துச் சென்றார்.

இலட்சுமி, கங்கை, சரஸ்வதி என மகாவிஷ்ணுவின் பத்தினிகள் மூவர். ஒரு சமயத்தில் கங்கையைக் கண்டு மகா விஷ்ணுவும் அவரைக் கண்டு அவளும் முறையே சிரிப்பதைப் பார்த்த சரஸ்வதி மனம் வருந்தி கங்கையை நதியாக மாறி விடுமாறு சாபமிட்டாள். உடனே மகாவிஷ்ணு பல மனைவிகளிருந்தால் அபவாதத்திற்கு ஆளாவோம் என்றறிந்து இலட்சுமி ஒருவளையே தனக்குரியவளாக வைத்துக் கொண்டு மற்ற இருவர்களையும் முறையே பிரும்மாவிற்கும் சிவனுக்கும் அளித்துவிட்டார்.

மகாதேவனுக்கும் சங்கசூடனுக்கும் உண்டான கடும் யுத்தத்தில் சங்கசூடனுடைய பத்னியின் கற்பழிந்தாலொழிய அவன் தோல்வி யடையமாட்டான் என்பதையறிந்த மகா விஷ்ணு அவளுடைய கற்பைப் புருஷவேடம் பூண்டு அழித்தார். -தே. பாக. அ 4, அ 23.

மகாதேவ லீலைகள்:

சனகாதிருஷிகள் ஒரு சமயம் சிவதரிசனார்த்தம் கைலாச பர்வத்தை அடைந்தார்கள். அப்பொழுது சிவபிரான் உமையுடன் உல்லாசமாகக் கூடிக் குலாவிக்கொண்டிருந்தாராம். இவர்களுடைய வரவையறிந்த உமாதேவியார் வெட்கித்து தன் கணவனிடம் அதைத் தெரிவிக்கவே, அவர்,"இனி இவ்வெல்லைக்குள் வருகிறவர்கள் பெண்ணாக மாறிவிடுவார்கள் என ஆக்ஞாபித்தார். பின்னர் ஒரு சமயத்தில் அங்கு வந்த ஒரு அரசன் இச்சாப விஷேத்தினால் ஸ்திரீயாக மாறிவிட்டான். இந்தஸ்திரீக்குப் பிறந்தவரே புரூரச் சக்ரவர்த்தியாம். -தே.பாக. 1ஸ்க 18 அத்.

பிரும்மஹத்தி மானிட வடிவமெடுத்த சிவனை அடைந்து கபாலமாக மாறி அவரை விட்டகலாமல் பற்றிக் கொண்டே இருந்தது. அவர் அதிலிருந்து விடுதலையை அடையவேண்டி புண்ய நதிகளில் ஸ்நானம் செய்து எங்கு சென்றபோதிலும் அது நீங்கவில்லை.

கடைசியில் விஷ்ணுவின் உபாசனையினாலேயே அது நீங்கிற்று, எல்லாம் வல்ல ஈசன் கொலைகளைப் புரிந்ததால் அவருக்கும் தோஷம் பற்றிற்றாம்.

புராணங்கள் முறையே அவையவைகளுக்குரிய தேவர்களைப் போற்றியும் புகழ்ந்தும் மற்ற தேவர்களைத் தூற்றியும் ஏசியுமிருக்கிறது. நாம் மேற் கூறின உதாரணங்களிலிருந்து இது நன்கு விளங்கும். இப்புராணத்தெய்வங்கள் தங்களுடைய எண்ணங்களும் காரியங்களும்

கைகூடி சித்திபெற வேண்டி எவ்வித அடாத செய்கைகளையும் செய்து நீச உபாயங்களையும் கையாண்டிருக்கிறதென்பது நன்கு விளங்கும்.

ஒரு புராண தெய்வம் பிற புராண தெய்வத்தைத் தன்னுடைய அடிமையாகவும், ஒதுக்கப்பட்டவனாகவும் காண்பித்திருக்கிறது.

வேதம் பிரதிநிதி அவசியமில்லையென்கிறது. புராணங்களோ அவரவருக்குப் பிரதிநிதியும் தூதனும் அவசியமெனவும், தீட்சை பெற்றவனும் பிராமணன் எனவும், நம்பினவனே சிறந்தவன் எனவும் பால்ய விவாகமே உசிதம் எனவும் கூறுகிறது.

ஒருவனுக்கு ஒருத்தியும், ஒருத்திக்கு ஒருவனுமே வேத விதியாகும். பல மனைவிகளும், பல புருஷர்களும் புராண தர்மமாய்க் காணப்படுகிறது.

வேத ஈசுவரன் செயலுக்கேற்ற பயனை அளிப்பவர்; புராணக் கடவுள் பயந்தவன், நம்பிக்கையுள்ளவன், மன்னிப்புக் கேட்பவனுக்கு மோட்சத்தை அளிப்பவர்.

வேதத்தில் சுவர்க்கம், நரகம் எனத் தனி இடங்கள் இல்லை: புராண ஈசன், எல்லா இன்பங்களும் நிறைந்த இடத்தையோ அல்லது அனலை அடைந்துள்ள நரகத்தையோ அருளுகிறார்.

ஆதார நூல்

திரிமூர்த்தி உண்மை, ஆசிரியர் : எம்.ஆர்.ஜம்புநாதன், 1928ஆம் ஆண்டு பதிப்பு.

♦

திரிமூர்த்தி உண்மை

அல்லது

தேவர்களின் இரகசியம்

எம். ஆர். ஜம்புநாதன்

எழுதினது

தமிழ்ச் சத்தியார்த்தப் பிரகாசம், ரோஜாத்தோட்டம்,
வைதிக ஜெயபேரிகை, தயாநந்த சரிதை,
ஆகியவைகளின் ஆசிரியர்.

கூட்ன் அன் கோ.,
வேதிக் புக் ஷாப்,
14, பள்ளியப்பன் தெரு, சௌகார்பேட்டை,
சென்னை.

1928.

பதிப்புரிமை பதிவு செய்தது]

 [விலை ரு. 1

யாவராலும் இதுவரையிலும் செய்யப்படாததும் இனிச் செய்யக்கூடாததுமான இக்காரியத்தை ஏன் செய்கிறீர்?

வாம. புரா. அத். 89.

तां दृष्ट्वायिमतां ब्रह्मा मथुनायै जुहावतां வாம புரா. அ49.

பெண்ணின் ரூபலாவண்யத்தைக் கண்டு பிரும்மா இச்சித்தாராம்.

• • • •

பார்வதியின் மணத்தைக் காணச்சென்றிருந்த பிரும்மா விற்கு அவள் பாதங்களைக் கண்டவுடன் இந்திரிய ஸ்கலித மாய் விட்டதாம். இதிலிருந்து தோன்றினவர்களே பால கில்யாதிகளாம்.—வா. பு. தர்மசம்ஹிதை. அத். 10.

• • • •

ஸ்ரீ கிருஷ்ணன் ஆடுமாடுகளை மேய்க்கக் கானகத்திற் குச் சென்றிருக்கையில் பிரும்மா அவைகளைக் களவாடிச் சென்றுவிட்டாராம். பாகவதம்

• • • •

சாவித்திரியை விலக்கி கோபாலகன்னிகையுடன் கூடி யாகஞ் செய்யுங்கால், அவள் கோபமடைந்து 'உனக்குப் பூஜை யில்லாமல் போகக்கடவது' என்று பிரம்மாவைச்சபித் தாளாம்.—பத்ம புராணம். சிருஷ்டி காண்டம்.

• • • •

பொய் சொன்னதற்காகப் பூஜையில்லாமல் பிரும்மா விற்கு ஆச்சதாம்—(சிவபுராணம்)

விஷ்ணு லீலை.

तांबूलस्य विनोदैस्त्य वस्त्रालंकरणैः शुभैः ।
अथ बृवारिका देवी सर्व भोग समन्विताः ॥

பத்ம. புரா. காண் 2. அத் 15

மகாவிஷ்ணு ஜலந்தர ஸ்திரீயை அடைந்து, அவள் புருஷனைப் போலவே அவளுடன் கூடினாராம்.

• • • •

ஒரு காலத்தில் விஷ்ணுவினிடம் நாரதரும் பிரும்மாவும் சென்றார். அவர் நாரதரைப் புஷ்கரத்தில் ஸ்னானஞ் செய்யும்படி கட்டளையிட்டார். ஸ்னானஞ் செய்தவுடன் அவர் ஸ்திரீயாக மாறிவிட்டார். பிறகு அந்தஸ்திரீயுடன் ஒரு வருடகால மிருந்தாராம்.

• • • •

तत्त्वणात्तसरः पारे योषितां सविधेऽभवत् ।
सर्वलत्तण सम्पन्न योषिद्रूपाति विस्मिता ॥ மத். பு.75,அ.

ரூபலாவண்யத்திற் சிறந்த ஒரு பெண் அம்பரீஷருக்கு இருந்தாள். பர்வதமுனி, நாரதமுனி ஆகிய இருவரும் அவ்வரசனிடம் சென்று அவர் குமாரத்தியை வேண்டவே, அரசர் 'தனக்கிஷ்டமானவரை அடையும்படி' தன் மகளுக்கு உத்தரவளித்தார். விஷ்ணு பக்தியிற் மேம்பட்ட நாரதமுனி பர்வதமுனியின் முகத்தைக் குரங்காக மாற்றிவிடும்படி வேண்டினர். பர்வதமுனியும் நாரதமுனியின் முகத்தை அவ்விதமாகவே மாற்றும் படி கூறினர். சுயம்வர காலத்தில் நாரதர் யௌவன புருஷவேடம் பூண்டு அப்பெண்ணை அப்

xix

ளித்துச் சென்றார். பர்வதமுனி ஏமாற்றமடைந்து வெட்கித்துச் சென்றார்.

• • • •

இலட்சுமி, கங்கை, சரஸ்வதி என மகாவிஷ்ணுவின் பத்தினிகள் மூவர். ஒரு சமயத்தில் கங்கையைக்கண்டு மகாவிஷ்ணுவும் அவரைக்கண்டு அவளும் முறையே சிரிப்பதைப் பார்த்த சரஸ்வதி மனம் வருந்தி கங்கையை நதியாக மாறிவிடுமாறு சாபமிட்டாள். உடனே மகாவிஷ்ணு பல மனைவிகளிருந்தால் அபவாதத்திற்கு ஆளாவோம் என்றறிந்து இலட்சுமி ஒருவளையே தனக்குரியவளாக வைத்துக்கொண்டு மற்ற இருவர்களையும் முறையே பிரும்மாவிற்கும் சிவனுக்கும் அளித்துவிட்டார்.

• • • •

शंख चूडस्य रूपेण जगाम तुलसी प्रति।
गत्वा तस्यां मायावाच वीर्य धानं चकार सः॥

தே. பாக. அ 4, அ 23.

மகாதேவனுக்கும் சங்கசூடனுக்கும் உண்டான கடும்யுத்தத்தில் சங்கசூடனுடைய பத்னியின்கற்பழிந்தாலொழிய அவன் தோல்வி படையமாட்டான் என்பதையறிந்த மகாவிஷ்ணு அவளுடைய கற்பைப்புருஷவேடம் பூண்டு அழித்தார்.

• • • •

XX

மகாதேவ லீலைகள்

சனகாதிருஷிகள் ஒரு சமயம் சிவதரிசனார்த்தம்கைலாச பர்வத்தை அடைந்தார்கள். அப்பொழுது சிவபிரான் உமையுடன் உல்லாசமாகக் கூடிக் குலாவிக்கொண்டிருந்தாராம். இவர்களுடைய வரவை யறிந்த உமாதேவியார் வெட்கித்து தன் கணவனிடம் அதைத்தெரிவிக்கவே, அவர், "இனி இவ்வெல்லைக்குள் வருகிறவர்கள் பெண்ணாக மாறிவிடுவார்கள்" என ஆக்ஞாபித்தார். பின்னர் ஒரு சமயத்தில் அங்கு வந்த ஒரு அரசன் இச்சாபவிஷேத்தினால் ஸ்திரீயாக மாறிவிட்டான். இந்தஸ்திரிக்குப் பிறந்தவரே புரூரச்சக்ரவர்த்தியாம் தே. பாக. 1ஸ்க 18 அத்.

• • • •

பிரும்மஹத்தி மானிட வடிவமெடுத்து சிவனை அடைந்து, கபாலமாக மாறி அவரை விட்டகலாமல் பற்றிக்கொண்டே இருந்தது. அவர் அதிலிருந்து விடுதலையை அடையவேண்டி புண்ய நதிகளில் ஸ்னானஞ் செய்து எங்கு சென்றபோதிலும் அது நீங்கவில்லை. கடைசியில் விஷ்ணுவின் உபாசனையினாலேயே அது நீங்கிற்று. எல்லாம் வல்ல ஈசன் கொலைகளைப் புரிந்ததால் அவருக்கும் தோஷம் பற்றிற்றாம்.

• • • •

கோனிஷ கிரமண என்னும் கிராமத்தில் ஞானவான் என்னுமொரு இருஷி இருந்தார். அவர் அநேக கல்பகாலங்கள் விஷ்ணுவைக் குறித்துத் தவஞ்செய்தார். விஷ்ணுவைப் பூஜை செய்ய ஹரித்துவாரத்திலுள்ள தடாகமொன்றிலிருந்து தாமரை மலர்களைக் கொண்டுவருவது அவர் வழக்க

கோபியர் கொஞ்சும் ரமணன்

> கண்ணனிடம் கோபியர்கள், "நீ இடைச்சேரியிலுள்ள ஜனங்களின் வருத்தத்தைப் போக்குவதற்காகவன்றோ அவதரித்திருக்கிறாய். ஆதலால் காமத்தீயால் எரிக்கப்பட்ட எங்கள் ஸ்தனங்களில் உன் தாமரைக் கையை வைத்து எங்கள் வருத்தமெல்லாம் போகும்படி கிருபை செய்ய வேண்டும் பிரானேஞ்" என்றார்கள்.
>
> - ஸ்ரீ கோபிகா கீதை, 1954ஆம் ஆண்டுப் பதிப்பு

'ஸ்ரீ கோபிகா கீதை' என்று ஒரு நூல் இருப்பதே பலருக்கும் தெரியாது. இந்த நூலை எளிய தமிழ் நடையில் பதவுரை கருத்துரைகளுடன் எழுதியவர் சின்னாமு.ர. ஸ்ரீநிவாஸ பாட்ராசார்யர் அவர்கள். 78 பக்கங்கள் கொண்ட இந்நூலின் முதற்பதிப்பு வெளியான ஆண்டு 1954. ஸ்ரீவேத வியாசரின் 'ஸ்ரீபாகவதம்' நூலின் 10 ஆவது ஸ்கந்தத்தில் (தசம ஸ்கந்தம்) ராஸக்கிரீடையை வர்ணிக்கும் அத்தியாயங்களில் (அத். 29 முதல் அத். 33 வரை) ஒன்றே இந்த 'ஸ்ரீ கோபிகா கீதை'.

அதாவது, கண்ணன் கோபிகைகளுடன் ராஸக்கிரீடை புரிந்ததை வர்ணிக்கும் பகுதியே ஸ்ரீ கோபிகா கீதை ஆகும். இந்த நூல் 19 ஸ்லோகங்களை உள்ளடக்கியது.

இந்நூலின் அவதாரிகையில் (முன்னுரை), ஆசிரியர் எழுதியுள்ள சில பகுதிகளை மட்டும் கீழே தருகிறேன்;

ஸ்ரீ சுகர், பரீக்ஷித்து ராஜாவிடம் எடுத்துக் கூறுவதாக இந்தப் பகுதி முழுவதும் அமைகிறது.

ஒரு சமயம் ஸ்ரீகிருஷ்ணபகவான் சரத்காலத்தில் கோபிகை-களுடன் கலந்து விளையாட மனங்கொண்டான். அப்போது சந்திரன் உதித்தான் (அதாவது இரவு). அதனால் அழகிய வனத்தைக் கண்டு, கோபிகளின் மனத்தை அபஹரிக்கும்படி இனிமையாக வேணுகானம் செய்தான். மன்மத விகாரத்தை விளைவிக்கின்ற அவ்வேணுகானத்தைக் கேட்டு இழுக்கப்பட்ட மனமுடையவர்களாகிய கோபிகைகள் ஒருத்தி செல்வது மற்றொருத்திக்குத் தெரியாதபடி விரைந்து கிருஷ்ணனிருக்குமிடம் வந்து சேர்ந்தார்கள்.

ஒரு கோபி மாடு கறந்துகொண்டிருக்கையில் பாதியில் விட்டு விட்டும், மற்றொருத்தி பாலைக் காய்ச்ச அடுப்பில் வைத்து அது பொங்கி வழியுமே என்பதையும் உணராமலும், ஒருத்தி பக்குவமான அன்னத்தை அடுப்பிலிருந்து கீழே இறக்காமலும், கணவனுக்குப் பறிமாறிக் கொண்டிருந்தவள் அதை முழுவதும் செய்யாமலும் அங்கு வந்தனர். இப்படி பலவிதமாகப் போட்டது போட்டபடியே கோபிகைகள் ஸ்ரீகிருஷ்ணனுடைய வேணுகானத்தைக் கேட்டுக் கூடினார்கள். அவர்களை நோக்கிக் கண்ணன் பின்வருமாறு உரைக்கலானான்-

"பாக்யவதிகாள்! நல்வரவா? க்ஷேமந்தானே? இரவில் எதற்காக வந்தீர்கள்? காரணத்தைச் சொல்லுங்கள், என்ன பிரியம் செய்ய வேண்டும்? பெண்களாகிய நீங்கள் இப்போது இங்கு இருப்பது தகுதியன்று. உங்கள் கணவன் முதலானவர்கள் உங்களைத் தேடுவார்கள். நீங்கள் திரும்பிப் போவீர்களாக..." என்று பலவாறாகத் தர்மோபதேசஞ் செய்தான். இதைக் கேட்ட கோபிகள் தங்கள் இஷ்டம் நிறைவேறாமையால் சிந்தையில் ஆழ்ந்தார்கள். பூமியைக் கால்களால் கீறிக்கொண்டு கண்ணீரை விட்டுக்கொண்டு வெறுமனே நின்றார்கள். பிறகு கண்ணீரைத் துடைத்துக்கொண்டு சத்ருபோல் பேசும் கிருஷ்ணனைக் குறித்துப் பின்வருமாறு கூறினார்கள்.

"ஏ கிருஷ்ணா! நீ இங்ஙனம் கொடுமையாகக் கூறினது யுக்தமன்று, எங்களைக் கைவிடலாகாது. அன்பனான உன்னோடு கலந்து களிக்க வந்திருக்கிறோமேயன்றி நாங்கள் உன்னிடத்தில் தர்மோபதேசம் கேட்க வரவில்லை. எங்கள் ஆசையை வீண் செய்ய வேண்டாம். எங்கள் இஷ்டத்தைப் பூர்த்தி செய்வாயாக. நாங்கள் இஷ்டம் பூர்த்தி பெறாமல் திரும்பிப் போகமாட்டோம். வீடு வாசல்களை விட்டு உன்னைப் பணியவேண்டுமென்று உன் பாதாரவிந்தத்தைப் பற்றியிருக்கிறோம். அருள் புரிவாயாக. நீ இடைச்சேரியிலுள்ள ஜனங்களின் வருத்தத்தைப் போக்குவதற்காகவன்றோ அவதரித்திருக்கிறாய். ஆதலால் காமத்தீயால்

எரிக்கப்பட்ட எங்கள் ஸ்தனங்களில் உன் தாமரைக் கையை வைத்து எங்கள் வருத்தமெல்லாம் போகும்படி கிருபை செய்யவேண்டும் பிரானே" என்று.

ஸ்ரீ கிருஷ்ணன் இவ்விதம் பேசுகின்ற கோபிகளின் பேச்சைக் கேட்டு மனமிரங்கி அவர்களுடன் பலவாறு கிரீடை செய்தான். யமுனையாற்றங்கரையில் இப்படித் தாங்கள் விரும்பியபடி கலவியைப் பெற்ற கோபிமார்கள் தங்களை இவ்வுலகிலுள்ள பெண்களைவிட மேன்மையுடையவர்களாக நினைத்துக் கர்வம் கொண்டனர். அதைக்கண்ட கண்ணன் அவர்களின் கர்வத்தைப்போக்கவும், மேலும் தன்னிடத்தில் அபிநிவேசத்தை வளர்க்கவும் அந்த மணற்குன்றிலேயே மறைந்துவிட்டான். கோபிமார்கள் அங்கிருந்த காலடியை அனுஸரித்துக் கிருஷ்ணனைத் தேடிச் சென்றபோது, அங்கு ஒரு பெண்ணின் கால் அடிகளும் கிருஷ்ணன் காலடிகளுடன் கலந்திருக்கக் கண்டு வருத்தமுற்றார்கள்.

"கிருஷ்ணனுடன் சென்ற பெண்மணி பூர்வ ஜன்மத்தில் பகவானை ஆராதித்திருப்பாள். ஆதலால்தான் நம்மெல்லோரையும் பரிதபிக்கும்படி செய்து கிருஷ்ணன் ஏகாந்தமாக அவளை அழைத்துக் கொண்டு போனானன்றோ?' என்றிவ்வாறு பலவாறு கோபிகைகள் ஒருவருக்கொருவர் சொல்லிக்கொண்டு கலக்கமடைந்த மனமுடைய-வர்களாகிக் காட்டில் திரிந்தார்கள்.

"நான் தான் உயர்ந்தவள், மற்ற எல்லாக்கோபிகளையும் விட்டுக் கிருஷ்ணன் என்னுடன் கூடிக்கலவி புரிகிறான்" என்று நினைத்த கிருஷ்ணனுடன் சென்ற பெண்மணி கிருஷ்ணனை நோக்கிக் "கிருஷ்ணா! என்னால் நடக்க முடியவில்லை. நீ எங்குச் செல்ல விரும்புகிறாயோ, அங்கு என்னைத் தூக்கிக்கொண்டு செல்வாயாக" என்றாள். "என் தோளின் மேல் ஏறிக்கொள்வாயாக" என்று கிருஷ்ணன் அப் பெண்மணிக்குச் சொன்னான். உடனே மறைந்துவிட்டான்.

அவள் "ஆ நாதா! அன்பனே! நண்பனே! எங்கிருக்கின்றாய் என்னை வஞ்சிக்கலாமா?" என்று புலம்பிக்கொண்டு அக்காட்டில் அலைந்து திரிந்தாள். அவளைக் கண்டார்கள் இக்கோபிமார்கள். அவள் கிருஷ்ணன் தன்னுடன் கூடியிருந்ததையும் விட்டுப்போனதையும் சொன்னாள். எல்லோரும் கூடிக் காட்டில் கிருஷ்ணனைத் தேடினார்கள். தங்கள் வீடு வாசல்களை நினைக்கவேயில்லை. இருளைக்கண்டு அச்சமுறவில்லை. எல்லாக் கோபிகைகளும் முன்பு எங்கு கிருஷ்ணனோடு கலந்திருந்தார்களோ, அந்த மணற் குன்றிற்குத் திரும்பிவந்து கிருஷ்ணன்

வரவை எதிர்பார்த்து அவனையே பாடிக்கொண்டிருந்தார்கள். அவர்கள் பாடின விதத்தைக் கோபிகாகீதம் மூலமாக ஸ்ரீசுகர் பரீக்ஷித்துக்கு வெளியிடுகிறார்.

★ ★ ★

சில போலிச்சாமியார்கள், இக் கதையைப் பள்ளியில் படிக்கும் மாணவிகளிடம் கூறி, தான் கண்ணன் அவதாரம் எனவும் அவர்கள் கோபிகைகளாகப் பிறந்துள்ளார்கள் என்றும் ஏமாற்றிய நிகழ்வுகளைக் கண்டும் நாம் அறியாமையிலிருந்து தெளிவு பெறவில்லை.

ஆதார நூல்

ஸ்ரீ கோபிகா கீதை, ஆசிரியர் : சின்னாமு.ர.ஸ்ரீநிவாஸ பாட்ராசார்யர், 1954ஆம் ஆண்டு பதிப்பு

◆

ஸ்ரீ:

ஸ்ரீ க்ருஷ்ணாய பரமாத்மனே நம:

ஸ்ரீ கோபிகா கீதை.

சின்னமு. ரா. ஸ்ரீநிவாஸ பாட்ராசார்யரால்
எளிய தமிழ்நடையில் எழுதப்பட்ட
பதவுரை, கருத்துரைகளுடன் கூடியது.

Printed at the Sri Janardana Printing Works, Ltd.,
High School Road, Kumbakonam.

-ஹூ ஆனி-மீ

1954

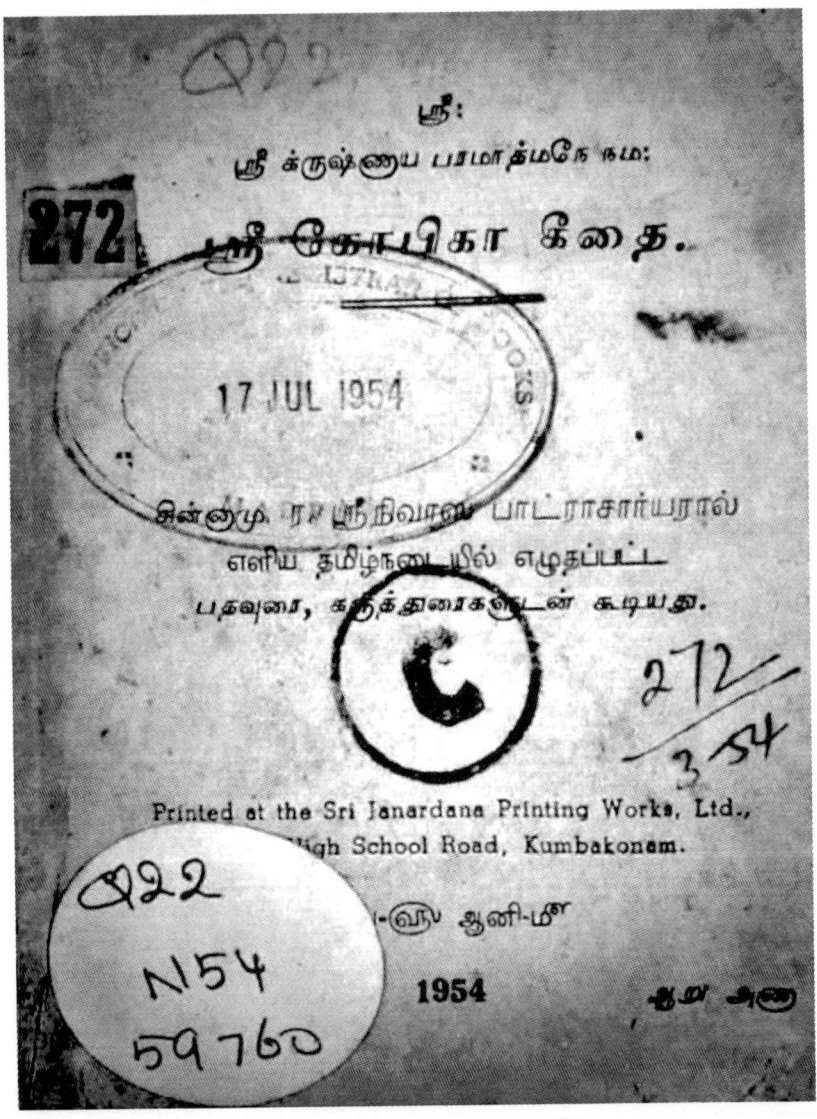

2

களுடன் கலந்து விளையாட மனங்கொண்டான். அப்போது சந்திரன் உதித்தான். அதனால் அழகிய வனத்தைக் கண்டு,கோபிகைகளின் மனத்தை அபஹரிக்கும்படி இனிமையாக வேணுகானம் செய்தான். மன்மத விகாரத்தை விளைவிக்கின்ற அவ் வேணுகானத்தைக் கேட்டு இழுக்கப்பட்ட மனமுடையவர்களாகிய கோபிகள் ஒருத்தி செல்வது மற்றொருத்திக்குத்தெரியாதபடி விரைந்து கிருஷ்ணனிருக்குமிடம் வந்துசேர்ந்தார்கள். ஒரு கோபி மாடு கறந்துகொண்டிருக்கையில் பாதியில் விட்டுவிட்டும், மற்றொருத்தி பாலைக் காய்ச்ச அடுப்பில் வைத்து அது பொங்கி வழியுமே என்பதையும் உணராமலும், ஒருத்தி பக்வமான அன்னத்தை அடுப்பிலிருந்து கீழே இறக்காமலும், கணவனுக்குப் பறிமாறிக்கொண்டிருந்தவள் அதை முழுவதும் செய்யாமலும் அங்கு வந்தனர். இப்படிப் பலவிதமாகப் போட்டதுபோட்டபடியே கோபிகைகள் ஸ்ரீகிருஷ்ணனுடைய வேணுகானத்தைக் கேட்டுக் கூடினார்கள். அவர்களை நோக்கிக் கண்ணன் பின்வருமாறு உரைக்கலானான்—"பாக்யவதிகாள்! நல் வரவா? க்ஷேமந்தானே, இரவில் எதற்காக வந்தீர்கள்? காரணத்தைச் சொல்

3

னுங்கள், என்ன பிரியம் செய்யவேண்டும்? பெண்களாகிய நீங்கள் இப்போது இங்கு இருப்பது தகுதியன்று. உங்கள் கணவன் முதலானவர்கள் உங்களைத் தேடுவார்கள். நீங்கள் திரும்பிப் போவீர்களாக" என்று பலவாறாகத் தர்மோபதேசஞ் செய்தான். இதைக் கேட்ட கோபிகள் தங்கள் இஷ்டம் நிறைவேறாமையால் சிந்தையில் ஆழ்ந்தார்கள். பூமியைக் கால்களால் கீறிக்கொண்டு கண்ணீரை விட்டுக்கொண்டு வெறுமனே நின்றார்கள். பிறகு கண்ணீரைத் துடைத்துக்கொண்டு சத்ருபோல் பேசும் கிருஷ்ணனைக்குறித்துப் பின்வருமாறு கூறினார்கள்—

“ஏ கிருஷ்ணா! நீ இங்ஙனம் கொடுமையாகக் கூறினது யுக்தமன்று. எங்களைக் கைவிடலாகாது. அன்பனான உன்னோடு கலந்து களிக்க வந்திருக்கிறோமே யன்றி நாங்கள் உன்னிடத்தில் தர்மோபதேசம் கேட்க வரவில்லை. எங்கள் ஆசையை வீண் செய்ய வேண்டாம். எங்கள் இஷ்டத்தைப் பூர்த்தி செய்வாயாக. நாங்கள் இஷ்டம் பூர்த்தி பெறாமல் திரும்பிப் போகமாட்டோம். வீடு வாசல்களை விட்டு உன்னைப் பணியவேண்டுமென்று உன் பாதாரவிந்தத்தைப் பற்றி

4

திருக்கிறோம். அருள் புரிவாயாக. நீ இடைச்சேரியி லுள்ள ஜனங்களின் வருத்தத்தைப் போக்குவதற்காக வன்றோ அவதரித்திருக்கிறாய். ஆதலால் காமத்தீயால் எரிக்கப்பட்ட எங்கள் ஸ்தனங்களில் உன் தாமரைக் கையை வைத்து எங்கள் வருத்தமெல்லாம் போகும் படி கிருபைசெய்யவேண்டும் பிரானே — என்று. ஸ்ரீ கிருஷ்ணன் இவ்விதம் பேசுகின்ற கோபிகளின் பேச்சைக் கேட்டு மனமிரங்கி அவர்களுடன் பலவாறு கிரீடை செய்தான். யமுனை யாற்றங்கரை யில் இப்படித் தாங்கள் விரும்பியபடி கலவியைப் பெற்ற கோபிமார்கள் தங்களை இவ்வுலகிலுள்ள பெண்களைவிட மேன்மையுடையவர்களாக நினைத்துக் கர்வம் கொண்டனர். அதைக்கண்ட கண்ணன் அவர் களின் கர்வத்தைப்போக்கவும், மேலும் தன்னிடத்தில் அபிநிவேசத்தை வளர்க்கவும் அந்த மணற்குன்றி லேயே மறைந்துவிட்டான். அந்தக் கோபிகைகள் ஸ்ரீ கிருஷ்ணனிடத்தில் குடிகொண்ட மனமுடைய வர்களாகி, அவனுடைய பல விளையாடல்களை அநு கரித்தார்கள். “இதோ நான் கிருஷ்ணனாகிவிட்டேன்” என்று ஒருவருக்கொருவர் சொல்லிக்கொண்டும், அவ

னையே பாடிக்கொண்டும் இங்குமங்கும் சென்று, உள்ளும் புறமும் நிறைந்திருக்கிற அப் பரமபுருஷனைத் தேடினார்கள். அரசமரமே! ஆலமரமே! அசோக மரமே! எங்கள் மனத்தைப்பறித்துக்கொண்டு திருடன் போல் போன கண்ணனைக் கண்டீர்களா? என்று புலம்பிக்கொண்டு பல மரங்களையும், பல புஷ்பக்கொடிகளையும், துளஸியையும் பார்த்து அவன் போன வழியைச் சொல்லுங்கள் என்று பலவாறு கேட்டனர். கண்ணனுடைய குருக்கத்திப்பூமாலையின் மணம் இங்கு வீசுகின்றது. ஆகலால் அவன் ஒரு மனத்துக்கினிய காதலியுடன் வந்திருக்கவேண்டும் என்றார்கள். இப்படிக் கோபிகைகள் சிரமமடைந்தவர்களாய் அவனுடைய திருவிளையாடல்களை அநுஸரிக்கத் தொடங்கினார்கள். ஸ்ரீகிருஷ்ணன் செய்த எல்லா விளையாடல்களையும் நடனம் செய்து காலத்தைக் கழித்தனர். பின்னையும் பிருந்தாவனத்திலுள்ள மரங்களையும், செடிகளையும், கொடிகளையும் கிருஷ்ணனைக் கண்டீர்களா என்று கேட்டுக்கொண்டே வனத்தில் சென்றனர். அங்குச் சில கால் அடிகளைக் கண்டனர். இந்த அடி ஸ்ரீகிருஷ்ணனுடையதே. தாமரை, கொடி முதலிய அடையாளங்கள் விளங்குகின்றனவே என்று தீர்மானித்து அக்

6

கோபிமார்கள் அந்த அடியை அனுஸரித்துக் கிருஷ்ணனைத் தேடிச் சென்றபோது அங்கு ஒரு பெண்ணின் கால் அடிகளும் கிருஷ்ணன் காலடிகளும் கலந்திருக்கக் கண்டு வருத்தமுற்றார்கள்.

"கிருஷ்ணனுடன் சென்ற பெண்மணி பூர்வ ஜன்மத்தில் பகவானை ஆராதித்திருப்பாள். ஆதலால்தான் நம்மெல்லோரையும் பரிதபிக்கும்படி செய்து கிருஷ்ணன் ஏகாந்தமாக அவளை அழைத்துக்கொண்டுபோனானன்றோ?" என்றிவ்வாறு பலவாறு கோபிகைகள் ஒருவருக்கொருவர் சொல்லிக்கொண்டு கலக்கமடைந்த மனமுடையவர்களாகிக் காட்டில் திரிந்தார்கள். "நான்தான் உயர்ந்தவள், மற்ற எல்லாக்கோபிகளையும் விட்டுக் கிருஷ்ணன் என்னுடன் கூடிக்கலவி புரிகிறான்" என்று நினைத்த, கிருஷ்ணனுடன் சென்ற பெண்மணி கிருஷ்ணனை நோக்கிக் 'கிருஷ்ணா! என்னால் நடக்க முடியவில்லை, நீ எங்குச் செல்ல விரும்புகிறாயோ, அங்கு என்னைத் தூக்கிக்கொண்டு செல்வாயாக' என்றாள். என் தோளின் மேல் ஏறிக்கொள்வாயாக என்று கிருஷ்ணன் அப் பெண்மணிக்குச் சொன்னான். உடனே மறைந்துவிட்டான். அவள் 'ஆ நாதா! அன்பனே!

7

நம்பனே! எங்கிருக்கின்றாய் என்னை வஞ்சிக்கலாமா? என்று புலம்பிக்கொண்டு அக்காட்டில் அலைந்து திரிந்தாள். அவளைக் கண்டார்கள் இக் கோபிமார்கள். அவள் கிருஷ்ணன் தன்னுடன் கூடியிருந்ததையும் விட்டுப்போனதையும் சொன்னாள். எல்லோரும் கூடிக் காட்டில் கிருஷ்ணனைத் தேடினார்கள். தங்கள் வீடு வாசல்களை நினைக்கவேயில்லை. இருளைக்கண்டு அச்சமுறவில்லை. எல்லாக்கோபிகைகளும் முன்பு எங்கு கிருஷ்ணனோடு கலந்திருந்தார்களோ, அந்த மணற் குன்றிற்குத் திரும்பிவந்து கிருஷ்ணன் வரவை எதிர்பார்த்து அவனையே பாடிக்கொண்டிருந்தார்கள். அவர்கள் பாடின விரகத்தைக் கோபிகாகீதம் மூலமாக ஸ்ரீசுகர் பரீக்ஷித்துக்கு வெளியிடுகிறார்.

ஆலயப் பிரவேசம்

சிவாலய விதிக்குக் கட்டுப்படாதார் சிவாலயப் பிரவேசஞ் செய்வதாற் போந்த பயன் யாதோ? பயன் நரகப் பிராப்தியே. இவர்கள் வெகுகாலமாகக் கடவுளுக்குப் பயந்து ஆலயப் பிரவேசஞ் செய்யக் கனவிலும் நினையாமல் வெளியி லிருந்தே வணங்கி வந்தனர். ஏனெனின் கோபுரம் ஸ்தூல லிங்க மாதலின் அதனைத் தூரத்திருந்தே கைகூப்பித் தொழுதலே அவர்களுக்கேற்பட்ட விதியாதலினென்க

'தீண்டாதோர் ஆலயப் பிரவேச நிக்ரஹம் (தடை)' என்னும் நூல் 1932ஆம் ஆண்டு பதிப்பு

1939ல் நடைபெற்ற கோயில் நுழைவுப் போராட்டத்திற்கு முன்பு உயர்சாதியல்லாத சாமானியர்கள் கோயிலுக்குள் அனுமதிக்கப்பட்டதில்லை. இதற்கான ஆதார நூல்களை எழுதினாலும் விளக்கினாலும் இன்று கோயிலுக்குள் யார் வேண்டுமானாலும் அனுமதிக்கப்பட்டதைப் போலவே முன்பும் இருந்ததாகவே பலர் கருதுகின்றனர்.

ஆலயங்கள் கட்டுவதற்கு இடம், மண் தேர்ந்தெடுப்பது முதல் ஆலயத்தின் மூலவர் மூர்த்தி வரை வர்ணமும், சாதியப் பிரிவினைகள் உண்டென்பதை ஆகமம், சிற்ப, வாஸ்து சாஸ்திர நூல்கள் தெளிவாக விளக்கிக் கூறியும் அதை மக்கள் நம்பத் தயாரில்லை. நாம் நினைப்பது போல் கோயில்கள் பொதுமக்களுக்கானதல்ல, நினைத்தவுடன் யார் வேண்டுமானாலும் உள்ளே சென்று விரும்பும் இடங்களில் நின்று தரிசனம் செய்வதற்கு, வழிபாடு நடத்துவதற்கு!

கோயில் எந்த வர்ணத்திற்கானது, மூலவர் எந்த வர்ணம் மற்றும் சாதியருக்கு அனுக்கிரகம் செய்வார், கோயில் கோபுரத்திற்கு வெளியே யார் நிற்க வேண்டும், கொடிக்கம்பம் வரை யாருக்கு அனுமதி, பலிபீடம் வரை யார் யாருக்கு அனுமதி, வெளிப்பிரகாரம் வரை யாருக்கு அனுமதி, வசந்த மண்டபம் வரை யார் செல்லலாம், உட் பிரகாரத்திற்கு உரியவர் யார் யார், அந்தார மண்டபத்தில் யார் யாருக்கு அனுமதி என்ற அனைத்து விவரங்களும் ஆகம நூல்கள், சிற்ப சாஸ்திர நூல்களில் எழுதப்பட்டுள்ளன.

இந்த நூல்களைப் பற்றிய போதிய விழிப்புணர்வு இல்லாததால் கோயில்கள் பொதுவானவை, அனைத்து மக்களுக்குமானது என்ற கற்பிதங்களை உண்மையென மக்கள் நம்பி வருகின்றனர். ஆலய நுழைவுப் போராட்டத்திற்குப் பதில் ஆலய மறுப்புப் போராட்டம் நடைபெற்றிருந்தால் இன்றைய கோயில்களின் நிலையே மாறிப் போயிருக்கும். சமூகத்தில் கோயில்களின் பங்கும் குறைந்து போயிருக்கும்.

கோயில்கள் பொதுவானவை அல்ல என்பதை விளக்கும் கட்டுரைகள் பலவற்றை ஆகம சிற்ப வாஸ்து நூல்களின் ஆதாரங்களுடன் எழுதியிருக்கிறேன். அந்த வரிசையில், மா. நீலகண்ட சித்தாந்தியார் இயற்றி வெளியிட்ட 'தீண்டாதோர் ஆலயப் பிரவேச நிக்ரஹம் (தடை)' எனும் ஆதார நூலைப் பற்றியதே இந்தக் கட்டுரை.

இந்த நூலின் முதற்பாகம் 1932இல் வெளியிடப்பட்டுள்ளது. இரண்டாவது பாகம் அச்சிடப்பட்டதா என்று தெரியவில்லை. தீண்டத் தகாத சண்டாளர்கள் பற்றியும் அவர்களுக்கு ஆலயப் பிரவேசம் மறுக்கப்பட்டதற்கு ஆதாரமாக பல சனாதன நூல்களில் உள்ளவற்றைத் தொகுத்து ஒரே நூலில் ஆசிரியர் வழங்கியிருப்பது சிறப்பு.

இப்போது கோயிலுக்குள் ஹிந்துக்கள் மட்டுமே அனுமதிக்கப்பட வேண்டும், அதுவும் ஆகம விதிப்படி உடையணிந்து வரவேண்டும் என பல விதிமுறைகளை வலியுறுத்தி சென்னை உயர்நீதி மன்றத்தில் தற்போது வழக்குத் தொடுக்கப்பட்டுள்ளது. அந்த வழக்கு இப்போது விசாரணையில் உள்ளது.

இந்த நூலில் சண்டாளர் ஆலயப் பிரவேசஞ் செய்யக் கூடாது என்பதற்கு சிவாகம மேற்கோள், விஷ்ணுவும் பாஞ்சராத்திராகமத்திற் கூறல், சண்டாளர் என்போர் யார், தேவர்களுக்குள்ளும் நான்கு ஜாதிகளுண்டென்பது போன்ற தலைப்புகளில் அத்தியாயங்கள் உண்டு.

இந்தத் தலைப்புகளில் கூறப்பட்ட சில விசயங்களை மட்டும் கீழே தருகிறேன்;

சண்டாளர் முதலாயினார் ஆலயப் பிரவேசஞ் செய்யக்கூடாது என்பதற்குச் சிவாகம மேற்கோள்:

சிவாகமம் சிவபெருமானாற்றிருவாய் மலர்ந்தருளப்பட்டதென்பதை எல்லாப் பிராமணிகர்களும் யோக்கியதையுடன் ஒப்புக்கொள்வர். சிவாகமமின்றிச் சிவமுமில்லை. சிவாலயமுமில்லை. ஆதலின் ஆலய விஷயத்தில் ஆகமமே பிரமாணம்.

கோடி கிரந்தங்களாய் விரிந்துள்ள சிவாகம மகோததியில் ஒருவன் வீழ்ந்து கஷ்டப்பட்டு ஆராய்ந்தால் அடியிற் கண்ட இரத்தினங்களாகிய சுலோகங்கள் நன்கு பெறப்படும். சிவாகமங்களுட் பிரதமமாகிய காமிகாகம உத்தரபாகப் பிராயச்சித்தி விதிப்படலத்துள் சண்டாளப் பிரவேச பிராயச் சித்தம் வருமாறு:

குரங்கு கோழி முதலியன, புறா, பன்றி, நாய், கோட்டான், கழுகு, காக்கை, ருது ஸ்திரீ, திருடன், கழுதை.

பதிதர்கள்(வர்ண தர்மங்களைப் பின்பற்றாதவர்கள்), மரணா சௌசமுள்ளவர்கள் (மரண தீட்டுள்ளவர்கள்), பாதகர்கள், பிறவித் தீட்டுள்ளவர்கள், மறைவாகப் பிறந்தவர்கள், கெட்ட ரோகிகள், கர்மங்களை விட்டவர்கள், ப்ரதிலோமக் கலப்பினால் பிறந்தவர்கள்.

குரு முதலியவர்களுக்குத் துரோகம் செய்தவர்கள், தீக்ஷையற்ற பிராமணர் முதலிய மூன்று வர்ணத்தார்கள், மற்ற நாற்கால் ஜெந்துக்கள், பக்ஷிகள் பாம்புகள்.

மற்றத் தாழ்ந்த ஜாதிகள், வேறு தீக்ஷ பெற்ற மனிதர்கள், சிற்பிகள், பாணர்கள், சண்டாளர்கள், வண்ணான் முதலியவர்கள்.

இவர்களால் பீடமாவது, இலிங்கமாவது, விக்கிரகமாவது தொடப்பட்டாலும், கர்ப்பகிருகம் அல்லது பிரதிமா மண்டபம் நுழையப்பட்டாலும், (இதுவரையிற் சிவலிங்கம் அல்லது மற்ற விக்கிரகங்கள் தொடப்பட்டாலும் கர்ப்பக்கிருகம் பிரதிமா மண்டபம் நுழையப்பட்டாலும் என்று கூறப்பட்டது.)

அல்லது மறைவாகப் பிறந்தவர்கள், கெட்ட ரோகிகள், கர்ம ப்ரஷ்டர்கள், ப்ரதிலோமக் கலப்பினாற் பிறந்தவர்கள், குரு முதலானவர்-களுக்குத் துரோகஞ் செய்தவர்கள், தீக்ஷையற்ற பிராமணர் முதலிய மூன்று வர்ணத்தார்கள் இவர்கள் பரிவார தேவதாலயத்திலாவது

உள் மண்டபத்திலாவது இரண்டாவது மண்டபத் திலாவது நுழைந்தால் பிராயச்சித்தம் செய்யவேண்டியது.

இதுவரையிற் பொதுவிதி திருவாய் மலர்ந்தருளினார். இனிச் சிறப்பு விதி கூறுகின்றார்.

சண்டாளன் பாணகன் முதலானோர் நுழைந்தால் அதிகமாகச் சாந்தி செய்யவேண்டியது.

குரங்கு கோழி முதலியவைகள் கர்ப்பகிருஹத்தில் நுழைந் தால் ஸம்புரோக்ஷணமில்லாமல் திருமஞ்சனமும் சாந்தி ஹோமமுஞ் செய்ய வேண்டியது.

இருது ஸ்திரீ (பூப்பு எய்தியவள்), பாதகம் செய்தவர்கள் இவர்கள் கர்ப்ப கிருஹத்தில் நுழைந்தால் முன் சொன்னபடி ஸம்புரோக்ஷணம் மாத்திரஞ் செய்ய வேண்டியது.

சண்டாளன் முதலானவர்கள் கர்ப்பகிருஹத்தில் நுழைந்தால் சாந்தி ஹோமத்துடன் ஸம்புரோக்ஷணமுஞ் செய்ய வேண்டியது. இந்த மாதிரி முறையே பிராயச்சித்தம் மூவகைப்பட்டிருக்கும்.

முற்சொன்ன மூவகைப்பட்டவர்கள் அர்த்த மண்டபத்திலாவது முதல் மண்டபத்திலாவது இரண்டாவது மண்டபத்திலாவது நுழைந்தால் கிரமமாக சாந்தி ஹோமத்தையுந் திக்குஹோமத்தையும் ஸம்புரோக்ஷணத்தையுஞ் செய்ய வேண்டியது.

ருது ஸ்திரீகள் தொட்டால் அல்லது உள்ளே நுழைந்தால், சண்டாளர்கள் இக்காரியங்களைச் செய்தாலென்ன ப்ராயச்சித்தஞ் சொல்லப்பட்டதோ அதையே செய்யவேண்டியது.

முன் சொன்ன மூவகைப்பட்டவர்களும் பிரதிமா மண்டபத்தில் நுழைந்தால் கிரமமாகச் சாந்தி ஹோமம், மூர்த்தி ஹோமம், திக்கு ஹோமம் இவைகளைச் செய்யவேண்டியது.

பிராமணர்களையும் மற்ற தீக்ஷை பெற்றவர்களையுந் தவிர மற்றவர்கள் தீக்ஷையின்றிப் பரிவார தேவதைகளின் ஆலயத்திற்குள் நுழைந்தாலும் இதே பிராயச்சித்தஞ் செய்யவேண்டியது.

இந்தப் பரிவார தேவதைகளின் ஆலயத்திற்குள் புறா, காக்கை, யாது, பாம்பு முதலியவைகள் துழைந்தாலுந் தோஷங் கிடையாது.

சண்டாளன் முதலானவர்கள் உள் மண்டலத்திற்குள் நுழைந்தால் மூர்த்தி ஹோமமும் இரண்டாவது மண்டலத்தில் நுழைந்தால் சாந்தி ஹோமமுஞ் செய்யவேண்டும்.

எல்லாப் பிராயச்சித்தங்களிலும் பசுவின் சாணியினால் மெழுகு முதலானவைகள் பொதுவானவை. பரிவார தேவதையின் ஆலயத்திற்குச் சொன்ன பிராயச்சித்தமே சமையலறைக்கும் வைத்துக்கொள்ள வேண்டியது.

இனி விஷ்ணுவும் பாஞ்சராத்திராகமத்திற் (வைணவ ஆகம நூல்கள்) கீழ் வருமாறுரைத்தல் காண்க:

பாஞ்சராத்திரம் ஜயாக்ய ஸம்ஹிதை:

ஹே ரிஷியே, சண்டாளன் முதலியவர்களுள் எவனாவது கோயிலில் நுழைந்தால் அங்குள்ள மட்பாண்டங்களையெல்லாம் எறிந்து விட்டு மற்றப் பாத்திரங்களை அஸ்திர மந்திரத்தாற் புரோக்ஷித்து ஸ்நானஞ் செய்து அங்கே நின்றுகொண்டு கபில மந்திரத்தை ஆயிரத்திருநூறு முறை ஜெபித்துக் கோயில் முழுவதுஞ் சுத்தி செய்ய வேண்டியது.

முனீச்வார்களே! தீட்டுள்ளவர்களாவது, மஹா பாதகங்களைச் செய்பவர்களாவது, சண்டாளர்களாவது, பிரசவித்த ஸ்திரீகளாவது, மாதவிடாய் பெற்ற ஸ்திரீகளாவது, மிலேச்சாகளாவது, புல்கஸர்களாவது, முதல் மண்டபத்திற்குள்ளேனும் முதல் ஆவரணத்திலேனும் நுழைந்தால் ஆலயத்தை முற்கூறியபடி சுத்தஞ் செய்து, அதமோத்தமப்படி முற்கூறியவாறு புருஷோத்தமனுக்கு அபிஷேகஞ் செய்ய வேண்டியது. முற்கூறப்பட்டவர்கள் இரண்டாவது ஆவரண முதல், வீதி ஆவமணம் வரையிலுள்ள இடங்களில் நுழைந்தால் ஆலயத்தைச் சுத்திசெய்து அதமாதமப்படி பகவானுக்குத் திருமஞ்சனஞ் செய்விக்க வேண்டியது.

முற்கூறிய சந்தர்ப்பங்களிற் சாந்திஹோமஞ் செய்து பிராமணர்கட்குப் போஜனஞ் செய்விக்க வேண்டியது.

ஹே ருஷீஸ்வார்களே சண்டாளர்களாவது சக்கிலிகளாவது தெரியாமல் விஷ்ணுவாலயத்தில் ஒரு மாதம் வரையில் வசித்து விட்டால் மட்பாத்திரங்களை யெறிந்துவிட்டு ஆலயத்தைச் சுத்தி செய்து பசுவின் சாணத்தால் மெழுகிப் பிறகு முழுவதும் அக்கினியினாற் சுத்தி செய்யவேண்டியது.

பிறகு புண்யாஹவாசனஞ் செய்வித்துப் பஞ்ச கௌவியத்தினால் ஆலய முழுதும் புரோக்ஷித்துப் பிறகு தோஷங்களைப் போக்குவதற்காகப் பசு மந்தையை ஆலயத்தில் இருக்கும்படி செய்ய வேண்டியது. வேதங்களை நன்கு கற்றுணர்ந்த பிராமணர்களால் மஹா சாந்தி மந்திரத்தை ஜெபிக்கச் செய்து, பிராமணங்கட்குப் போஜனஞ் செய்வித்துத் தக்ஷிணை கொடுக்க வேண்டியது.

இம்மாதிரி ஒரு மாதமாவது(கரு)தினங்களாவது, ஏழு, ஐந்து, அல்லது மூன்று தினங்களாவது செய்ய வேண்டியது. பிறகு மறுபடியும் ஆலயத்தைச் சுத்திசெய்து பிம்பத்திற்குப் பசு நெய்யால் அபிஷேகஞ் செய்வித்துக் கிரமப்படி சம்புரோக்ஷணஞ் செய்ய வேண்டியது.

சண்டாளன், பிரஸவித்த ஸ்திரீ, ருது ஸ்திரீ இவர்கள் தொட்ட அல்லது பிணம் விழுந்து கெடுக்கப்பட்ட கிணற்றிலிருந்து எடுக்கப் பட்ட ஜலத்தினால் ஸ்வாமிக்குப் பூஜை செய்யப்பட்டால் உத்த மோத்தமமாக ஸ்வாமிக்கு அபிஷேகம் செய்துவைக்க வேண்டியது.

சண்டாளர் என்னும் பதம் தீண்டாதாரையே குறிக்குமெனல்;

மனுஸ்மிருதி(ரு)ம் அத்தியாயம் (அரு)ம் சுலோகம் சொல்லுகின்றது. அதன் பொருளாவது:- பறையன், தூர ஸ்திரீ, பதிதன், பிரசவித்தவள், பிணம், பிணத்தைத் தொட்டவன், இவர்களைத் தெரியாமல் தொட்டால் ஸ்நானஞ் செய்தாற் பரிசுத்தனாகிறான் என்பதே.

கௌதம ஸ்மிருதியுங், "பதிதன், சண்டாளன், பிரஸவ ஸ்திரீ, தூர ஸ்திரீ, பிணம் இவர்களைத் தொட்டவன், தொட்டவனைத் தொட்டவன், இவர்களைத் தொட்டால் வஸ்திரத்துடன் ஜலத்தில் ஸ்நானஞ் செய்தாற் சுத்தனாவான்" என்கிறது. இன்னும் பல ஸ்மிருதின் கர்த்தாக்கள் சிவாகமத்திற்கு விரோதமின்றியே கூறுகின்றனர்.

ஆனாற் கலியுகத்திற் பின்பற்ற வேண்டிய பராசர ஸ்மிருதியில் தீண்டாமையைக் குறித்து யாதேனும் விதிக்கப்பட்டுளதாவெனச் சிலர் உசாவக்கூடும். அதனையுஞ் சற்றாராய்வாம்:

சக்கிலி, சண்டாளன் இவர்களோடு பிராமணன் பேசினாற் பிறகு பிராமணர்களோடு பேசியுங் காயத்ரியை ஒருதரம் ஜெபித்தும் சுத்தனாகிறான்.

சண்டாளனைப் பார்த்தவுடனே சூரியனைப் பார்க்க வேண்டும். அவனைத் தொட்டால் துணியுடன் ஸ்நானஞ் செய்ய வேண்டும்.

சண்டாளனுடன் தூங்கினவனுக்கு மூன்று நாளுபவரஸத்தை விதிக்க வேண்டும். சண்டாளனுடன் வழி நடந்தவன் காயத்ரியை ஸ்மரித்தாற் சுத்தனாகிறான்.

சண்டாளனால் வெட்டப்பட்ட நடவாபிகளில் தெரியாமற் பிராமணன் தண்ணீர் குடித்தால் ஒருநாள் ஒரே வேளை போஜனத்தினாற் சுத்தனாகிறான்.

சண்டாளன் பாத்திரம் பட்ட கிணற்று ஜலத்தைக் குடித்த பிராமணன் மூன்று நாள் கோமூத்திரத்தையும் யவ அரிசி மாவையும் புசித்துச் சுத்தனாகிறான்.

சண்டாளனுடைய பாண்டத்திலிருக்கும் ஜலத்தைக் குடித்த பிராமணன் பதிதனாவான். அந்தப் பிராமணன் பிரஜாபத்ய கிருச் ரத்தைச் செய்யக் கடவன். இந்தப் பிராயச்சித்தமானது அப்படிக் குடித்த ஜலத்தை வாந்தி பண்ணினால்தான். அந்த ஜலம் சரீரத்திற் செரித்து விட்டால் ஸாந்தபனமென்கிற விரதத்தைச் செய்யவேண்டும்.

பிராமணன் குடித்தாற் சாந்தபனமும் க்ஷத்திரியன் பிரஜாபத்யமும் வைத்யன் அதிற் பாதியும் சூத்திரன் அதிற் காற் பாகமும் பிராயச் சித்தஞ் செய்ய வேண்டும்.

சண்டாளனுடைய பாத்திரத்திலிருக்கும் ஜலம், தயிர், பால், இவைகளைச் சாப்பிட்ட மூன்று வர்ணத்தாரும் பிரம்ம கூர்ச்ச பானத்துடன் உபவாஸமிருக்க வேண்டும். சூத்திரனுக்கு உப வாஸத்துடன் சக்திக்கீடாகத் தானம் செய்வது பிராயச்சித்தம்.

அறியாமற் சண்டாளன் அன்னத்தைப் புசித்த பிராமணன் பத்து நாள் யவமென்கிற அரிசியைக் கோ மூத்திரத்துடன் சாப்பிட்டுச் சுத்தனாகிறான்.

முற்கூறியவாறு அன்னத்தைப் புசித்தவன் கோ மூத்திரத்துடன் யவ அரிசியைத் தினம் ஒன்றுக்கு ஒரு கவளமாக நியமத்துடன் புசித்து விரதமிருக்கவேண்டும்.

ஒரு மாதமாவது அரை மாதமாவது சண்டாளரோடு சக வாஸம் நேர்ந்தால் யவ அரிசியினாலும் கோ மூத்திரத்தினாலும் அரை மாதம் போஜனஞ் செய்து சுத்தனாகிறான். ஆகவே இந்தச் சுலோகங்களைக் கண்ட உத்தமர் கழிபேரு வகை பூப்பர். மத்திமர் தாங்கள் இதுகாற்றுஞ் செய்துவிட்ட காரியத்திற்குத் துக்கித்துப் பிராயச்சித்தஞ் செய்து கொள்வர். ஆகமர் இதெல்லாம் நம்மால் முடியாதென்று இனிச் செய்யாமலிருப்பர்.

ஆகவே பூட்ஸ் போட்டுக்கொண்டும் சோபாவின் மேற் சாய்ந்து கொண்டும், போதாக் குறைக்குக்கூட நாயை வைத்துக் கொண்டுந் தீண்டாதாரோடு சமபந்தி போஜனஞ் செய்துகொண்டுங் கலப்பு விவாகஞ் செய்துகொண்டுங் காலத்தைக் கழிப்போர் கதி அதோ கதியென்பது யாமெடுத்துக் கூறவும் வேண்டுமா?

“பிராமணன் சண்டாள ஸ்திரீயையாவது சக்கிலி ஸ்திரீயையாவது புணர்ந்தாற் பிராமணர்களுடைய அனுமதிபெற்று மூன்று நாள் உபவாஸம் (உண்ணாவிரதம்) இருந்து சிகை (குடுமி)யுடன் மொட்டை யடித்துக்கொண்டு இரண்டு பிரஜாபத்ய கிருச்ரத்தைச் செய்து இரண்டு பசுக்களைத் தக்ஷிணையாகக் கொடுத்துச் சுத்தி யடைகிறானென்று பராசரர் சொன்னார்”. இதைக் கேட்ட பிறகுமா கலப்பு விவாகத்திற்குக் கனவு காண்பது! பசுவைத் தானஞ் செய்ய வேண்டுமென்றால் அதை விட்டுப் பசுமாம்சம் உண்பாரோடா விவாகம்! பேஷ், நன்றாயிருக்கிறது ஞாயம்! இது பெருங் கலிக்கூத்தே!

தீண்டாதார்களை வளர்ப்பவர்களும் அவர்களோடு உண்பவர்களும் அவர்கள் வீட்டிற் சாப்பிடுபவர்களும் கலப்பு விவாகஞ் செய்பவர்களும் எப்படி இந்துக்களாவர்! எப்படிச் சநாதன தர்மிகளாவர்! இவர்களை யெல்லாம் இந்துக்களல்லவென்று வொதுக்கவே சட்டம் பிறப்பித்தல் அவசியமாயிருக்கிறது இந்து மதத்தின் புநிதத்தை இவர்களன்றோ கெடுக்கின்றனர். இவர்களன்றோ கலிகாலக் கொடியோர்! அந்நிய மதத்தினரை நோவானேன்? அத்தகைய போலி ஹிந்துக்களே ஆலயப் பிரவேசஞ் செய்யக் கூடாதென்று சட்டம் பிறப்பித்தல் அரசாங்கத்தார் கடனேயாம். ஆகவே இப்பேர்ப்பட்டவர்களுங் கன்ம சண்டாளர்களாய் விடுகிறபடியால் ஜாதிச் சண்டாளர் மாத்திரமன்று. இவர்களும் இனி ஈஸ்வரன் கோயில் பொது என்றுசொல்லவு மிடமில்லை, நுழையவு மிடமில்லையென் றுணர்வாராக. குரானுக்குக் கட்டுப் படாதவன் மகம்மதியனாவனோ! பிராமணர்கள் மாத்திரந் தானே சண்டாளரோடு கலப்பு விவாகஞ் செய்யக் கூடாதெனச் சுலோகங் காட்டப்பட்டது. “நமக்கென்ன நாம் தாராளமாய்ச் செய்து கொண்டு கோயிலுள் நுழையலாம்” எனப் பிறர் வாய் திறப்பராயின் கீழ்வருஞ் சுலோகங்கள் அன்னாருக்கு வாய்ப்பூட்டிடுகின்றன.

க்ஷத்திரியனாவது வைச்யனாவது சண்டாள ஸ்திரீயைப் புணர்ந்தால் இரண்டு பிரஜாபத்ய கிருச்சத்தைச் செய்து இரிஷபங்களோடு கூடின இரண்டு பசுக்களைத் தானம் செய்ய வேண்டும்.

சூத்திரன் சக்கிலி ஸ்திரீயையாவது சண்டாள ஸ்திரீயை யாவது புணர்ந்தால் பிரஜாபத்ய கிருச்சத்தைச் செய்து இரிஷபங்களோடு கூடின நான்கு கோதானஞ் செய்ய வேண்டும். “ஆகவே வர வர அபராதம் முட்டையிட்டுக் குஞ்சு பொரித்ததிகரித்தற் காண்க. நாலு காசு பாலுக்கே கஷ்டப்படுஞ் சூத்திரன் நாலு பசுக்கள் எருதுகளுக் கெங்கிருந்து போவன்! இரண்டு பிரஜாபத்ய கிருச்ரத்தை எவ்வாறு செய்து முடிப்பன்!

ஒருதரம் புணர்ந்தாலே இவ்வளவு வெகுமானமென்றாற் கலப்பு விவாகமா? மாடு தின்னும் புலையரோடு மணத்தலா! இன்னும் பராசர ஸ்மிருதி முதலியவற்றால் நான்காஞ் சாதியாகிய சூத்திரருக் கன்னியமாகச் சண்டாளஜாதி பெறப்பட்டவாறுங் கண்டமைக.

ஆலயப் பிரவேசங் கூடாதென்பது நந்தனார் சரித்திரத்தாலும் நன்கு வலியுறுத்தப்படும் நிற்க, தாயோடேனும் தங்கையோடேனும் மகளோடேனும் எவன் மோகித்துப் புணர்கிறானோ அவனுக்குப் பெரும் பிராயச் சித்தம் விதித்திருத்தலின் ஆணவத் தடிப்பையும் இந்திரியங்களின் சேஷ்டையு மடக்கவே தீண்டாமையேற்பட்டது பேருபகார மாதற் காண்க.

இறுதியாக நம் பாரசர ஸ்மிருதியானது,

'பதிதர்களுக்கு ஒரு நுகத்தடியும் மாதவிடாயானவட்கு இரண்டும் பிரசவித்தவட்கு மூன்றுஞ் சண்டாளனுக்கு நான்கு நுகத்தடியும் விலக வேண்டும்'' என்றும்,

''முற்கூறிய அளவைவிடக் கிட்டே நெருங்கினால் உடுத்த துணியுடன் ஸ்நானஞ் செய்தல் வேண்டும். மேற்கூறியவர்களைத் தெரியாமற் தொட்டால் அப்படி ஸ்நானஞ் செய்வதோடு சூரியனைத் தரிசிக்க வேண்டும்'' என்றுங் கட்டளையிட்டு விச்சிராந்தி யடைகின்றது.

சண்டாளர் என்போர் யார் என்பது; ஸ்மிருதிகளிற் சூத்திரனுக்கும் பிராமண ஸ்திரீக்கும் பிறந்த சண்டாளன் என்று கூறப்பட்டிருப்பது பலரும் அறிந்த தொன்றே. அவ்வாறே அமரகோஷமும், சூத்திரனாற் பிராமண ஸ்திரீக்குப் பிறந்தவன் சண்டாளன் ஆவான் என்று கோஷிக்கின்றது.

வாசஸ்பத்யமும், சூத்திர ஆணும் ப்ராஹ்மணப் பெண்ணுங் கலந்துண்டாக்கிய கலப்புச் சாதி என்று கூறுகிறது.

இந்தியாவை விட்டு மேற்கே போய் ஆசாரங் கெட்டு மாட்டிறைச்சி முதலியவற்றை யுண்டு பலவகையாகக் கலந்துபோனவர்களெல்லாம் எப்படி மிலேச்சர்களென்றும் ஹூணர்களென்று அழைக்கப்படுகின்றனரோ அவ்வாறே ஈண்டுந் தீண்டாதார்கள் அனாதி காலத்திருந்து பெருகிச் சண்டாளர் என்றழைக்கப்படுகின்றனர். பிற்காலத்திலுண்டாகியவரே பெருகிவிட்டனரென்றால் முற்காலத்துண்டாகிய சண்டாளர் ஏராளமா யிருக்கக் கேட்பானேன்.

அனாதிகாலந் தொட்டு அந்தச் சண்டாளர் எனப்படுவோர் எல்லோரும் இயல்பாயுள்ள காமப் பெருக்காற் சூத்திர ஆண்களுக்கும் பார்ப்பினிகட்கும் உண்டாகி விட்ட பிரதிலோமக் கலப்புச் சாதி யாகி அவர்களுக்குள்ளேயே பல பாஹிய ஜாதிகளாகிப் பிரிந்து, கொள்வன கொடுப்பனவெல்லாம் அவர்களுக்குள்ளேயே வைத்துக் கொண்டு சேரியிலோர் புறம் ஒதுங்கி வாழ்ந்து உயர்ஜாதி இந்துக்களைத் தீண்டாதிருந்துவால் காண்க.

மாங்காயிலும் பல தினுசுகளும் உருசிபேதங்களுங் குண பேதங்களும் அவ்வாறே நாய்களிலும் பலவகை பேதங்களும் ஏற்பட்டு உயர்ஜாதி மாம்பழம் உயர்ஜாதி நாய் முதலியன ஏற்பட்டிருப்பதுபோல மனிதர்களிலும் உயர்வு தாழ்வு பூர்வீக கன்ம பேதத்தாலுண்டாதல் நிச்சயமாதலின் பேதங் கிடையாதென்பது பேதமையே யென்க. உயர்வு தாழ்வின்றி உலகத்தில் ஓர் காரியமும் நடைபெறாமை அனுபவத்தாலும் நன்கு காண்க. எல்லாப் பிராணிகளுங் கன்மத்திற் டோகவே ஈசனால் உயர்வு தாழ்வாகப் படைக்கப்பட்டமையும் பிரத்தியட்சமே யென்க. சிருஷ்டியைப் பார்த்தாலே அளந்த விறபேதமாகக் காண்பது பிரத்தியட்சம். ஒருவர் முகம் போல் மற்றொருவர் முகமில்லை. நால்வகை யோனி எழுவகைப் பிறப்பு (அச) லட்ச யோனி பேதங்களாதலையும் ஆராய்ந்தறிக, ஆகவே பேதமில்லையென்பது யாண்டையதென்க.

வேதத்திற் சண்டாளர் என்னும் பதம் பிரயோகிக்கப்பட்டமை;

சாந்தோக்யம். 5-10 :

எவர்கள் இங்குக் கெட்ட நடத்தை யுடையவர்களோ அவர்கள் அடுத்த ஜென்மத்தில் இழிந்த பிறப்பாகிய நாயாகவோ, பன்றியாகவோ, சண்டாளனாகவோ பிறக்கிறார்கள்."

பிருஹதாரண்யகம், 4-3-22: இந்த (ஸுஷுப்தி) நிலையிலிருப்பவன் திருடனாயிருந்தாலும் திருடனல்ல. சிசு வதை செய்கிறவனா- யிருந்தாலும்... சிசு வதை செய்கிறவனல்ல. சண்டாளனாயிருந்தாலும் சண்டாளனல்ல.

ஸ்ரீருத்திரம். 4ம் அநுவாகம்:- பக்ஷிகளின் கூட்டங்களை அடிப்பவர்கள் உருவமாயும், நாயையடிக்கும் நிஷாதர்கள் உருவமாயும் (இருக்கிற) உங்களுக்கு அடிக்கடி நமஸ்காரம்.

நாய்கள் ரூபமாய் இருப்பவராயும் நாய்களுக்கு யஜமானர்கள் உருவமாய் இருப்பவராயும் (இருக்கிற) உங்களுக்கு அடிக்கடி

நமஸ்காரம். "நிஷாதபதமும், ஸ்வபதி என்கிற பதமும் சண்டாளன் என்பதற்குப் பரியாய நாமமாதலைக் கீழ்வரும் அமர நிகண்டாற் காண்க.

"சண்டாள, ப்லவ, மாதங்க, தீவாகீர்த்தி, ஐநங்கம:, நிஷாத, ச்வபச, அந்தாவாஹீ, சாண் டாள, புல்கஸ.

தமிழிலு... சண்டாளன் என்னும் பதம் புலையன் முதலியோரைக் குறிக்குமெனல்;

"குணுங்கர் வங்கர் கவுண்டர் கநகதரிழிஞர் கொலைஞர் புலைஞ சென்றாங் கிசையும் பெயர் சண்டாளர்க்கெய்தும்," திவாகரம்.

"குணுங்கர் புலைஞர் கீழோ ரிழிஞர் அணங்கு சண்டாளர்க்கபி தா னம்மே," பிங்கல நிகண்டு.

"கொலைஞரே களைஞர் வங்கர் குணுங்கர் மாதங்கரோடு புலைஞரே யிழி... ரேழ்பேர் பொருந்து சண்டாளர் நாமம்." சூடாமணி நிகண்டு

குணுங்கள் தோற் கருவிமாக்கள் குயிலு வரிழிழர் முப்பே சூடாமணி,

புலைஞர் - ஈனர், சண்டாளர், பறையர், (அகராதி)

புலைச்சேரி - பறைச்சேரி, புலைப்பாடி. (அகராதி)

பறையன் - பறை யடிப்போன், பறை செய்வோன். அதாவது மேளமடிப்போன், மேளஞ் செய்வோன். இதை விளக்கும் பொருட்டே, வைஜயந்தி நிகண்டுங் கீழ்வருமாறு கூறுகின்றது:

" சண்டாளன் இடுப்பிற் கச்சை கட்டிக்கொண்டு அல்லது கழுத்திற் தோலைக் கட்டிக்கொண்டு தப்பட்டையடிப்பவன். அவன் மலத்தை யெடுத்துச் சுத்தி செய்வான்.

சண்டாளன் அந்தாவசாயி யெனும் இவர்கள் வனத்தையுஞ் சுடுகாட்டையுங் காப்பார்கள். இவ்வாறு சண்டாளருக்குள் பல பிரிவுகளைக் காட்டல் காண்க.

தேவர்களுள்ளும் நான்கு ஜாதிகளுண்டென்பது;

நீவிர் (சிவபெருமான்)தேவர்களுள்ளே

பிராமணர் என்று சாமவேதிய சதபதப்பிராம்மணத்தினும்,

தேவர்களுக்குள்ளே சிவபெருமான் பிராமணர். விஷ்ணு க்ஷத்திரியர். பிரம்மா வைசியர். இந்திரன் சூத்திரன் என்று பராசர புராணம், தக்ஷாகாண்டம் புராணங்களிலும், பிராமணர்களுக்குச் சிவபிரானும் க்ஷத்திரியர்களுக்கு விஷ்ணுவும் வைசியர்களுக்குப் பிரமாவும் சூத்திரர்களுக்கு இந்திரனுந் தெய்வம் என்று ஸ்மிருதியினும் ஸ்காந்தத்தினுங் கூறப்படுகின்ற மையானும், ‘வேதியா, ‘அந்தணா’, ‘மறையோனே’, என்று திருஞான சம்பந்தரும் திருநாவுக்கரசரும் சுந்தரரும் அளவுகடந்து அடிக்கடி தமிழ் வேதமாகிய தேவாரத்து வாய்நிரம்ப அருணாத வொலியால் ஸ்துதிக்கின்றமையானும் அவ்வாறே ஸ்ரீமந் மணிவாசகப் பிரபுவும் திருவாசகத்தில் “காப்பாய் முதல்வா முன்னே யென்னையாண்ட பார்ப்பானே யெம்பரமாவென்று பாடிப்பாடிப் பணிந்து பாதப்பூப் போதணைவ தென்றுகொல்லோ” என்றுள்ளங் குளிர்ந்தோதுகின்றனும் தேவருள்ளும் நான்கு ஜாதியுண்டெனப் பெறப்பட்டுச் சிவபெருமான் பிராமணராகின்றமையால் அச்சிவபெருமா னொருவரையே முழுமுதற் கடவுளாகக் கொண்டு வழிபடுகின்ற எழுவகைப்பட்ட சைவர்களும் மற்ற தேவதைகளைத் தொழும் படியான சாமானிய பிராமணர் முதலியோர்களைப் பார்க்கினும் எத்தனையோ மடங்குயர்ந்தவர்களாகின்றனர் என்பதும் நன்கு சிந்தித்தது.

இனித் தொல்காப்பியத்தும், “அறுவகைப்பட்ட பார்ப்பனப் பக்கமும் ஐவகைமாபின் அரசர் பக்கமும் இருமூன்று மரபின் ஏனோர் பக்கமும் என்று பொருளதிகாரம் புறத்திணையியல் (20)ஞ் சூத்திரத்தானும் நால்வகைச் சாதியுந் தொழிலும் விரித்தோதப் பட்டிருத்தல் காண்க. இனி நாயனாரும், “மறப்பினு மோத்துக் கொளலாகும் பார்ப்பான் பிறப்பொழுக்கங் குன்றக்கெடும்”, “அந்தணர் நூற்கு மறத்திற்கு மாதியாய் நின்றது மன்னவன்கோல்”, “ஆபயன் குன்றும் அறுதொழிலோர் நூன்மறைப்பர் காவலன் காவானெனின்”, என்று கூறுதலுங் காண்க.

ஆசை வெட்கமறி யாதென்னும் பழமொழிக்கிணங்க ஆலயப்பிர-வேசஞ் செய்தலாகிய அடாத காரியஞ் செய்தாற் படாதபாடு படுவர் என்பதைக் கடைப்பிடிக்க. தண்டிக்கச் சிவபெருமான் வேண்டியதில்லை, பசுக்களைக் கோலாலடித்தலையே பொறுக்காத சண்டேசுர நாயனார் தந்தையை வெட்டிச் சாய்த்ததுபோற் கோஹத்தி செய்வோர் கோயிலுக்குள் நுழைந்தால் பெருந்தண்ட மியற்றுவாரென்பதுஞ் சத்தியம். அவர் கையில் மழுவாயுதம் வைத்துக்கொண்டு பாவிகளைக் கோபிப்பதுங் கவனிக்கத்தக்கது. நரகத்திற்கஞ்சுக. குளிக்கப்போய்ச்

சேறு பூசிக் கொள்ளற்க, சிவாலய விதிக்குக் கட்டுப்படாதார் சிவாலயப் பிரவேசஞ் செய்வதாற் போந்த பயன் யாதோ? பயன் நரகப் பிராப்தியே. இவர்கள் வெகுகாலமாகக் கடவுளுக்குப் பயந்து ஆலயப்பிரவேசஞ் செய்யக் கனவிலும் நினையாமல் வெளியிலிருந்தே வணங்கி வந்தனர். ஏனெனின் கோபுரம் ஸ்தூல லிங்க மாதலின் அதனைத் தூரத்திருந்தே கைகூப்பித் தொழுதலே அவர்களுக்கேற்பட்ட விதியாதலினென்க.

★★★

மறந்தும் தீண்டத்தகாதவர்கள், பெண்கள், சூத்திரர்கள் கோயில்களில் நுழைதல் கூடாது, அப்படி நுழைந்தால் அதற்கான சாந்தி சடங்குள் என்னென்ன என்பதை பல்வேறு பெயர்களில் இன்றும் நம் கண் முன்னே கோயில்களில் நிகழ்த்தப்படுகிறது. இந்தச் சடங்குகள் மேற்கூறிய பல பெயர்களில் வழங்கப்பட்டு வருவதால் இதன் உண்மையான தாத்பரியம் யாருக்கும் பிடிபடுவதில்லை. இந்தச் சடங்குகள் நிகழ்வதற்கான காரண காரியங்களை மேலுள்ள நூல் ஒன்றின் மூலம் மிகத் தெளிவாக உணரலாம்.

இதற்கு மேலும் அடம்பிடித்து நாங்களும் கோயில்களுக்குள் போவோம், அது எங்கள் உரிமை, நாங்கள் கட்டியது என்று உள்ளே செல்கிறவர்கள் ஒன்றை நினைவில் கொள்ளட்டும், ஒவ்வொரு முறை நீங்கள் உள்ளே வந்து செல்லும் போதெல்லாம் தீட்டு கழிப்பதற்காக சாணத்தையும் கோமியத்தையும் கரைத்து நம் முன்னாலேயே பூசை புனஸ்காரம் எனும் பெயரில் கழுவி கழுவி ஊற்றுவார்கள். இந்த அவமானம் அக்கிரமம் பரவாயில்லை என்கிறவர்கள் வழக்கம் போல தாராளமாக கோயிலுக்குள் செல்லட்டும்.

இந்நூலில் குறிப்பிட்ட சில பகுதிகளில் உள்ளவற்றை மட்டுமே தொகுத்து எடுத்துரைத்துள்ளேன். இந்த நூலை வாசித்தும், தன்னை ஹிந்து என அடையாளப்படுத்துவோர் உண்டென்றால் அவர்கள் தங்களது மனம் சரியாக செயல்படுகிறதா என்பதை பரிசோதனை செய்துகொள்வது நல்லது.

ஆதார நூல்

தீண்டாதார் ஆலயப் பிரவேச நிக்ரஹம் (தடை) முதற் பாகம், பா.நீலகண்ட சித்தாந்தியார் இயற்றியது, 1932 ஆம் ஆண்டு பதிப்பு.

♦

உ

சிவமயம்

திருச்சிற்றம்பலம்

தீண்டாதார்

ஆலயப் பிரவேச நிக்ரஹம் (தடை)

என்னும்

சர்வ சந்தேக நிவாரணம்.

(முதற்பாகம்)

சர்வமதாதீத

சுத்தாத்வைத சத்திய தரிசன

சித்தாந்தசைவப்பிரசாரக

மா. நீலகண்ட சித்தாந்தியார்

இயற்றி வெளியிட்டது.

கலி(௫௲௩௰௩) ஆங்கிரச ஞு

மார்கழிமீ

1932.

PRINTED AT THE KABEER PRINTING WORKS TRIPLICANE

 [விலை அணா 6.

சிதங்கீள வற்புறுத்தஞ் சுயராஜ்யம் வந்து பெரிய அவமானத்திற் குட்படுவதைவிட இப்போநிருக்கும் அவமானம் பெரிதன்று; ஆக லின் அத்தகைய சுயராஜ்யத்தால் பெருங் கலகமே விளோயிமென் பதை இப்போதே பலஇங்களில், நடக்கும் விஷயமே சுசிப்பிக் கின்றது. ஆதலின் இங்கிலாந்தில் சர்வகட்சி மகாநாட்டிற் பல தகராறுக ளேற்படுவதனும் ஈசன் செய்லேபாமென்க. தான் சாக எவிடே னும் மருந்தண்பானு? ஆனுல் மத விஷயத்திற்குச் சற்றே னும் விரோத முண்பண்ணுத சுயராஜ்யத்தினே யளித்தால் அது அனுமதிக்கத் தக்கதே. அப்பொழுதுங்கூட ஒன்றும் கிடைக்காத இப்போதே இவ்வளவு கிளர்ச்சி செய்யும் அரசியல் வாதிகள் பல விதஅடாத செய்கைகள் செய்யப் பின்னடையார்க என்பதை அரசாங்கத்தார் யூகிக்க வேண்டும்.

(ரு) சண்டாளர் முதலாயினர் ஆலயப் பிரவேசஞ் செய்யக்கூடாது என்பதற்குச் சிவாகம மேற்கோள்.

இதகாரும் பிரத்திபட்சப்பிரமாணம் என்னுங்காட்சி பளவை, யுக்தி அல்லது அதமானப்பிரமாணமென்னும் கருதலளவை ஆகிய இரண்டிற்கும் பொருத்தமுறப் பல விஷயங்கீள பெடுத்துக் காட்டி னும். ஆயினும் பண்டிதோத்தமர்கள் ஆகமப் பிரமாணமே வலி புடைத்தென்ப ராதலின் ஆகமப் பிரமாணமாகிய உரையளவையுங் காட்டி விடென்றும். ஏனெனில் சிவாகமம் சிவபெருமானுற்றிரு வாய் மலர்ந்தருளப்பட்டதென்பதை எல்லப் பிராமாணிகர்களும் போக்கியதையுடன் ஒப்புக்கொள்வர். சிவாகமமின்றிச் சிவழு மில்ல. சிவாலயமுமில்லே. ஆதலின் ஆலய விஷயத்தில் ஆகமமே பிரமாணம்.

உ-கோடி நற்தங்களாய் விருந்துள்ள சிவாகம மகோததி யில் ஒருவன் விழ்ந்து கஷ்டப்பட்டு ஆராய்ந்தால் அடிமிற் கண்ட இரத்தினங்களாகிய சுலோகங்கள் என்கு பெறப்படும், (உ) சிவ கமங்களுட் பிரமமாவு காமிகாகம உத்தரபாகப் பிராயச் சித்தி விநிப்படலத்துள் சண்டாளப் பிரவேச பிராயச் சித்தம் வருமாறு:-

சுவிகர்ஞ்ஜுகார்டெளவுதூ சுவேரதெ: வஸ்சுகொரெ: ஸ்லுதி ।
உஹக மர மூகாரிகெஹ்ஜ்டுத-வஹ் ஜொர மடுஉ ஜெொ: ॥ கடக
குங்கு கோழி முதலியன, புரு, பன்றி, நாய், கோட்டான்,
கழுது, காக்கை, ருத ஸ்திரீ, திருடன், கழுதை.
வசிதெ: வெதகெவெ ராவிவா தகெ: வஹிதெகொஸ ᅵ ந₂ு
ஐஜெ: வரவொரொமர்தெஉ; பூரதெள்வு ா பூசிஜொஸெஹெ;

பதிதர்கள், மரணு செளசமுள்ளவர்கள், பாதகர்கள், பிறவித் திட்டுள்ளவர்கள், மறைவாகப் பிறந்தவர்கள், கெட்ட ரோகிகள், கர்மங்களை விட்டவர்கள், ப்ரதிலோமக் கலப்பினுல் பிறந்தவர்கள்.

ம—வ-ஜாதிெ நூாஊவாஂய—ெகுைடீஷாஹீெதஜீ-ஜா.திறி: ।

அதா—ஷூரஷைெரயா௦தைதூஹாவக்ஷிதிஹுஷரீஷூரெவ: ॥ ௧௧௫

குரு முதலியவர்களுக்குத் துரோகம் செய்தவர்கள், தீக்ஷை யற்ற பிராமணர்முதலிய மூன்று வர்ணத்தார்கள், மற்ற நாற்கால் ஜெந்துக்கள், பக்ஷிகள் பாம்புகள்.

ஹீநஜாதிஹிரெதூவ-ஜா.நரெநீ-ஷஷாணரஷூிெதை: ।

ஶிஜ்ஷி: வாணஅணுாஷிராஜகாைதஷூரயாவீவ ॥ ௧௧௬

மற்றத் தாழ்ந்த ஜாதிகள், வேறு தீக்ஷைபெற்ற மனிதர்கள், சிற்பிகள், பாணர்கள், சண்டாளர்கள், வண்ணுன் முதலியவர்கள்.

ஷூரஷெஷவீ௦யஷிஂெமவாஸெபராதனஜமஹ-ஜ௦ஜமஹகெ ।

ஷூஷிஷெவரயவஷெவெ-ஜதா— ஊணுவெஷூதிஈஹூெய ॥ ௧௧௭

இவர்களால் பீடமாவது இலிங்கமாவது, விக்ரகமாவது தொடப் பட்டாலும, கர்ப்பகிருகம் அல்லது பிரதிமா மண்டபம் நுழை யப்பட்டாலும், (இதுவரையிற் லிங்கம் அல்லது மற்ற விக்கி ரகங்கள் தொடப்பட்டாலும் கர்ப்பக்கிருகம். பிரதிமா மண்டபம் நுழைபப்பட்டாலும் என்று கூறப்பட்டது.)

வரிவாராஷுெவாஷஉ-ஜணுெவவாஷீதீபகெ ।

,ம௦ஷஜைெஜ: வாவரோ,மாதைெஜ: ஷூாதைதூவ-ஜாஷூதிெஜாஈ-

ஜெஜ ,ம—வ-ஜாதிெ நூாஊவாஂயா—ைகுநீஷாஹீெதஃஜீஜா.திறி:

அல்லது மறைவாகப் பிறந்தவர்கள், கெட்ட ரோகிகள், கர்ம ப்ரஷ்டர்கள், ப்ரதிலோமக் கலப்பினுற் பிறந்தவர்கள், குரு முத லானவர்களுக்குத் துரோகஞ் செய்தவர்கள், தீக்ஷையற்ற பிரா மணர்முதலிய மூன்று வர்ணத்தார்கள் இவர்கள் பரிவார தேவதா லயத்திலாவது உள் மண்டபத்திலாவது இரண்டாவது மண்டபத் திலாவது நுழைந்தால் (பிராயச்சித்தம் செய்யவேண்டியது.)

இதுவரையிற் பொதுவிதி திருவாய் மலர்ந்தருளினுர். இனிச் சிறப்பு விதி கூறுகின்றுர்.

அணுாஷுவாணகாெதூஷெஹஜாஷிகஉ-ஜாயிகஂநயெல் । ௪()௪

சண்டாளன் பாணகன் முதலானேர் நுழைந்தால் அதிகமாகச் சாந்தி செய்யவேண்டியது.

ஶுநகுக்குடமார்ஜாலவிஶேஷாத்யைஃ ப்ரவேஶநே ஶாந்திஹோமாதிகம் ।
ஸம்ப்ரோக்ஷணம் விநா கார்யம் ஸ்நபநம் ஶாந்திஹோமகம் ॥ ௪0௫

நாய்க்கு கோழி முதலியவைகள் கர்ப்பகிருஹத்தில் நுழைந்தால் ஸம்புரோக்ஷணமில்லாமல் திருமஞ்சனமும் சாந்தி ஹோமமுஞ் செய்ய வேண்டியது.

ஸூதகஸ்த்ரீபாதகாத்யைஶ்ச ப்ரவிஷ்டே கர்ப்பமந்திரே ।
ததா ஸம்ப்ரோக்ஷணம் கார்யம் கேவலம் ப்ராக்ப்ரசோதிதம் ॥

இருது ஸ்திரீ பாதகம் செய்தவர்கள் இவர்கள் கர்ப்ப கிருஹத்தில் நுழைந்தால் முன் சொன்னபடி ஸம்புரோக்ஷணம் மாத்திரஞ் செய்யவேண்டியது.

அந்த்யஜாத்யைஶ்ச ஸம்ஸ்ப்ருஷ்டே ஶாந்திஹோமஸமந்விதம் ।
ஸம்ப்ரோக்ஷணம் விதாதவ்யம் த்ரேதைவம் ஸ்ம்ருதம் ॥ ௪0௬

சண்டாளன் முதலானவர்கள் கர்ப்பகிருஹத்தில் நுழைந்தால் சாந்தி ஹோமத்துடன் ஸம்புரோக்ஷணமுஞ் செய்யவேண்டியது. இந்த மாதிரி முறையே பிராயச்சித்தம் மூவகைப்பட்டிருக்கும்.

ஶாந்திகம் திக்ஹோமம் ச ப்ரோக்ஷம் ஸம்ப்ரோக்ஷணம் ததா ।
த்ரயாணாமேவ ப்ரோக்தம் பூர்வஸம்ஸ்பர்ஶநே ।
ப்ரமேண தத்தது ।
௪0௭

முற்சொன்ன மூவகைப்பட்டவர்கள் அர்த்த மண்டபத்திலாவது முதல் மண்டபத்திலாவது இரண்டாவது மண்டபத்திலாவது நுழைந்தால் கிரமமாக சாந்தி ஹோமத்தையும் திக்குஹோமத்தையும் ஸம்புரோக்ஷணத்தையுஞ் செய்ய வேண்டியது.

அஸ்பர்ஶவிஹிதம் ததா ।
ப்ராயஶ்சித்தம் ததா ஸ்த்ரீணாம் ஸ்வஸ்பர்ஶாதௌ விதீயதாம் ॥ ௪0௮

ருது ஸ்திரீகள் தொட்டால் அல்லது உள்ளே நுழைந்தால், சண்டாளர்கள் இக்காரியங்களைச் செய்தாலென்ன ப்ராயச்சித்தஞ் சொல்லப்பட்டதோ அதையே செய்யவேண்டியது.

ப்ரதிமாமண்டபே ப்ராப்தே பூர்வோக்தைஸ்த்ரிபிஸ்ததா ।
ஶாந்திஹோமம் ச ஸத்ரவ்யம் திக்ஹோமம் ப்ரோக்ஷணம் ததா ॥

முன் சொன்ன மூவகைப்பட்டவர்களும் பிரதிமா மண்டபத்

தில் நுழைந்தால் கிரமமாகச் சாந்தி ஹோமம், மூர்த்தி ஹோமம், திக்கு ஹோமம் இவைகளைச் செய்யவேண்டியது.

தீக்ஷாஹீநை: த்விஜாதீம்ஸ்து ஹிவர்தீக்ஷாநராநபி ।
வரிவாராலயாவெஶெவெத்தெவஶாந்திதம் ॥ சகக௩

பிராமணர்களையும் மற்ற தீக்ஷை பெற்றவர்களையுந் தவிர மற்றவர்கள் தீக்ஷையின்றிப் பரிவார தேவதைகளின் ஆலயத்திற்குள் நுழைந்தாலும் இதே பிராயச்சித்தஞ் செய்யவேண்டியது.

கவொதகாகஸவஷாதிவ்ருவெஶொநாத்ருடொஷஹாக ॥ சகஉ

இந்தப் பரிவார தேவதைகளின் ஆலயத்திற்குள் புறா, காக்கை, பாம்பு முதலியவைகள் நுழைந்தாலுந் தோஷம் கிடையாது.

அண்ட்யாத்ய ரஜகாத்யைஸ்து ப்ரவிஷ்டே மண்டபாந்தரம் ।
க்ருதம் த்விதீயே ஹோமஸ்து ஶாந்திஹோமோ விதீயதே ॥

சண்டாளன் முதலானவர்கள் உள் மண்டலத்திற்குள் நுழைந்தால் மூர்த்தி ஹோமமும் இரண்டாவது மண்டலத்தில் நுழைந்தால் சாந்தி ஹோமமுஞ் செய்யவேண்டும்.

ஶாயோஜ்யெவநாதீஷு அஶாதநம் ஸர்வகாஷுவை ।
வரிவாராலயவ்ராக்தம் ப்ராயஶ்சித்தம் ஹோதலெ ॥ சகச

எல்லாப்பிராயச்சித்தங்களிலும் பசுவின் சாணியினால் மெழுகுதல் முதலானவைகள் பொதுவானவை. பரிவார தேவதையின் ஆலயத்திற்குச் சொன்ன பிராயச்சித்தமே சமயலறைக்கும் வைத்துக்கொள்ள வேண்டியது.

(கூ) இனி விஷ்ணுவும் பாஞ்சராத்திராகமத்திற் கீழ் வருமாறுரைத்தல் காண்க.

பாஞ்சராத்திரம் ஜயாக்ய ஸம்ஹிதை. உஅசு-ம் பக்கம்.

அண்ட்யஜாத்யைஸ்து கஸ்மிந்ப்ரவிஷ்டே யதி மந்திரம் ।
ஸம்த்யஜேத்ஸர்வபாத்ராணி ஸ்நாநம் வைஷ்ணவாதிநா ।
ப்ரோக்ஷணீயம்க்ருதஸ்நாநம் தத்ர கவிதும் ஜபேத் ।
ஶதாதிஷ்டாதிஸஹஸ்ரம் தேவதாலயம் அஶாயதி ॥

(இ-ள்) ஹே ரிஷியே, சண்டாளன் முதலியவர்களுள் எவ

ன்வது கோயிலில் நுழைந்தால் அங்குள்ள மட் பாண்டங்களை யெல்லாம் எறிந்துவிட்டு மற்றப் பாத்திரங்களை அஸ்திர மந்திரத் தாற் புரோக்ஷித்து ஸ்நானஞ் செய்து அங்கே நின்றுகொண்டு கபில மந்திரத்தை ஆயிரத்திருநூறு முறை ஜெபித்துக் கோயில் முழுவதுஞ் சுத்தி செய்ய வேண்டியது.

பாஞ்சராத்திரம். ஈச்வர ஸம்ஹிதை.

ஞுமஸா அவஜிஉ-ஊத-ஹெ ஊணாவா தகிவிதஊறெ: ।

அணூாஹெ ஸஹிகொடிகஜூஹெதெ வஊவா-ஷெூஷாதிவி: ॥

தெராஊணூவாஹூஷ ஃஙஸாவாணெவிவா ।

ஃவெஸெஃஸாஊஹஸஃஙஹிஃஹூ ஊதஊணீஸுா: ॥ கசக

முனீச்வரர்களே! தீட்டுள்ளவர்களாவது, மஹா பாதகங் களைச் செய்பவர்களாவது, சண்டாளர்களாவது, பிரசவித்த ஸ்திரீகளாவது, மாதவிடாய் பெற்ற ஸ்திரீகளாவது, மிலேச்சர்களாவது, புல்கஸர்களாவது, முதல் மண்டபத்திற்குள்ளேனும் முதல் ஆவரணத்திலேனும் நுழைந்தால் ஆலயத்தை முற்கூறியபடி சுத்தஞ் செய்து,

ஃஸொதஊஹெஊண ஹூவயெக் வஹஷொதஊ ॥ ககஉ

வீதீயாவூதிாஹஜ்ஹூாவாணவஹிஃ ।

தொாஸ:ஸஂவூவிஷெதஊஊஹாவிஸொஊதஂ ।

ஃஊஹொஊண தெவஃஸஂஹவயெக்ஜிஹா: ॥ ககங

அதமோத்தமப்படி முற்கூறியவாறு புருஷோத்தமனுக்கு அபிஷேகஞ் செய்ய வேண்டியது. முற்கூறப்பட்டவர்கள் இரண்டாவது ஆவரண முதல், வீதி ஆவரணம்வரையிலுள்ள இடங்களில் நுழைந்தால் ஆலயத்தைச் சுத்திசெய்து அதமாதமப்படி பகவானுக்குத் திருமஞ்சனஞ் செய்விக்க வேண்டியது.

ஸவஊதிஸாஹிஹொஊஅகஊஊக் ஹூாஹணஹொஹதஂ ॥ ககங½

முற்கூறிய சந்தர்ப்பங்களிற் சாந்திஹோமஞ் செய்து பிராமணர்கட்குப் போஜனஞ் செய்விக்க வேண்டியது.

அணூாஹெ ஸுவஹெவஊாவி ஃாடிஹக் விஷஊஹிஹெ ।

திாஹஂ கஜதெவாஹெஹாஸெகஂஊதீஸுா: ॥ ககச½

ஊக்வா தாணிவாதஜ்ஹஂஊஜ்-ஊஹஹவக்ஹஹஂ ।

தொஹெதொவவி வதஊவயஊிகாணஂஅஹெக் ॥ ககரு½

ஹே ருஷீஸ்வர்களே சண்டாளர்களாவது சக்கிலிகளாவது தெரியாமல் விஷ்ணுவாலயத்தில் ஒரு மாதம் வரையில் வசித்து விட்டால் மட் பாத்திரங்கள் பெறிந்துவிட்டு ஆலயத்தைச் சுத்தி செய்து பகலின் சாணத்தால் மெழுகிப் பிறகு முழுவதும் அக் கினியிலும் சுத்தி செய்யவேண்டியது.

வாணதூரமவராபிதாவேபூஜ்யேபகிவம்அமவூழகே: ।
மொமணம்வாவாபெஸ்தத்பூவடெஷபூஜாரணெபெ ॥ கசகூ ॥
வராபிதாஷாஸ்ராணிம்பூரஹணெவெடிவாரமெ: ।
மொஜபிதாஜிதரஹம் த்துதெஜராடித்தாட்க்ஷிணம் ॥ ககள் ॥

பிறகு புண்யாஹவாசனஞ் செய்வித்துப் பஞ்ச கௌவியத்தி னுல் ஆலய முழுதும் புரோக்ஷித்துப் பிறகு தோஷங்கள் போக்கு வதற்காகப் பசு மந்திரத்தை ஆலயத்தில் இருக்கும்படி செய்ய வேண்டியது. வேதங்கள் என்கு கற்றுணர்ந்த பிராமணர்களால் மஹா சாந்தி மந்திரத்தை ஜெபிக்கச் செய்து, பிராமணர்ஷ்டுக்கு போஜனம் செய்வித்துத் தக்ஷிணை கொடுக்க வேண்டியது.

னவஸ்ரஸம்ராஹாடும்வஹ்வம்அதுதமம்தவர ॥ ககஅ ॥
ஸுரதூஸ்ஷ்ம்ஸ்ரிஸ்வரூபிம்வராதமொவுரஹ்கே: வாஸரா ।
ஸுதூவிஷெத்தம்பூரஹமி வஸபெரூக்ஷணஷாவபெஸ் ॥ ககக ॥

இம்மாதிரி ஒரு மாதமாவது (கரி) தினங்களாவது, எழு, ஜந்து, அல்லது மூன்று தினங்களாவது செய்ய வேண்டியது. பிறகு மறுபடியும் ஆலயத்தைச் சுத்திசெய்து பிம்பத்திற்குப் பசு செய்யால் அபிஷேகங் செய்வித்துக் கிரமப்படி சம்புரோக்ஷணஞ் செய்ய வேண்டியது.

அணுஹவாதிகொடிசூராஹூஷாராஸூவடிஹிதாக்ஷி ।
கல்வாஷி வாஸ்ஸூரடெதெவரவெயை: குரதெடெவவூவிஜதெ
உத்ரெதஜரெமெதுணஹூவெக்ஷ வாருஷ்ஷொதலம் ॥

சண்டாளன், பிராஸவித்தஸ்திரீ, ருதஸ்திரீ இவர்கள் தொட்ட அல்லது பிணம் விழுந்த கெடிக்கப்பட்ட இடத்திலிருந்து எடுக்கப் பட்ட ஜலத்தினுல் ஸ்வாமிக்குப் பூஜை செய்யப்பட்டால் உத்ர மொத்தமாக ஸ்வாமிக்கு அபிஷேகம் செய்துவைக்க வேண்டியது.

(எ) காந்தி முதலாயினர் சாஸ்திரங்கட்குக் கட்டுப்பட்டொழுக வேண்டுமெனல்.

துகவே இன்னுமா பிரமாணம் வேண்டும்! சிவாகமம் பாஜ

164 / அறியப்படாத இந்து மதம்

பொறுமின். இதர மதஸ்தர்களைப்பற்றி எமக்கு அவசியமில்லை. அவர்களுக்குச் சொன்னாலுங் கேளார்கள். "இந்துக்கள், சநாதன தர்மிகள்" என்று "ஆசை வெட்கமறியாது" என்னும் பழமொழிக்கிணங்கப் பெரும் பேரை வைத்துக்கொண்டு சநாதன தர்ம சட்ட திட்டத்திற்குட்படாமல் வேர் புழுவாகவும், கோடரிக் காம்பு குலத்திற்கீனம் என்பதுபோன்றும் நடந்துகொள்ளுங் கூட்டத்தைப் பார்க்கத் தான் மனக்கசப்பதிகரிக்கிறது. கூழுக்காசை மீசைக்கு மாசையா! சண்டாளர்களைத் தொட்டவர்களைத் தொட்டவர்களையே தீண்டக் கூடாதென்று முன்னரேயே சுலோகங்களெடுத்துதகரிக்கப்பட்டதென்றால் அத்தீண்டாதார்களை வளர்ப்பவர்களும் அவர்களோடு உண்பவர்களும் அவர்கள் வீட்டிற் சாப்பிடுபவர்களும் கலப்பு விவாகஞ் செய்பவர்களும் எப்படி இந்துக்களாவர்! எப்படிச் சநாதன தர்மிகளாவர்! இவர்களையெல்லாம் இந்துக்களல்லவென்று வொதுக்கவே சட்டம் பிறப்பித்தலாவசியகமாயிருக்கிறது இந்து மதத்தின் புனிதத்தை இவர்களன்றோ கெடுக்கின்றனர். இவர்களன்றோ கலிகாலக் கொடியோர்! அந்நிய மதத்தினரை நோவானேன்? அத்தகைய போலி ஹிந்துக்களே ஆலயப் பிரவேசஞ் செய்யக் கூடாதேன்று சட்டம்பிறப்பித்தல் அரசாங்கத்தார் கடனேயாம். ஆகவே இப்பேர்ப்பட்டவர்களுங் கன்ம சண்டாளர்களாய் விடுகிறபடியால் ஜாதிச் சண்டாளர் மாத்திரமன்று. இவர்களும் இனி ஈஸ்வரன் கோயில் போது என்றுசொல்லவு மிடமில்லை, நுழையவுமிடமில்லையென் றுணர்வாராக. சூராலுக்குக் கட்டுப் படாதவன் மகம்மதியனுவனே! பிராமணர்கள் மாத்திரந் தானே சண்டாளரோடு கலப்பு விவாகஞ் செய்யக் கூடாதெனச் சுலோகங் காட்டப்பட்டது. "நமக்கென்ன நாம் தாராளமாய்ச் செய்துகொண்டு கோயிலுள் நுழையலாம்" எனப் பிறர் வாய் திறப்பராயின் கீழ்வருஞ் சுலோகங்கள் அன்னாருக்கு வாய்ப்பூட்டிடுகின்றன.

க்ஷத்ரியோவாபவைஶ்யோவா சண்டாளீம் கச்சதேயதி ।
ப்ராஜாபத்யத்வயம் க்ருத்வா தத்வா கோமிதுனத்வயம் ॥ ௧௦-எ

க்ஷத்திரியனுவது வைச்யனுவது சண்டாள ஸ்திரீயைப் புணர்ந்தால் இரண்டு பிராஜாபத்ய கிருச்சரத்தைச் செய்து இரிஷபங்களோடு கூடின இரண்டு பசுக்களைத் தானம் செய்ய வேண்டும்.

ஶ்வபாகீம்வாபசண்டாளீம் ஶூத்ரோவாபதிகச்சதி ।
ப்ராஜாபத்யம் சரேத்க்ருச்ச்ரம் சதுர்கோமிதுனம் ததேத் ॥ ௧௦-அ

சூத்திரன் சக்கிலி ஸ்திரீயையாவது சண்டாள ஸ்திரீயையாவது புணர்ந்தால் பிராஜாபத்ய கிருச்சரத்தைச் செய்து இரிஷபங்க

ளோடு கூடின நான்கு கோதானஞ் செய்ய வேண்டும்.” ஆகவே வர வர அபராதம் முட்டையிட்டுக் குஞ்சு பொரித் ததிகரித்தற் காண்க. நாலு காசு பாலுக்கே கஷ்டப்படுஞ் சூத்திரன் நாலு பசுக்கள் எருதுகளுக் கெங்கிருந்துபோவன்! இரண்டு பிரஜாபத்ய கிருச்ரத்தை எவ்வாறு செய்து முடிப்பன்! ஒருதரம் புணர்ந் தாலே இவ்வளவு வெகுமானமென்றாற் கலப்பு விவாகமா? மாடு தின்னும் புலையரோடு மணத்தலா! இன்னும் பாராசர ஸ்மிருதி முதலியவற்றால் நான் காஞ் சாதியாகிய சூத்திருக் கன்னியமாகச் சண்டாள ஜாதி பெறப்பட்டவாறுங் கண்டமைக. ஆலயப் பிரவேசங் கூடாதென்பது நந்தனார் சரித்திரத்தாலும் நன்கு வலியுறுத்தப்படும் திற்க, தாயோடேனும் தங்கையோடேனும் மகளோடேனும் எவன் மோகித்துப் புணர்கிறானோ அவனுக்குப் பெரும் பிராயச் சித்தம் விதித்திருத்தலின் ஆணவத் தடிப்பையும்இந்திரியங்களின் சேஷ்டையு மடக்கவே தீண்டாமையேற்பட்டது பேருபகார மாதற் காண்க. ஆகவே பராசர ஸ்மிருதி மூச்சுவிடா வண்ணம் மூக்கைப் பிடித்தல் காண்க. இதுவே அமையுமாகலின் மற்றைய ஸ்மிருதிகளை விரிவஞ்சி விடுத்தாமென்க.

ஆனால் நம்மோடு அவர்கள் பழகினால் நாகரீகமடைந்து மாடு தின்பதையும் பசுக் கொலையையும் பறக்கூத் தாடுதலையும் விட்டு விடுவரென்றால் நவ நாகரீகமடைந்த ஐரோப்பியர் அமெரிக்கர் பர்மியர் ஜப்பானியர் சீனர் மகம்மதியர் முதலாயினோர் மாடு தின்பதை விட்டனரா? உருசி கண்ட பூனை விடுமா? பழக்க வாசனை போகுமா? மகம்மதியர் நீங்கலாக மற்றவர் குடித்துவிட்டு ஆணும்பெண்ணுங் கைகோர்த்துக் கட்டிக் கொண்டாடுவதை (Dance) விட்டனரா? சினிமாக் காட்சி சிரிப்புக்கிடமா யிருக்கிறதே. மூன்று இரண்டா ஆயிரக்கணக்கான ஐரோப்பிய அமெரிக்க ஸ்திரீகள் வெட்கத்தை விட்டு வெளிக்கிளம்பி முக்கால் நிர்வாணத்தைக் காட்டி அரசாங்கத்தார் இடம் விட்டாற் போதும் முழு நிர்வாணத்தையுங் காட்டிக் காசு பறிக்கலாமென்ற பேரவாவுற்றுடுகின்றனரே! இது தானோ நாகரீகம்! வீண் கல்வியைக் கற்று வேலைக்குத் திண்டாட்டமுற்றுக் கடைசியில் ஆணும் பெண்ணும் ஆலிங்கனஞ் செய்து காட்டி வயிறு வளர்க்கிறதே பெருந் தொழிலாகக் கொள்ளல்தானோ நாகரீகம்! இப்போதே உலக முழுதுங் கெட்டதுபோற் புனிதமாய பாரத கண்டமும் அவர்களைப் பார்த்து (Copy யடித்து) நாளடைவில் வெகு வேகமாகப் பல விஷயத்திலுங் கெட்டுக்கொண்டே போகிறது. இதுதானோ முன்னேற்றம். இல்லை இல்லை. இது பின்னிறக்கமே. என்னை? நவ நாகரீகமானது அதாவது சினிமா காட்சி முதலியவை திருட்டுத் தொழிலையும் மோசஞ் செய்தலையும் நம்பிக்கைத் துரோகஞ் செய்தலையுங் குடித்தாடுதலையும் வியபி

வியப்பும் விடாநகைப்புமன்றோ விளைகின்றது! ஆசை வெட்கமறியாதென்னும் பழமொழிக்கிணங்க ஆலயப்பிரவேசஞ் செய்தலாகிய அடாத காரியஞ் செய்தாற் படாதபாடு படுவர் என்பதைக் கடைப்பிடிக்க. தண்டிக்கச் சிவபெருமான் வேண்டியதில்லை. பசுக்களைக் கோலாலடித்ததையே பொறுக்காத சண்டேசுர நாயனார் தந்தையை வெட்டிச் சாய்த்ததுபோற் கோஹத்தி செய்வோர் கோயிலுக்குள் நுழைந்தால் பெருந்தண்ட மியற்றுவாரென்பதுஞ் சத்தியம். அவர் கையில் மழுவாயுதம் வைத்துக்கொண்டு பாவிகளைக் கோபிப்பதுங் கவனிக்கத்தக்கது. நரகத்திற்கஞ்சாக, குளிக்கப்போய்ச் சேறு பூசிக் கொள்ளற்க, சிவாலய விதிக்குக் கட்டுப்படாதார் சிவாலயப்பிரவேசஞ் செய்வதாற் போந்த பயன் யாதோ? பயன் நரகப் பிராப்தியே. இவர்கள் வெகுகாலமாகக் கடவுளுக்குப் பயந்து ஆலயப்பிரவேசஞ் செய்யக் கனவிலும் நினையாமல் வெளியிலிருந்தே வணங்கி வந்தனர். ஏனெனின் கோபுரம் ஸ்தூல லிங்கமாதலின் அதனைத் தூரத்திருந்தே கைகூப்பித் தொழுதலே அவர்களுக்கேற்பட்ட விதியாதலினென்க. ஆனால் இப்பொழுதோ 'விநாசகாலே விபரீத புத்தி' என்றபடி இவர்களுக்கேற்ற கலியுக போலிக் குருவாய்க் காந்தி யேற்பட்டு அவர்களை வீணே தூண்டுதலின் சிலர் விபரீதப் போக்குடையாராயினர். ஆனால் உத்தமர்கள் அவரைப் பின்பற்றார் என்க.

(கஎ) நந்தனாரையிழுத்தல், நெருப்பைப் பிடித்துக்கொண்டு நெய்க்கிணற்றி லிறங்கியதை யொக்குமெனல்.

மகா ஞானியாகிய எமது நந்தனாராம் பெருநெருப்பைப் பூர்வ பட்சிகள் பிடித்தணைத்துக்கொள்ள ஆசைப்படுவானேன்? நந்தனாரைக் கோயிலுள் விடவில்லையா யென்பானேன்? பெரிய புராணம் அவரைக் குறித்து யாது செப்புகின்றது? அதனைச் சிறிதாராய்ந்து பார்ப்போமாக:—சோழநாட்டில் ஆதனூரில் புலையர் குலத்திலவதரித்த நந்தனாரெனப் பெயர் வாய்ந்த அப்பெருமான் ஊர்ப்புலையனென்னுந் தொழிலுடையவரா யிருந்தனர். இருப்பினும் 'எத்தொழிலைச் செய்தாலு மேதவத்தைப் பட்டாலு முத்தர் மனமிருக்கு மோனத்தே' என்றபடி, இருப்பினும் நிற்பினும் ஏகினும் கிடக்கினும் சதா சிவபிரானிடத் தன்புபூண் டொழுகுவாராயினர். இதன்றி அவர் பிறக்கும்போதே அந்தப் பூர்வ வாசனையோடவதரித்தவர். மறந்தும் பிற தெய்வங்களைத் தொழார். அரனைப் பாடும் வாயால் நரனைப்புகழார். சிவாலயங்கள்தோறுஞ் சென்று வாயிலின் புறத்தே நின்று மெய்யன்போடு வணங்கி அவ்வன்பின்

மந்திரத்தால் மழை பொழியுமா?

> ஹோமம் செய்து, பாடல் பாடி மழையைத் தருவிக்க இயலுமெனில், உலகின் பல பாகங்களில் உள்ள பாலைவனப் பகுதிகளை சோலை ஆக்கியிருக்கலாமே! குறைந்தபட்சம் வறண்டு போன இராமநாதபுரம் மாவட்ட தண்ணீர் பிரச்னையையாவது போக்கியிருக்கலாம்.

'மழைக்காக வருண யாகம் : சிவனுக்கு ருத்ராபிஷேகம், விஷ்ணுவுக்கு திருமஞ்சனம் - அறநிலையத்துறை ஆணை' என்னும் அறிவிப்பு கடந்த 2019 ஏப்ரல் மாதம் தமிழ்நாடு அரசின் இந்து சமய அறநிலையத் துறையால் வெளியிடப் பட்டது. இதற்காக இதுவரை எத்தனை கோடிகள் செலவிடப்பட்டதோ தெரியவில்லை. ஆனால், இதில் முக்கியமான ஒரு விசயம் என்னவென்றால் மழை வரவழைக்க வேண்டி தனியாக எந்த ஒரு ஹோமமோ, யாகமோ, வேள்வியோ, யக்ஞமோ, மந்திரமோ, ஸ்லோகமோ ஏதும் இல்லை.

இது ஒரு புறமிருக்க, சுற்றறிக்கையில் கூறப்பட்டுள்ள ஹோமம் வேள்வி, யாகம், அபிஷேகம், ஜபம் எதிலும் உண்மை இருப்பதாகத் தெரியவில்லை.

இதில் குறிப்பிடப்பட்டுள்ள ஸ்லோகங்களையும் மந்திரங ்களையும் அதன் அர்த்தங்களையும் பார்ப்போம். பிறகு நீங்களே முடிவு செய்யுங்கள்!

முதலில் வருண ஜபம் அல்லது வருண காயத்ரி மந்திரம் பற்றிப் பார்ப்போம்:

Aum Jalbimbaye Vvidmahe

Nila Purushaye Dhimahi

Tanno Varunah Prachodayat

Translation:

Om, Let us meditate on the reflection of water

O person of ocean blue, give me higher intellect

And let the God of water illuminate my mind

இந்த மந்திரத்தில் மழை வேண்டி ஒரு வரியும் இல்லையே... பிறகு எப்படி இது வருண காயத்ரி மந்திரம் ஆகும்? இதே மந்திரம் தமிழில்

வருண பகவான் மந்திரம்

ஓம் ஜலபிம்பாய வித்மஹே |

நீலபுருஷாய தீமஹி|

தன்னோ வருண ப்ரசோதயாத் ||

அடுத்து "காலே வர்ஷது பர்ஜன்ய" வேள்வியைப் பார்ப்போம்:

இந்த ஸ்லோகம் வால்மீகி இராமாயணத்தில் இறுதியில் பாடக் கூடிய 'மங்களம்' பகுதியில் வருகிறது. இதைத் தவறாக வேதத்தில் உள்ளதாக இணையத்தில் பல பதிவுகளில் காண முடிகிறது.

ஸ்வஸ்தி ப்ரஜாப்ய: பரிபாலயந்தாம்

ந்யாய்யேன மார்க்கேண மஹீம் மஹீசா: |

கோப்ராஹ்மணேப்ய: சுபமஸ்து நித்யம்

லோகா: ஸமஸ்தா: ஸுகினோ பவந்து ||

காலே வர்ஷது பர்ஜன்ய: ப்ருதிவீ ஸஸ்யசாலினீ

தேசோஅயம் க்ஷோபரஹிதோ ப்ராஹ்மணா: ஸந்து நிர்ப்பயா:

அபுத்ரா: புத்ரிண: ஸந்து புத்ரிண: ஸந்து பௌத்ரிண:

அதனா: ஸதனா: ஸந்து ஜீவந்து சரதாம் சதம்...

இப்படியாக மங்கள ஸ்லோகம் நீள்கிறது.

மேலுள்ள வரிகளுக்கான சுருக்கமான பொருள்:

ஆட்சி செய்வோர் மக்களை நல்ல முறையில் ஆளட்டும்; பசுக்கள், பிராமணர்கள் உள்பட உலகிலுள்ள எல்லோரும் சுகமாக இருக்கட்டும்

காலத்தில் மழை பெய்யட்டும், வயல்கள் நெற்பயிர்களுடன் குலுங்கட்டும், நாடு முழுதும் வளம் பெருகட்டும், பிராமணர்கள் பயமின்றி வாழட்டும்.

குழந்தைகள் இல்லாதோருக்கு குழந்தைகள் பிறக்கட்டும், பிள்ளைகள் எடுத்தோர் பேரப் பிள்ளைகள் பெறட்டும், செல்வ மில்லாதோருக்கு செல்வம் கொழிக்கட்டும், நூறாண்டு காலம் வாழ்க, நோய் நொடியில்லாமல் வாழ்க.

இதில் ஒரே ஒரு வரியில் மழை பற்றிய செய்தி வருகிறது, மழை வேண்டி எழுதப்பட்ட தனி ஸ்லோகம் அல்ல!

அடுத்து தைத்திரீய உபநிக்ஷதத்தில் உள்ள மழை பற்றிய மந்திரத்தைப் பார்ப்போம்:

தைத்திரீய உபநிஷதத் தத்துவங்கள் 6:

பிரார்த்தனை மந்திரம்:

ஓம் சன்னோ மித்ர: சம் வருண: மி சன்னோ பவத்வர்யமா மி சன்ன இந்த்ரோ

ப்ருஹஸ்பதி: மி சன்னோ விஷ்ணுருருக்ரம: மி நமோ

ப்ரஹ்மணே மி

நமஸ்தே வாயோ மி த்வமேவ ப்ரத்யக்ஷம் ப்ரஹ்மாஸி மி த்வாமேவ

ப்ரத்யக்ஷம் ப்ரஹ்ம வதிஷ்யாமி மி ரிதம் வதிஷ்யாமி மி ஸத்யம் வதிஷ்யாமி மி தன்மாவவது மி தத்வக்தாரமவது மி

அவது மாம் மி அவது

வக்தாரம் மிமி ஓம் சாந்தி: சாந்தி: சாந்தி: மிமி 1 மிமி

பொருள்: மித்ரன் என்ற தேவன் நமக்கு நன்மை செய்யட்டும்: வருணன் நன்மை செய்யட்டும்: அர்யமான் என்ற தேவன் நன்மை

செய்பவனாக இருக்கட்டும்: இந்திரனும் பிரஹஸ்பதியும் நமக்கு நன்மை செய்யட்டும்: எங்கும் நிறைந்தவராகிய விஷ்ணு நமக்கு நன்மை செய்யட்டும்: பிரம்மமே உன்னை வணங்குகிறேன்: வாயு தேவனே உனக்கு நமஸ்காரம். நீயே கண்களுக்குப் புலனாகும் பிரம்மம். பிரபஞ்ச ஒழுங்கு முறையைப் போற்றுகிறேன். அந்த பிரம்மம் என்னைக் காக்கட்டும், குருவைக் காக்கட்டும்.

இதிலும் வருணன் பற்றிய ஒரே ஒரு வரி மட்டும் உள்ளது, இதுவும் மழை வேண்டி தனியே எழுதப்பட்ட மந்திரமல்ல.

கீழுள்ள ஸ்லோகத்தைச் சொன்னால் மழை வரும் என இணையத்தில் குறிப்புகள் உண்டு. இது ஸ்லோகமே தவிர வேள்வி ஹோமத்தின் போது உச்சரிக்கப்படும் மந்திரம் அல்ல!

'ருஷ்யச்ருங்காய முனயே விபண்டக சுதாய ச

நம: சாந்தாதிபதயே ஸத்ய:

ஸத்வ்ருஷ்டி ஹேதவே'

அதாவது, 'விபண்டகரின் புதல்வரும் அமைதியை நல்குபவருமான ருஷ்யச்ருங்க முனிவரை மழையை வேண்டி வணங்குகிறேன்' என்று பொருள். இந்த ஸ்லோகத்தைக் கூறி வேண்டிக்கொண்டால், அந்த முனிவர் மழையை அருள்வார் என்ற பதிவும் உண்டு.

இந்த ருஷ்யச்ருங்க முனிவரின் வழிநடத்தலில்தான் தசரதன் புத்ர காமேஷ்டி யாகம் செய்ததார். தசரதன் இவரை அழைத்து வர பல பெண்களைக் கொண்டு இவரை மயக்கிய கதை பாலகாண்டத்தில் உண்டு.

அடுத்து, சுந்தரமூர்த்தி நாயனாரின் ஏழாம் திருமுறையின் உள்ள மழை பற்றிய பதிகத்தைப் பார்ப்போம் :

சுந்தரர் திருப்புன்கூர் தலத்தை அடைந்தபோது, அங்கு மழை இன்றி மக்கள் வாடுவதைக் கண்டார். அவ்வூர் மக்கள் கேட்டுக் கொண்டதற்கு இணங்க ஒரு பதிகம் பாட, மழை பொழிய, அந்த சாதனைக்காக ஐந்து வேலி நிலம் அளிக்கப் பெற்றார். அனா விருஷ்டி அதி விருஷ்டி ஆன போது, அதை மக்கள் அவரை மழையை நிறுத்தப் பாடச் சொன்னார்கள். செய்தார். மழை நின்றது. இன்னொரு ஐந்து வேலி நிலம் கிடைத்தது. ஆனால், அவரோ எல்லா நிலங்களையும் ஆலயத்திற்கே கொடுத்தார். சுந்தரர் பாடிய திருப்புன்கூர் மழை வேட்டல் பதிகத்திலிருந்து ஒரு பாடல்:

“வையக முற்று மாமழை மறந்து
வயலில் நீர்இலை மாநிலம் தருகோம்
உய்யக் கொள்க மற்(று) எங்களை என்ன
ஒலிகொள் வெண் முகிலாய்ப் பரந்(து) எங்கும்
பெய்யும் மாமழைப் பெருவெள்ளம் தவிர்த்து
பெயர்த்து பன்னிருவேலி கொண்(டு) அருளும்
செய்கை கண்டு நின் திருவடி அடைந்தேன்
செழும்புனல் திருப்புன்கூர் உளானே”

இதே போன்று சம்பந்தர், அப்பர் மழை வேண்டி பதிகம் பாடியதாக திருமுறைகளில் உண்டு.

மழை வேண்டுமென பாடல்கள் பாடித்தான் எல்லாம் வல்லவனுக்கு, எங்கும் நிறைந்தவனுக்கு, எல்லாவற்றையும் கடந்தவனுக்கு, பரம் பொருளுக்குத் தெரிவிக்க வேண்டுமா? அவனுக்குத் தெரியாதா அடியார்களின் வேதனை?!

ஹோமம் நடத்தி, பதிகம் பாடி திருப்திப்படுத்தினால்தான் எல்லாம் வல்லவனின் உள்ளம் உருகுமா? மழையைத்தான் தருவிக்க முடியுமா? இதில் துளியேனும் உண்மையிருக்கும் பட்சத்தில் நமது விவசாயிகள் அனுதினமும் இதையல்லவா செய்திருக்க வேண்டும்? தவிர உலகில் ஆங்காங்கே அதிக மழையின் காரணமாக வெள்ளம் ஏற்பட்டு பாதிப்பு உண்டாகிறது, எந்த ஹோமம் செய்து மழையைத் தவிர்ப்பது?

ஹோமம் செய்து பாடல் பாடி மழையைத் தருவிக்க இயலுமெனில், உலகின் பல பாகங்களில் உள்ள பாலைவனப் பகுதிகளை சோலை ஆக்கியிருக்கலாமே!

குறைந்தபட்சம் வறண்டு போன இராமநாதபுரம் மாவட்ட தண்ணீர் பிரச்னையையாவது போக்கியிருக்கலாம். தேவையான இடங்களில் மழை இல்லாது செய்வதும், தேவையற்ற இடங்களில் மழையை பெய்விப்பதும், மழையால் பெருவெள்ளத்தை ஏற்படுத்துவதும் தான் இறைவனது கருணைச் செயலா? அல்லது வேலையா?

இனியும் மந்திரம், ஜபம், அபிஷேகம், திருமஞ்சனம், ஹோமம், யாகம், வேள்வி, யக்ஞம், பதிகம் என மக்களை ஏமாற்ற முடியாது!

குறிப்பு: கட்டுரையின் தொடக்கத்தில் இடம்பெற்றிருப்பது சமீபத்தில் சிட்னியில் உள்ள கோயில் ஒன்றில் வருண ஹோமம் நடந்தேறியபோது எடுத்த நிழற்படம். இதிலுள்ள சிறுவன் என்றாவது ஒருநாள், தண்ணீர் உள்ள பாத்திரத்தில் என்ன காரணத்திற்காக உட்கார வைத்தீர்கள் என கேள்வி கேட்டால் சரியான பதில் தர இயலுமா? தயவு செய்து சிந்திக்கவும்! கேள்வி கேட்கும் காலம் நிச்சயம் வரும்!

இதுதான் தமிழக இந்து அறநிலையத் துறையின் சுற்றறிக்கை! இதன் வலியுறுத்தலின் பேரில் கோயில்கள் அனைத்திலும் மழை வேண்டி ஹோமம், யாகம், அபிஷேகம், திருமஞ்சனம், ஆராதனை, வருண ஜபம் நடைபெற்று வருகின்றன. இவை அனைத்தையும் வெற்றிகரமாக சிட்னி வரை ஏற்றுமதியும் செய்தாயிற்று!

ஆதார நூல்

இந்து சமய அறநிலைத்துறை, சுற்றறிக்கை, ஏப்ரல் 2019.

♦

மிக்க அவசரம்/தனிக் கவனம்

இந்து சமய அறநிலையத்துறை

அனுப்புநர்

க.பணீந்திர ரெட்டி, இ.ஆ.ப.,
முதன்மைச் செயலாளர் / ஆணையர்,
சென்னை–34.

பெறுநர்

அனைத்து இணை ஆணையர்கள்,
அனைத்து இணை ஆணையர்/செயல் அலுவலர்கள்,
அனைத்து துணை ஆணையர்/செயல் அலுவலர்கள்,
அனைத்து உதவி ஆணையர்கள்,
அனைத்து உதவி ஆணையர்/செயல் அலுவலர்கள்.

ந.க.எண். 23603 /2019 / கே4 நாள் 26.04.2019

அய்யா,

பொருள்: மழை வேண்டி யாகம் – இந்து சமய அறநிலையத் துறை ஆளுமையின் கீழ் உள்ள முக்கியத் திருக்கோயில்களில் – ஸ்ரீவிகாரி வருடம் நல்ல பருவ மழை பெய்து நாடு செழிக்க யாகம் செய்திடல் – அறிவுரை வழங்கல் – குறித்து.

பார்வை: 1. இவ்வலுவலக சுற்றறிக்கை ந.க.எண்.33120/2013/கே.4, நாள் 18.06.2013.
2. இவ்வலுவலக சுற்றறிக்கை ந.க.எண்.8/2016/கே4 நாள் 28.04.2017.

2019–20 ஆம் ஆண்டு ஸ்ரீவிகாரி வருடத்தில் நல்ல பருவ மழை பெய்து நாடு செழிக்க இந்து சமய அறநிலையத் துறை கட்டுப்பாட்டின் கீழ் உள்ள முக்கியத் திருக்கோயில்களில் மழை வேண்டி ாகம் செய்ய உத்தேசிக்கப்பட்டுள்ளது. அதன்படி கீழ்கண்ட நிகழ்ச்சிகளை தத்தம் பிரிவில் உள்ள முக்கிய ருக்கோயில்களில், அந்தந்த திருக்கோயில்களின் பழக்க வழக்கத்திற்கு உட்பட்டு நடத்திட அனைத்த ார்நிலை அலுவலர்களையும் கேட்டுக் கொள்ளப்படுகிறது.

- பர்ஜன்ய சாந்தி வருண ஜபம் வேள்வி செய்து சிறப்பு அபிஷேகம் செய்தல்
- அருள்மிகு நந்திப் பெருமானுக்கு நீர்த் தொட்டி கட்டி நந்தியின் கழுத்து வரை நீர் நிரப்பி வழிபா(செய்தல்
- ஓதுவார்களைக் கொண்டு சுந்தரமூர்த்தி நாயனார் இயற்றிய ஏழாம் திருமறை (மழை வேண்டுதல் பதிகம்) ஓதுதல்
- திருஞானசம்பந்தர் இயற்றிய 12 ஆம் திருமுறையில் தேவார மழைப் பதிகத்தை மேகரா குறிஞ்சி என்ற பண்ணில் பாடி வேண்டுதல்.
- நாதஸ்வரம், வயலின், புல்லாங்குழல், வீணை வாத்தியங்களுடன் அமிர்தவர்ஷி மேகவர்ஷினி, கேதாரி ஆனந்த பைரவி, ரூப கல்யாணி போன்ற ராகங்களைக் கொண் வாசித்து வழிபாடு செய்தல்
- சிவன் கோயில்களில் சிவபெருமானுக்கு சீதா கும்பம் எனப்படும் தாராபாத்திர நீர் வி செய்தல்
- சிவபெருமானுக்கு ருத்ராபிஷேகம் செய்தல்

174 / அறியப்படாத இந்து மதம்

காஞ்சிபுராணம் சொல்லும் குற்றங்களும் ஒழுக்கங்களும்

> மனைவியை உடன்வைத்துண்ணல், கலந்தபின் வேறு துயிலாது அவளுடன் துயிலல், அவள் கொட்டாவி விடும் போதும் பசித்துள்ள போதும் வேலையின்றி இருக்கும் பொழுதும் உண்ணும்பொழுதும் அவளை நோக்குதல், சூரியன் எழும்பொழுதும், மறையும்பொழுதும், உச்சிப்போதும் ஆகிய இம் முக்காலங்களில் சூரியனைக் காணுதல் ஆகிய இவையும் குற்றம் எனப்படும்

ஹிந்து வைதிக சனாதன நூல்களில் உள்ள நல்ல விசயங்களைப் பற்றி எழுதலாமே என்ற கருத்தைச் சிலர் தொடர்ந்து என்னிடம் வலியுறுத்தி வருகின்றனர். அந்த நூல்களில் கூறப்பட்டுள்ள நல்ல விசயங்களாக கருதப் படுபவை இருபிறப்பாளர்களான பிராமணர், க்ஷத்ரியர், வைசியர்களுக்கே எழுதப்பட்டுள்ளது. இதை பல வைதிக நூல்கள் வாயிலாக முகநூல் பதிவுகளில் மெய்ப்பித்து உள்ளேன்.

ஆனால், சூத்திரர்களுக்கும், பெண்களுக்கும், வர்ணத்தில் சேர்க்கப்படாத அவர்ணர்களுக்கும் (சண்டாளர், பஞ்சமர்) இந்த நூல்களில் நல்ல விசயங்கள் ஏதுமில்லை என்பதே உண்மை. அடிமையாக வாழ்வதே தர்மம் என்று கூறப்பட்ட சூத்திரனுக்கும் பெண்களுக்கும் வைதிக நூல்களில் கடைப்பிடிக்கவோ, அவர்கள் நலன் சார்ந்தோ ஒரு விசயமும் இல்லை. அவர்ணர்களை இந்த நூல்கள் எதிரிகளாகவே சித்தரிக்கின்றன.

இந்தக் கட்டுரையில் ஸ்ரீ மத் மாதவச் சிவஞான சுவாமிகள் சைவ சமய ஒழுக்கம் பற்றி காஞ்சிப் புராணம் நூலில் கூறியவற்றில் சிலவற்றைக் குறிப்பிட விரும்புகிறேன். திருநெல்வேலி - பாபநாசம் அருகிலுள்ள விக்கிரம சிங்கபுரத்தில் சுமார் 270 ஆண்டுகளுக்கு முன்னர் பிறந்தவர் முக்களா லிங்கர் எனும் இயற்பெயரைக் கொண்ட சிவஞான முனிவர். இவரை ஸ்ரீ மத் மாதவச் சிவஞான சுவாமிகள் என்றும் அழைப்பர். தமிழ் வடமொழி இரண்டிலும் சுவாமிகளுக்குப் புலமை உண்டு.

சுவாமிகள் எழுதிய 'தொல்காப்பியச் சூத்திரவிருத்தி' விமர்சனப் பார்வை கொண்ட நூலாகும். சுவாமிகள் காஞ்சிபுரத்தில் தங்கிய நாட்களில், மெய்கண்ட தேவரின் சிவஞான போதத்துக்குப் பேருரை எழுதினார். அந்த நூலின் பெயர் சிவஞான மாபாடியம். இதே போன்று சுவாமிகள் எழுதிய காஞ்சிப் புராணமும் முக்கியமான நூல்களில் ஒன்று.

ஸ்ரீ மத் மாதவச் சிவஞான சுவாமிகள் அருளிச் செய்த காஞ்சிப் புராணம் - ஒழுக்கப் படலத்தில் உள்ள சில பாடல்களின் உரையினை மட்டும் தொகுத்து தனி நூலாக திருவாடுதுறை ஆதீனம் வெளியிட்டுள்ளது.

இந்த நூலில் கூறப்பட்டுள்ள சைவ சமய ஒழுக்கம் பற்றிய குறிப்புகள் சிலவற்றைக் கீழே தருகிறேன்;

கமண்டலமும் தண்டமும், பிறவும் கைக்கொண்டு அழகிய ஊர்க்கு அப்பால் தென்மேற் றிசையிற் சென்று முப்புரி நூலை வலக் காதில் சுற்றிக்கொண்டு பூமியில் துரும்பை இட்டு உதயத்தில் வடக்கு நோக்கியும் அத்தமனத்தில் தெற்கு நோக்கியும் இருந்து மலசலங்களைக் கழித்து (இந்தக் காட்சி சமீபத்தில் வெளிவந்த 'ஷியாம் சிங்கா ராய்' திரைப்படத்தில் பதிவு செய்யப்பட்டுள்ளது) குறியை இடக்கையில் பற்றி நீரைக் குறுகிய கைப்பாத் திரத்தில் முகந்து ஓர்முறை நீராலும் மண்ணாலும் அக்குறியைத் தூய்மை செய்து மும்முறை மண் சேர்த்துக் குதத்தைக் கழுவிக் கழுவிய இடக்கையைப் பத்து முறையும் இரு கையையும் சேர்த்து ஏழு முறையும், கால்களை ஏழுமுறையும் கழுவி மண்கொண்டு தூய்மை ஆக்குக.

நீரைக் கொண்டு வந்து வாயில் விட்டு இருமுறை கொப்புளித்து உமிழ்ந்து தூய்மையுண்டாக இருமுறை ஆசமனம்செய்து பின்னர் மோதிரவிரலால் அங்கங்களைத் தொடுக. (அங்கநியாசம் கரநியாசம்). புணர்ச்சியுறின் முப்பத்திரண்டு முறையும் உணவிற்குப் பின் பதினாறு

முறையும், மலசல மோசனத்திற்குப் பின்பு எட்டு முறையும் வாய் கொப்புளித்திடல் வேண்டும்.

மலவன்மையைக் கெடுக்கும் எமது பெருமான் விதித்த நூல்வழி நடப்பவர் சலம் மலம் விடும்போதும் கலவிக் காலத்தும், வேள்வி செய்யும் பொழுதும், பல் துலக்கும் போதும், அசைகின்ற நீராட்டுக் காலத்தும், உணவுகொள்கையிலும் உரையாடார்.

அரைநாண், அரைக்காடை கோல், முந்நூல்(பூணூல்), மேலாடை, நூல் விதித்தவாறு பார்ப்பனர், அரசர், வணிகர் எனப்படும், முத்திறத்தவரும் (இருபிறப்பாளர்கள்) தம்மியல்பிற் கொள்க. விதிப்படி வேள்வியைக் காத்துத் திருவெண்ணீற்றை அணிக.

'பவதி' என்னும் சொல்லைப் பிராமணர் முதலான மூவருணத்தவரும் முறையே முதலிலும், இடையிலும் கடையிலும் கூட்டிப் 'பவதி பிட்சாந் தேகி', 'பிட்சாம் பவதி தேகி', 'பிட்சாந் தேகி பவதி' எனப் பிச்சை ஏற்றல் சம்பிரதாயமாகும்.

வேதநெறி சைவ நெறிகளைப் பின்பற்றுவதற்குரிய மூவருணத்துட் பிறக்கும் பேறில்லாத சூத்திரர் முதலானோர்க்கு ஊரித்துவ புண்டரம் முதலாக அணிதல் தகும். பிறர்க்கு அங்ஙனம் அணிதல் தக்கதன்று. உண்மை விளங்கும் வேதாகமங்கள் விதித்த கருமங்கள் ஆகிய இங்குக் கூறியவும் பிறவும் கடைத்தேறுதலை விரும்பினோர் கைப்பற்றி நடந்து, விலக்கிய தீயவழிகளைக் கைவிடுதல் தக்கதென்க.

தவஞ்செய்து இறுமாப்புறல், கண்டவற்றைப் பறைசாற்றல், பொய்ம்மொழியைப் பரப்புதல், ஐம்பொறிகளைப் புறஞ்செலாது அடக்கிய அந்தணரைப் பழித்தல், மிகச்சிறு கொடையையும் தற்பெருமை பாராட்டல், வறிதேயும் கொலைசெயல், பிறரைத் துன்புறுத்தல், புறங்கூறலைக் கேட்க விரும்புதல், புறங்கூறல், மாதவிடாயுற்ற மனைவியைத் தீண்டல் ஆகிய இவை குற்றம் எனப்படும்.

மனைவியை உடன்வைத்துண்ணல், கலந்தபின் வேறு துயிலாது அவளுடன் துயிலல், அவள் கொட்டாவி விடும் போதும் பசித்துள்ள போதும் வேலையின்றி இருக்கும் பொழுதும் உண்ணும்பொழுதும் அவளை நோக்குதல், சூரியன் எழும்பொழுதும், மறையும்பொழுதும், உச்சிப்போதும் ஆகிய இம் முக்காலங்களில் சூரியனைக் காணுதல் ஆகிய இவையும் குற்றம் எனப்படும்.

வான வில்லைப் பிறர்க்குக் கண்டு காட்டல், பழித்தற்குரிய பெருஞ் சண்டைகளை வறிதே கொள்ளல், இரு கைகளால் முகந்து

நீரைப் பருகல், வேள்வித் தீ, சிறந்த பசுக்கள், பார்ப்பனர், தேவர், சூரியன், ஆசிரியர், சந்திரன் இவர்முன் நல்லிருக்கை கொள்ளாமல் மனம்போனபடி இருத்தல் ஆக இவையும் குற்றம் எனப்படும்.

நிறமுடைய நகம், மயிர் இவற்றைக் களைதல், நகங்களாற் பற்களைக் கீறுதல், குடியில்லாத பாழ்மனையில் தனியே துயிலல், உறங்குவோரை எழுப்புதல், வடதிசையில் தலையை வைத்து உறங்கல், துரும்பு கிள்ளல், பிறருடைய செருப்பு, உடை இவற்றை அணிதல் ஆகிய இவையும் வழுவெனப்படும்.

பாவிகள், பெருநோயர், தாழ்குலத்தவர், சண்டாளர், கொடும் பாவச் செயலைப் புரிவோர் ஆகிய இவர்கள் அதிகமிருக்கும் ஊர்களில் தங்குதல், மலையில் நெடுங்காலம் இருத்தல், கடத்தற்கரிய நீரூறும் மலைச்சரிவில் ஏறுதல், இறங்கல், காலை வெயிலில் இருத்தல், நீராடல், சிவபூசனை இவை தவிர்த்துண்ணல் ஆகிய இவையும் குற்றங்கள் எனப்படும்.

பூப்பெய்தினவளையும், ஒழுக்கமிலாதவனையும், இழிசனனையும், பிணத்தையும், அருகனையும் (ஜைன சமயத்தவர்) தீண்டுதலும், காணுதலும் குற்றங்களாம். விளங்குகின்ற திருநீற்றினை அணியாது ஊர்த்துவ புண்டரம் முதலிய அணிந்த வேதியர் முகங்களை மறந்தும் பார்த்தல் குற்றமாகும். காணலுறின் திருவேகம்பரைத் (காஞ்சியிலுள்ள சிவபெருமான்) தரிசனம் செய்து தூய்மை அடைக.

வேதத்தொடு பிற நூல்களையும், யாகத்தொடு பிற அறச் செயல் களையும், களங்கமற்ற பார்ப்பாருடன் சூத்திரரையும் காஞ்சி நகரொடு பிற நகர்களையும், சிவபிரானொடு திருமால் பிரமரையும் ஒப்பாக வைத்துப் பேசற்க. ஒப்பாகப் பேசில் பல்லூழிக் காலம் நிறைந்த நரகக் குழிகளில் மூழ்குவதற்குச் சிறிதும் சந்தேகம் இல்லை.

இவை போல்வனவாக வேதங்கள் விலக்கிய யாவும் விலக்குக. புறச் சமய நூல்கள் தீங்கையே விளைக்குமாகலின் அவற்றைக் கைவிட்டு வேதாகம விதிவழிப் பிறழாது ஒழுகித் திருவேகம்ப நாயகர் அடியவரொடும் கூடியிருத்தல் முறையாகும்.

ஆதார நூல்

காஞ்சிப் புராணத்தில் ஒழுக்கப்படலம், திருவாவடுதுறை, ஆதீனம் வெளியீடு, *1987.*

♦

சிவமயம்

காஞ்சிப் புராணத்தில் ஒழுக்கப்படலம்

(உரையுடன்)

ACC NO 25247

திருக்கயிலாய பரம்பரைத்
திருவாவடுதுறை ஆதீனம்
திருவாவடுதுறை
1987

வேதநெறி சைவ நெறிகளைப் பின்பற்றுதற்குரிய மூவருணத்துட் பிறக்கும் பேறில்லாத சூத்திரர் முதலானோர்க்கு ஊர்த்துவ புண்டரம் முதலாக அணிதல் தகும். பிறர்க்கு அங்ஙனம் அணிதல் தக்கதன்று. உண்மை விளங்கும் வேதாகமங்கள் விதித்த கருமங்கள் ஆகிய இங்குக் கூறியவும் பிறவும் கடைத்தேறுதலை விரும்பினோர் கைப்பற்றி நடந்து, விலக்கிய தீயவழிகளைக் கைவிடுதல் தக்கதென்க. 39

தவஞ்செய்து இறுமாப்புறல், கண்டவற்றைப் பறை சாற்றல், பொய்ம்மொழியைப் பரப்புதல், ஐம்பொறிகளைப் புறஞ்செலாது அடக்கிய அந்தணரைப் பழித்தல், மிகச்சிறு கொடையையும் தற்பெருமை பாராட்டல், வறிதேயும் கொலைசெயல், பிறரைத் துன்புறுத்தல், புறங்கூறலைக் கேட்க விரும்புதல், புறங்கூறல், மாதவிடாயுற்ற மனைவியைத் தீண்டல் ஆகிய இவை குற்றம் எனப்படும். 40

மனைவியை உடன் வைத்துண்ணல், கலந்தபின் வேறு துயிலாது அவளுடன் துயிலல், அவள் கொட்டாவி விடும் போதும் பசித்துள்ள போதும் வேலையின்றி இருக்கும் பொழுதும் உண்ணும்பொழுதும் அவளை நோக்குதல், சூரியன் எழும்பொழுதும், மறையும்பொழுதும், உச்சிப்போதும் ஆகிய இம் முக்காலங்களில் சூரியனைக் காணுதல் ஆகிய இவையும் குற்றம் எனப்படும் 41

பெரிய நீர்நிலைகளில் உடையின்றி நீராடல், ஆடை ஒன்றுடுத் துண்ணல், வழியிலும், சாம்பலிலும், பசுக்கள் கூடுமிடத்திலும், தீயிலும், நீரிலும், சலம் மலம் விடுதல், அவற்றில் எச்சில் துமிழ்தல், நிருவாண மகளிரை நோக்கல், நெருப்பிடைக் காலைக் காய்ச்சல், சூரியன் மறையும் அந்திப் போதில் உண்டல் இவைதாமும் வழுவெனப்படும். 42

4

வானவில்லைப் பிறர்க்குக் கண்டு காட்டல், பழித்தற்குரிய பெருஞ் சண்டைகளை வறிதே கொள்ளல், இரு கைகளால் முகந்து நீரைப் பருகல், வெள்ளித் தீ, சிறந்த பசுக்கள், பார்ப்பனர், தேவர், சூரியன், ஆசிரியர், சந்திரன் இவர்முன் நல்லிருக்கை கொள்ளாமல் மனம்போனபடி இருத்தல் ஆக இவையும் குற்றம் எனப்படும் 43

பிறருடைய நகம் மயிர் இவற்றைக் களைதல், நகங்களாற் பற்களைக் கிளறுதல், குடியில்லாத பாழ்மனையில் தனியே துயிலல் உறங்குவோரை எழுப்புதல், வடதிசையில் தலையை வைத்து உறங்கல், துரும்புகிள்ளல், பிறருடைய செருப்பு, உடை இவற்றை அணிதல் ஆகிய இவையும் ஒழுவெனப்படும். 44

பாவிகள், பெருநோயர், தாழ்குலத்தவர், சண்டாளர், கொடும் பாவச் செயலைப் புரிவோர் ஆகிய இவர்கள் மிக் இருக்கும் ஊர்களில் தங்குதல், மலையில் நெடுங்காலம் இருத்தல், கடத்தற்கரிய சீருறும் மலைச்சரிவில் ஏறுதல் இறங்கல், காலை வெயிலில் இருத்தல், நீராடல், சிவபூசனை இவை தவிர்த்து துன்னல் ஆகிய இவையும் குற்றங்கள் எனப்படும். 45

பூப்பெய்தினவளையும், ஒழுக்கமிலாதவளையும், இழிசனரையும், பிணத்தையும், அருகனையும் தீண்டுதலும், காணுதலும் குற்றங்களாம். விளங்குகின்ற திருநீற்றினை அணியாது ஊர்த்துவ புண்டரம் முதலிய அணிந்த வேதியர் முகங்களை மறந்தும் பார்த்தல் குற்றமாகும். காணலுறின் திருவேகம்பரைத் தரிசனம் செய்து தூய்மை அடைக. 46

வேதத்தொடு பிற நூல்களையும், யாகத்தொடு பிற அறச் செயல்களையும், களங்கமற்ற பார்ப்பாருடன் சூத்திரரையும் காஞ்சி நகரொடு பிற நகர்களையும், சிவபிரானொடு திருமால் பிரமரையும் ஒப்பாக வைத்துப் பேசற்க. ஒப்பாகப் பேசில் பல்லூழிக் காலம் நிறைந்த நரகக் குழிகளில் மூழ்குவதற்குச் சிறிதும் சந்தேகம் இல்லை. 47

இவை போல்வன வாக வேதங்கள் விலக்கிய யாவும் விலக்குக. புறச் சமய நூல்கள் தீங்கையே விளைக்குமாகலின் அவற்றைக் கைவிட்டு வேதாகம விதிவழிப் பிறழாது ஒழுகித் திருவேகம்ப நாயகர் அடியவரொடும் கூடியிருத்தல் முறையாகும். 48

தாய் தந்தையர் இறந்த நாளாகிய ஆண்டுதோறும் அம் மாதத்தில் வரும் அப் பச்சத்துத் திதியிலும், யுகாதி மனுவாதி அமாவாசை, பருவம் எனப்படும் நாட்களிலும் விளங்குகின்ற பிதிரரை நோக்கி அந்தணரை முறைப்படி உண்பிக்க. பிற பெருந்தலங்களிற் செய்யப்படும் தருப்பணாதிகளால் வரும் பெருநன்மைகள் யாவும் காஞ்சியில் உண்பிக்கும் பேற்றினுக்குச் சிறிதும் ஒவ்வாவாகும். 49

பிதிரர் என்போர் பிரமனார் தம் மக்களாகும் மரீசி முதலானோருடைய மக்கள் ஆவர். அவர் தம்முள் மரீசி விராட்டு முதலாமவர் மைந்தர்கள் தேவர் அசுரர் முதலோர்க்கும் கவி, அங்கிரா, புலத்தியன், வசிட்டன் எனப்பெறும் முனிவர் தம் மக்கள் முறையே வேதியர்க்கும், அரசர்க்கும், வணிகர்க்கும் வேளாளர்க்கும் பிதிரராவர். 50

சனாதனமும் சந்தர்ப்பவாதமும்

> தெய்வாம் அவதாரமாகிய விக்டோரியா சக்கரவர்த்தினியின் ராஜ பரம்பரையைச் சேர்ந்த நம்முடைய பிரிட்டிஷ்ராஜா அவர்களுடைய ஆளுகைக்குள் இந்திய புண்ய பூமியின் பிரஜைகளை வாழும்படி அமைத்த சர்வேஸ்வரன் ஸநாதனதர்மிகளாக நம்முடைய ஜாதி அமைப்பு மத தர்மத்திற்கு ஹானி ஸம்பவிக்கும்படி நம்மை ஒருநாளும் கைவிட மாட்டார் என்பது ஸத்தியம்
>
> - L.A. ரெங்கஸாமி அய்யர் எழுதிய 'ஹிந்து மதத்தின் பிராணாதாரம் ஜாதி அமைப்பும் ப்ராம்மண்யமுமே' எனும் நூல்

சமீப காலங்களில் ஹிந்து மத மக்களுக்குள் வர்ண ஜாதிப் பிரிவினை துவேஷத்தை ஏற்படுத்தியவர்கள் வெள்ளையர்கள் எனவும், ஜாதி ஹிந்துக்களுக்கு எதிராக பட்டியலினத்தவர்களை தூண்டியவர்கள் வெள்ளையர்கள் எனவும் சிலர், தொடர்ந்து பிரச்சாரத்தை முன்னெடுத்து வருகிறார்கள். வெள்ளையர்களுக்கு (ஆங்கிலேயர் மற்றும் பிரஞ்சுக் காரர்கள்) எதிராக இவர்கள் எழுதுவதையும் பேசுவதையும் தட்டிக் கேட்பதற்கு யாரும் இல்லை என்பதே இதற்குக் காரணம்.

இந்தக் கருத்தியலை, 1926ஆம் ஆண்டு வெளியான 'ஹிந்து மதத்தின் பிராணாதாரம் ஜாதி அமைப்பும் ப்ராம்மண்யமுமே' எனும் நூல் தூள் தூளாக்குகிறது. சனாதனவாதிகளின் கடந்த கால நடவடிக்கைகளை

வெளிச்சம் போட்டுக் காட்டக் கூடிய முக்கியமான ஆவணம் இந்த நூல் ஆகும். இந்த நூலை எழுதியவர் L.A. ரெங்கஸாமி அய்யர் அவர்கள்.

சனாதனவாதிகள் எப்பேறப்பட்ட விஷமப் பிரச்சாரத்தை மேற்கொண்டு வருகின்றனர் என்பதை இந்த நூலினைப் படிக்கிற எந்த ஒரு பாமரனும் உணர்ந்து கொள்ள முடியும்.

இந்த நூல் முழுக்கவே வர்ண ஜாதி மற்றும் பிராமணீயத்தை ஆதரித்து எழுதிய 30க்கும் மேற்பட்ட ஆங்கிலேய, பிரெஞ்சு வெள்ளைய ஆட்சியாளர்களின், மதகுருமார்களின், பிரபுக்களின், அதிகாரிகளின், பிரமுகர்களின், எழுத்தாளர்களின் அபிப்ராயங்களைக் கொண்டுள்ளது. நூலின் இன்னொரு தலைப்பு 'ஹிந்து மதத்திற்கு ஜாதி அமைப்பின் நன்மையும் அதின் அழிக்க முடியாத்தன்மையும்' ஆகும்.

இனி நூலில் குறிப்பிடப்பட்டுள்ள ஒரு சில வெள்ளையர்களின் அபிப்ராயங்களைப் பார்ப்போம்;

1. இந்தியாவிற்கு அனர்த்தத்தை உண்டாக்கும் உண்மையான அபாயமானது, எங்கே ஜாதிக்கட்டானது உடைக்கப்பட்டுப் போய்விடுமோ என்பதினாலேயே ஒழிய அது இருந்தால் தான் இத்தேசத்திற்கு ஷேமமென்றும் அது உடைக்கப்பட்டுப் போகும் பட்சத்தில் இந்தியாவிற்கு வினாசம் சம்பவிக்கு மென்றும் ஸர் ஜார்ஜ் பர்வுட் என்பவர் எழுதியிருக்கிறார்.

2. ஜாதி ஏற்பாடானது ஆத்மபரித்யாகத்தை அபிவிருத்தி செய்கிற தென்றும் ஒழுங்குபடுத்தப்பட்டிருக்கின்ற ஜன சமூகத்திற்கு வியக்தித்வத்தினுடைய கீழ்ப்படிதலைச் சாதித்துக் கொடுக்கிற தென்றும் ஜனங்கள் பாவம் செய்வதைத் தடுத்துக் கொண்டிருக்கிறதென்றும் மானியர் விலியம்ஸ் என்பவர் எழுதியிருக்கிறார்.

3. ஹிந்துக்களின் மனதானது வழக்கத்தையும் அனுஷ்டானத்தையும் கெட்டியாய் ஒட்டிக் கொண்டிருக்கிறது என்றும் அதனுடைய விதிகளோ இன்னும் அதிகக் கெட்டியாக்கப்பட்ட வழக்கங் களாயிருக்கின்றன என்றும், அந்த உறுதிப்பாடானது மதத்தினுடையவும் நீதிநெறிக்குரியவும் அனுபவ வித்தைக் குரியவும் வியாபாரத் தொழிலினுடையவுமாகிய ஹிந்து மதக் கொள்கைகளை வற்புறுத்திக் கொண்டேயிருக்கும் முக்கிய சக்தியாயிருக்கின்றதென்றும் அது ஜன சமூக ஒழுங்குக்கு முக்கியமான சேவை புரிவிக்கின்றதென்றும் பிரெஞ்சு மிஷினரியாகிய அப்பிடுபாய்ஸ் என்பவர் எழுதியிருக்கின்றார்.

4. ஜாதியிருப்பதினால் இந்தியாவின் ராஜரீகத்தினுடையவும் கைத்தொழிலினுடையவும் முன்னேற்றத்திற்கு யாதொரு இடைஞ்சலுமில்லையென்றும், ஹிந்துக்களானவர்கள் முஸ்லிம், பார்ஸி, கிறிஸ்தவர்கள் அல்லது பஞ்சமர்களோடு ராஜீய வியாபாரக் கைத்தொழில் முதலிய விஷயங்களில் தாராளமாய்க் கலக்க ஜாதியிருப்பதினால் தடையில்லை என்றும் ஹெர்பர்ட் ஸ்பென்சர் என்பவர் எழுதியிருக்கிறார்.

5. கீழ்ஜாதியோர்கள் தங்களை மேல்ஜாதியோர்கள் நடத்தும் பாங்கைப் பற்றி தப்பாக அபிப்ராயம் கொள்ளவில்லையென்றும் கீழ் ஜாதியோர்கள் மேல் ஜாதியோர்களால் வழக்கமாயாவது ஓரோர் சமயத்திலேனுமாவது கெடுதலாய் நடத்தப்படுகிறார் -களென்று சொல்வது உண்மை அல்லவென்றும் ஜாதி வித்தியாசத்திற்கு இந்தியாவிற்குள் பேர்போன இடமாகிய மதுரை ஜில்லாவின் அனுபோகத்தைக் கொண்டு தான் நிச்சயமாய்ச் சொல்லக் கூடுமென்றும் ஸர் ஜான் ரீஸ் என்பவர் எழுதியிருக்கிறார்.

இறுதியாக, "இப்பேர்பட்ட வாக்குதானங்களை அளித்தருளிய தெய்வாம்ச அவதாரமாகிய விக்டோரியா சக்கரவர்த்தினியின் ராஜ பரம்பரையைச் சேர்ந்த நம்முடைய பிரிட்டிஷ்ராஜா அவர்களுடைய ஆளுகைக்குள் இந்திய புண்ய பூமியின் பிரஜைகளை வாழும்படி அமைத்த சர்வேஸ்வரன் ஸநாதனதர்மிகளாக நம்முடைய ஜாதி அமைப்பு மத தர்மத்திற்கு ஹானி ஸம்பவிக்கும்படி நம்மை ஒருநாளும் கைவிட மாட்டார் என்பது ஸத்தியம்" என இந்நூல் முடிகிறது.

கடைசியாக சொல்லப்பட்டுள்ள இந்த வாக்கியம் அதி முக்கியமானது. புரிந்தவர்கள் பாக்கியவான்கள்! கவனிக்கவும், பிரிட்டிஷ் ராணியும் ராஜாவும் தெய்வாம்ச அவதாரமாம்?!

அன்றைய அரசர்கள், ராஜா, மன்னர்கள் முதல், முகலாயர்கள், ஐரோப்பியர்கள் என இன்றைய ஜனநாயக ஆட்சியாளர்கள் வரை சனாதன தர்மிகள் கடைப்பிடிக்கும் ஒரே கொள்கை 'சந்தர்ப்பவாதமும், பிராமணீயமும்' மட்டுமே!

ஆதார நூல்

ஹிந்து மதத்தின் பிராணாதாரம் ஜாதி அமைப்பும் ப்ராம்மண்யமுமே, ஆசிரியர் : L.A.ரெங்கஸாமி அய்யர், 1926 ஆம் ஆண்டு பதிப்பு.

◆

ஹிந்து மதத்தின் பிராணதாரம்

ஜாதி அமைப்பும்

ப்ராம்மண்யமுமே.

இஃது

லால்குடியிலிருக்கும் ரிடையர்ட் அஸிஸ்டெண்ட் இஞ்சினீர்

ராவ்ஸாஹிப் பிரம்மஸ்ரீ

L. A. ரெங்கஸாமி அய்யர் அவர்களால்

எழுதப்பட்டு

திருச்சிநாப்பள்ளி கோவைப்பரேடிவ் பிரிண்டிங் அண்டு பப்ளிஷிங்
சொஸைடி அச்சுக்கூடத்தில் பதிப்பிக்கப்பட்டது.

1926

[இதின் விலை 0—3—0.] [தபால் சார்ஜ் வேறு]

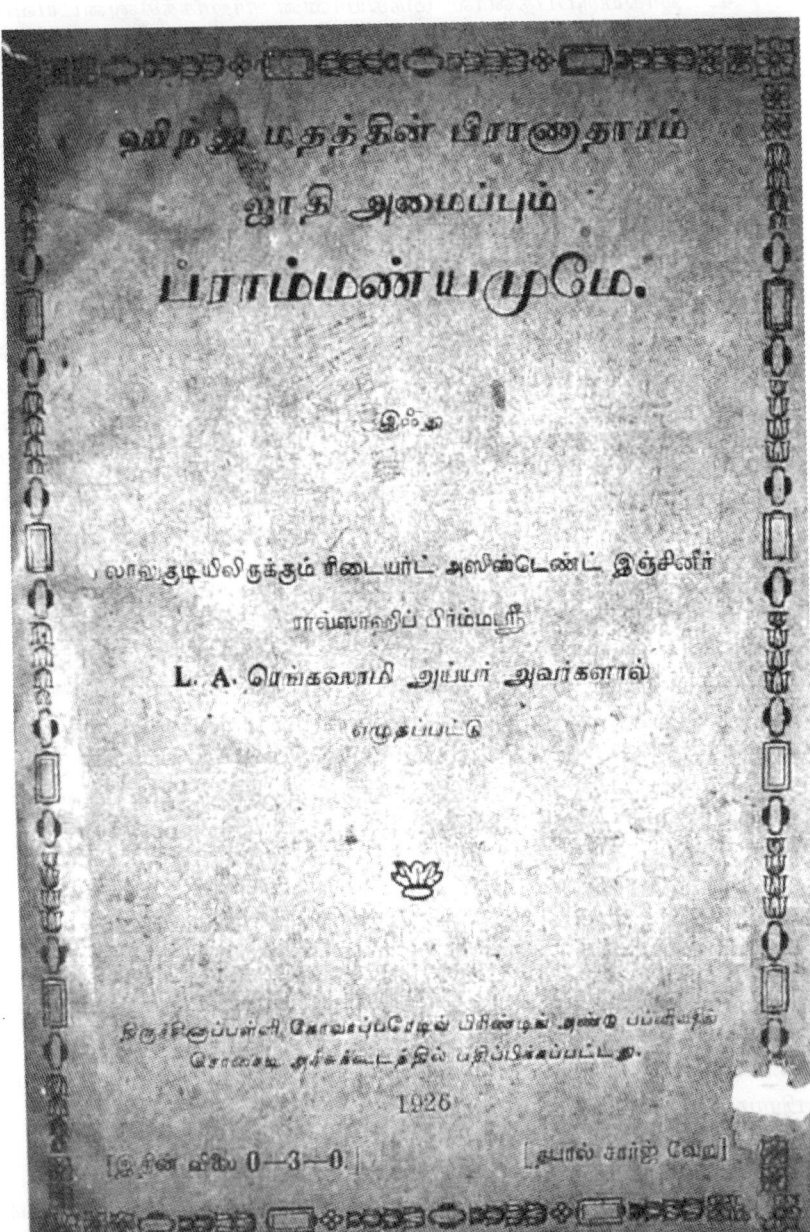

பிராமணப் பித்தலாட்டம்

> பிராம்மணர்கள் தங்கள் ஜீவனத்திற்கு ஏதாவது ஒரு வழிதேட வேண்டுமென்று யோசித்து நிச்சயஞ் செய்து கொண்டு ஷத்திரியர் முதலானவர்களுக்கு "நாங்கள் தான் உங்களுடைய பூஜ்ய தேவதைகள். எங்களை வணங்காமல் உங்களுக்கு முக்தி கிடையாது. எங்களைப் பூஜை செய்யாமல் போனால் கஷ்டமான நரகத்தில் விழுவீர்கள்" என்று உபதேசஞ் செய்தார்கள்
>
> - ஸ்ரீ சுவாமி தயானந்த சரஸ்வதி மகராஜ் எழுதிய 'சத்தியார்த்தப் பிரகாசம்' எனும் நூலில்

பிராம்மணர்களைப் பற்றி ஸ்ரீ சுவாமி தயானந்த சரஸ்வதி மகராஜ் அவர்கள்

'சத்தியார்த்தப் பிரகாசம்' எனும் நூலில் எழுதுகிறார்;

★ ★ ★

பிராம்மணர்களே வித்தையற்றவர்களாகும் பொழுது ஷத்திரியர்கள், வைசியர்கள், சூத்திரர்கள் அறிவற்றுப் போவதைப் பற்றிக் கேழ்ப்பானேன். தலைமுறை தலை முறையாய அர்த்தத்துடன் வேதம் முதலான சாஸ்திரங்களை ஓதி வந்ததும் மறைந்து விட்டது. கேவலம் ஜீவனோ பாயத்திற்கு மாத்திரம் பிராம்மணர்கள் பாடஞ் செய்து வந்தார்கள். அதைக்கூட அவர்கள் சத்திரியர்களுக்கும் பிறர்களுக்கும் சொல்லிக் கொடுக்கவில்லை. அவித்வான்கள் ஜனங்களின் போதகர்களாகவே வஞ்சனை, கபடம்,

புரட்டு, அதர்மம் முதலானவைகள் விருத்தியாயிற்று. பிராம்மணர்கள் தங்கள் ஜீவனத்திற்கு ஏதாவது ஒரு வழிதேட வேண்டுமென்று யோசித்து நிச்சயஞ் செய்து கொண்டு ஷத்திரியர் முதலானவர்களுக்கு "நாங்கள் தான் உங்களுடைய பூஜ்ய தேவதைகள். எங்களை வணங்காமல் உங்களுக்கு முக்தி கிடையாது. எங்களைப் பூஜை செய்யாமல் போனால் கஷ்டமான நரகத்தில் விழுவீர்கள்" என்று உபதேசஞ் செய்தார்கள்.

வேதங்களிலும் ரிஷி முனிகளால் வரையப்பட்ட சாஸ்திரங்களிலும் பூர்ண வித்தையை உடையவர்களையும் தார்மிகர்களையும் பிராம்மணன் என்று சொல்லுவதுபோக இப்பொழுது மூர்க்கனும் தூர்த்தனும், காமியும் வஞ்சகனும், தர்மமற்றவனும் பிராம்மணன் என்று கூறிக்கொண்டு தன்னுடைய வழிபாட்டைத் தேடுகிறான். உண்மை வித்வான்களுடைய குறிகள் இவர்களிடம் எவ்விதமாய் விளங்கும்? ஷத்திரியர்கள் முதலானவர்கள் சம்ஸ்கிருதம் முழுவதும் அறியாமல் போகவே பிராம்மணர்கள் சொல்லும்படியான கட்டுக் கதைகளையெல்லாம் உண்மையென நம்பினார்கள். பெயரினால் மாத்திரம் பிராம்மணர்களா யிருக்கும் இவர்கள் தைரியமாய் தங்களுடைய மாய வார்த்தைகளினால் அவர்களைக்கட்டி अक्षवाक्य जनार्दनः॥ என்பதைப் படித்துக் கொடுத் தார்கள், "பிராம்மணன் முகத்திலிருந்து வரும் வார்த்தைகளெல்லாம் நேராக பகவான் வாயிலிருந்தே வந்தது" என்பதாம்.

வித்தையைவிட தனத்தை அதிகம் கொண்டிருந்த இச்ஷத்திரியர்கள் அவர்களினுடைய ஆட்டத்திற்கு ஆளான பிறகு பெயரினால் பிராம்மணர் களான இவர்களுக்கும் விஷய சுகங்களை அனுபவிக்கத் தக்கச்சமயம் வாய்த்தது. பூமியிலிருக்கும்படியான நல்ல பதார்த்தங்கள் சகலமும் பிராம்மணர்களுக்கென்றே சொன்னார்கள். சுருங்கச்சொல்லுங்கால் குணம், கர்மம், சுபாவம் இவைகளினால் ஏற்படும் பிராம்மணன் முதலான வர்ணவியவகாரங்களை நாசப்படுத்தி பிறப்பினாலுண்டாகிற தென்றுவைத்தார்கள். இறந்தவர்களின் பேரில்கூட எஜமானர்களிட மிருந்து தானங்கள் வாங்கிக்கொள்ள வாரம்பித்தார்கள். இவர்கள் மனம் போன பிரகாரம் காரியம் செய்யவாரம்பித்தார்கள். "நாங்கள் தான் பூதேவர்கள்" என்றும் எங்களுடைய பணிவிடையன்னியில் தெய்வலோகம் எவருக்கும் கிடையாதென்றும் சொன்னார்கள். புழு, பூச்சி, எறும்பு முதலியவைகளாக மாறி கோர நரகத்தைவிட இழிவான உலகத்தையடைய யோக்கியதையற்ற காரியத்தைச்செய்யும் அவர்களை உங்களுக்கு எவ்வுலகம் கிடைக்குமோ" என்றால் கடுஞ்சினங்கொண்டு அவர்கள் "பிரம்ம துரோகிவினஸ்யதி" என்கிற பிரகாரம் நாங்கள் உங்களைச் சபித்தால் நாசமடைவீர்கள் என்று சொல்லுவார்கள்,

பூர்ண வேதஞ்ஞானமிருந்து பரமாத்மாவை அறியும் படியானவும் தர்மாத்மாக்களானவுமான உலக உபகாரிகளை எவன் தூஷிக்கிறானோ அவன் அவசியம் நரகத்தையடைவான். அவர்களைப் பிராம்மணர்களென்றாவது அவர்களை சேவை செய்யவாவது கூடாது.

***

ஸ்ரீ சுவாமி தயானந்த சரஸ்வதி மகராஜ் அவர்கள் நவீன ஹிந்து சீர்திருத்தவாதியாக அறியப்படுகிறார். சதி, பால்யவிவாகம், சிலை வணக்கம், பலியிடுதல், பாதயாத்திரை, வைதிக கர்மானுஷ்டான சடங்குகள், வர்ணாசிரம சாதிப்பிரிவினை, பெண்களுக்கு எதிரான பாகுபாடுகள் போன்றவற்றைக் கடுமையாக எதிர்த்தவர். 60க்கும் மேற்பட்ட நூல்களை எழுதியவர். வேத கால மதமே சிறந்தது என ஆர்ய சமாஜத்தை நிறுவியவர். எதிரிகள் நடத்திய கொலைத் தாக்குதலுக்குப் பலமுறை தப்பினாலும், இறுதியில் அருந்திய பாலில் கண்ணாடித் துகள்கள் கலந்திருந்ததால், சிகிச்சைப் பலனின்றி உயிரிழந்தார். சுவாமி இறுதிவரை பிராம்மணர்களை எதிர்த்தாலும், பிராம்மணீயத்தை எதிர்த்ததாகவே எடுத்துக் கொள்கிறேன்.

சுவாமிஜி எழுதிய 'சத்தியார்த்தப்பிரகாசம்' (1928) நூலை தமிழில் மொழி பெயர்த்தவர் திரு எம்.ஆர். ஜம்புநாத ஐயர் அவர்கள்.

♦

க.

ஸ்ரீசுவாமி தயானந்த சரஸ்வதியாரின்

சத்தியார்த்தப் பிரகாசம்.

(உண்மைப்பொருள் விளக்கம்)

இரண்டாம் பாகம்.

மொழிபெயர்ப்பு ஆசிரியர்

எம். ஆர். ஜம்புநாத ஐயர்.

Phone: 53376
M. R. JAMBUNATHAN
Radha Nivas, 373, 1st Road
Khar, BOMBAY-52

ஆர். கடேச ஐயர், பி. ஏ.,

ஆரியபுத்தகாலயம்

14, பள்ளியப்பன் தெரு, சௌகார்பேட்டை

சென்னை.

1936.

உரிமை பதிவு செய்தது]

 [விலை ரூபா 2-8-0

பதினொன்றாவது அத்தியாயம். 5

கிருத பாஷையில் வித்தையும் கலையும் பூராவாக விருப்பதுபோல் வேறு எந்த பாஷையிலும் இல்லையெனவே அபிப்பிராயப்படுகிறார். நான் அரபி முதலான பாஷைகளைக் கற்றும் என்னுடைய சந்தேகங்கள் தீர்ந்து களிப்பையடையவில்லை என்றும் சம்ஸ்கிருதத்தைப் பார்த்துக் கேட்டபிறகே சந்தேக மன்னியிலாய் மனக்களிப்படைந்தேன் என்கிறார்.

காசிமாநகரிலுள்ள ராசி சக்கரமானது சரியாகக் கவனிக்கப்படா விட்டாலும் வான சாஸ்திரத்தில் அது எவ்வளவு மேன்மையான விஷயங்களை விளக்குகிறதென்று கவனிக்கவும். ஜயபுரி அரசர்கள் அதைச் சரிவரப் பார்த்து வருவார்களேயானால் நன்றாயிருக்கும்.

நாயகமணியாய் விளங்கி மேன்மைப் பெற்றிருந்த இந்நாடானது மகா பாரத யுத்தத்தில் அடைந்த அதிர்ச்சியிலிருந்து மீறி இன்னும் பழையஸ்திதியை அடையவில்லை. சகோதரர்களுக்குள் சண்டை ஏற்பட்டு அடித்துக் கொள்வார்களேயானால் நாசம் உண்டாகும் என்பதில் ஏதாவது சந்தேகமும் உண்டோ?

विनाशकाले विपरीतबुद्धिः ॥

நாசம் வருங்காலத்தில் புத்தியும் மயங்கி விபரீதமாகிறது. சொல்லும்படியான நல்லவார்த்தைகளெல்லாம் நம்பிக்கை யற்றதாயும், அப்பொழுது தீச்சொற்களெல்லாம் நன்மையுள்ளதாயும் மாறுகிறது. அக்குருக்ஷேத்திர ரணகளத்தில் வித்வான்கள், இராஜர்கள், இராஜாராஜர்கள், ரிஷிகள் முதலானவர்கள் கொலை யுண்டு மாண்டு வித்தையும் வேதோக்த தர்மமும் குன்றிவிட்டது. பொறுமை பேராசை ஆர்வம் முதலானவைகள் ஜனங்களின் மனதைக் கவர்ந்தன. பலமுள்ளவர்கள் தேசத்தைக் கைப்பற்றி அரசர்களென்று அறிவித்துக் கொண்டார்கள். இம்மாதிரியாக இராஜாங்கம் பிளவுண்டிருக்குங் காலத்தில் வெளிதேசங்களை எவர்கள் அதிகாரத்தின்கீழ் வைத்துக் கொண்டிருக்கக் கூடும்?

பிராம்மணர்களே வித்தை யற்றவர்களாகும் பொழுது க்ஷத்திரியர்கள் வைசியர்கள் சூத்திரர்கள் அறிவற்றுப்போவதைப் பற்றிக் கேட்பானேன். தலைமுறை தலைமுறையாய அர்த்தத்துடன் வேதம் முதலான சாஸ்திரங்களை ஓதி வந்ததும் மறைந்து விட்டது. கேவலம் ஜீவனோபாயத்திற்கு மாத்திரம் பிராம்மணர்கள் பாடஞ் செய்து வந்தார்கள். அதைக்கூட அவர்கள் க்ஷத்திரியர்களுக்கும் பிறர்களுக்கும் சொல்லிக் கொடுக்கவில்லை. அவித்வான்கள் ஜனங்களின் போதகர்களாகவே வஞ்சனை, கபடம், புரட்டு, அதர்மம் முதலானவைகள் விருத்தியாயிற்று. பிராம்மணர்கள் தங்கள் ஜீவனத்திற்கு ஏதாவது ஒரு வழிதேட வேண்டுமென்று யோசித்து நிச்சயஞ் செய்து கொண்டு க்ஷத்திரியர் முதலானவர்களுக்கு "நாங்கள்தான் உங்களுடைய பூஜ்ய தேவதைகள். எங்களை வணங்காமல் உங்களுக்கு முக்தி கிடையாது. எங்களைப் பூஜை செய்யா

மல் போனால் கஷ்டமான நரகத்தில் விழுவீர்கள்" என்று உபதேசஞ் செய்தார்கள்.

வேதங்களிலும் ரிஷி முனிகளால் வரையப்பட்ட சாஸ்திரங்களிலும் பூர்ண வித்தையை உடையவர்களையும் தார்மிகர்களையும் பிராம்மணன் என்று சொல்லுவதுபோக இப்பொழுது மூர்க்கனும் தூர்த்தனும், காமியும் வஞ்சகனும், தர்மமற்றவனும் பிராம்மணன் என்று கூறிக்கொண்டு தன்னுடைய வழிப்பாட்டைத் தேடுகிறான். உண்மை வித்வான்களுடைய குறிகள் இவர்களிடம் எவ்விதமாய் விளங்கும்? க்ஷத்திரியர்கள் முதலானவர்கள் சம்ஸ்கிருதம் முழுவதும் அறியாமல் போகவே பிராம்மணர்கள் சொல்லும்படியான கட்டுக்கதைகளை யெல்லாம் உண்மையென நம்பினார்கள். பெயரினால் மாத்திரம் பிராம்மணர்களாயிருக்கும் இவர்கள் தைரியமாய் தங்களுடைய மாயவார்த்தைகளினால் அவர்களைக்கட்டி ब्रह्मवाक्यं जनार्दनः ॥ என்பதைப் படித்துக்கொடுத்தார்கள், "பிராம்மணன் முகத்திலிருந்துவரும் வார்த்தைகளெல்லாம் நேராக பகவான் வாயிலிருந்தே" வந்தது என்பதாம்.

வித்தையைவிட தனத்தை அதிகம் கொண்டிருந்த இக்ஷத்திரியர்கள் அவர்களினுடைய ஆட்டத்திற்கு ஆளானபிறகு பெயரினால் பிராம்மணர்களான இவர்களுக்கும் விஷயசுகங்களை அனுபவிக்கத்தக்கசமயம்வாய்த்தது. பூமியிலிருக்கும்படியான நல்லபதார்த்தங்கள் சகலமும் பிராம்மணர்களுக்கென்றே சொன்னார்கள். சுருங்கச்சொல்லுங்கால் குணம் கர்மம் சுபாவம் இவைகளினால் ஏற்படும் பிராம்மணன் முதலான வர்ணவியவகாரங்களை நாசப்படுத்தி பிறப்பினாலுண்டாகிற தென்றுவைத்தார்கள். இறந்தவர்களின்பேரில்கூட எஜமானர்களிடமிருந்து தானங்கள்வாங்கிக்கொள்ள வாரம்பித்தார்கள். இவர்கள் மனம் போன பிரகாரம் காரியம் செய்யவாரம்பித்தார்கள். "நாங்கள்தான் பூதேவர்கள்" என்றும் "எங்களுடைய பணிவிடை யன்னியில் தெய்வலோகம் எவருக்கும் கிடையா" தென்றும் சொன்னார்கள். புழு பூச்சி எறும்புமுதலியவைகளாக மாறி கோரநரகத்தைவிட இழிவான உலகத்தையடைய யோக்கியதையற்ற காரியத்தைச்செய்யும் அவர்களை "உங்களுக்கு எவ்வுலகம் கிடைக்குமோ" என்றால் கடுஞ்சினங்கொண்டு அவர்கள் "பிரம்மதுரோகிவினஸ்யதி" என்றபிரகாரம் நாங்கள் உங்களைச்சபித்தால் நாசமடைவீர்கள் என்றுசொல்லுவார்கள். பூர்ணவேதஞ்ஞானமிருந்து பரமாத்மாவை அறியும் படியானவும் தர்மாத்மாக்களானவுமான உலக உபகாரிகளை எவன் தூஷிக்கிறானோ அவன் அவசியம் நரகத்தை யடைவான். அவர்களைப் பிராம்மணர்களென்றுவது அவர்களை சேவை செய்யவாவது கூடாது.

வினா :—அவ்விதமாயின் நாங்கள் யார்?

விடை :—நீங்கள் போப்கள்.

வினா :—போப் என்பவர் யார்?

விடை :—போப் என்பதற்கு லத்தீன் பாஷையில் தகப்பன் பெரியவர் என்று அர்த்தம். ஆனால் இப்பொழுது எவன் வஞ்சகத்தினால் தன் எண்ணத்தைச் சாதித்துக் கொள்ளுகிறானோ அவனுக்குப் போப் என்று பெயர்.

வெத்தல போட்ட ஷோக்கில...

> ஒரு வெற்றிலை போட்டதற்கே இவ்வளவு கொள்ளை அடித்தவர்கள், தீட்டு, தோஷம், பரிகாரம் எனும் பெயரில் இன்னும் என்னவெல்லாம் செய்திருப்பார்கள்?

தமிழ்த்தாத்தா டாக்டர் உ.வே. சாமிநாத ஐயர் தனது ஊரான 'உத்தமதானபுரம்' என்பது எப்படி உருவானது என்பதை 'என் சரித்திரம்' என்ற தனது சுயசரிதை நூலில் முதல் அத்தியாயதில் குறிப்பிடுகிறார்.

அதில் ஏகாதசியன்று வெற்றிலை போட்ட தோஷத்திற்காக தஞ்சாவூர் அரசர் பரிகாரமாக விளை நிலங்களையும், அக்கிரகாரத்தை பிரதிஷ்டை செய்து வீடுகளையும் கிணறு களையும் தானமாக அந்தணர்களுக்குத் தந்ததையும் அதனாலேயே அவரது ஊருக்கு உத்தமதானபுரம் எனப் பெயர் வழங்கி வருவதாகக் குறிப்பிடுகிறார். இது நடந்தது 200 ஆண்டுகளுக்கு முன்பு எனவும் குறிப்பிடுகிறார்.

ஒரு வெற்றிலை போட்டதற்கே இவ்வளவு கொள்ளை அடித்தவர்கள், தீட்டு, தோஷம், பரிகாரம் எனும் பெயரில் இன்னும் என்னவெல்லாம் செய்திருப்பார்கள் என்பதை அவரவர்களின் யூகங்களுக்கே விட்டு விடுகிறேன்.

டாக்டர். உ.வே.சா அவர்களின் நூலின் பகுதி இதோ:

அத்தியாயம் 1

எங்கள் ஊர்

சற்றேறக்குறைய இருநூறு வருஷங்களுக்கு முன்பு தஞ்சாவூர் ஸமஸ்தானத்தை ஆண்டு வந்த அரசர் ஒருவர் தம்முடைய பரிவாரங் களுடன் நாடு முழுவதையும் சுற்றிப் பார்க்கும் பொருட்டு ஒருமுறை தஞ்சாவூரிலிருந்து புறப்பட்டார். அங்கங்கே உள்ள இயற்கைக் காட்சிகளை யெல்லாம் கண்டு களித்தும், ஸ்தலங்களைத் தரிசித்துக் கொண்டும் சென்றார். இடையில், தஞ்சைக்குக் கிழக்கே பதினைந்து மைல் தூரத்திலுள்ள பாபநாசத்திற்கு அருகில் ஓரிடத்தில் தங்கினார். வழக்கம்போல் அங்கே போஜனம் முடித்துக் கொண்ட பிறகு தாம்பூலம் போட்டுக் கொண்டு சிறிது நேரம் சிரம பரிகாரம் செய்திருந்தார்; தம்முடன் வந்தவர்களோடு பேசிக்கொண்டு பொழுது போக்குகையில் பேச்சுக்கிடையே அன்று ஏகாதசியென்று தெரிய வந்தது. அரசர் ஏகாதசியன்று ஒரு வேளை மாத்திரம் உணவு கொள்ளும் விரத முடையவர்; விரத தினத்தன்று தாம்பூலம் தரித்துக்கொள்வதும் வழக்கமில்லை. அப்படியிருக்க, அவர் ஏகாதசி யென்று தெரியாமல் அன்று தாம்பூலம் தரித்துக் கொண்டார். தஞ்சாவூராக இருந்தால் அரண்மனை ஜோதிஷர் ஒவ்வொரு நாளும் காலையில் வந்து அன்றன்று திதி வார நக்ஷத்திர யோககரண விசேக்ஷங்கள் இன்னவை யென்று பஞ்சாங்கத்திலிருந்து வாசித்துச் சொல்வார். அதற்காகவே அவருக்கு மான்யங்களும் இருந்தன.

அரசருடைய பிரயாணத்தில் ஜோதிஷர் உடன் வரவில்லை. அதனால் ஏகாதசியை அரசர் தெரிந்துகொள்ள முடியவில்லை. எதிர்பாராதபடி விரதத்திற்கு ஒரு பங்கம் நேர்ந்ததைப் பற்றி வருந்திய அரசர் அதற்கு என்ன பரிகாரம் செய்யலாமென்று சில பெரியோர்களைக் கேட்கத் தொடங்கினார். அவர் வைதிக ஒழுக்கமும் தானசீலமும் உடையவரென்பதை யாவரும் அறிந்திருந்தனர்; ஆதலின் அப் பெரியோர்கள், "ஓர் அக்கிரகாரப் பிரதிஷ்டை செய்து வீடுகள் கட்டி வேதவித்துக்களாகிய அந்தணர்களுக்கு அவ் வீடுகளோடு பூமியையும் தானம் செய்தால் இந்தத் தோஷம் நீங்கும்" என்றார்கள்.

"இது தானா பிரமாதம்? அப்படியே செய்து விடுவோம்; இதே இடத்தில் பிரதிஷ்டை செய்வோம்" என்று அரசர் மனமுவந்து கூறி, உடனே அங்கே ஓர் அக்கிரகாரத்தை அமைக்க ஏற்பாடு செய்தார். அதில் 48 வீடுகளைக் கட்டி, இரண்டு வீடுகளுக்கு ஒரு கிணறாக 24 கிணறுகளையும் அமைக்கச் செய்தார். வேதாத்தியயனம் செய்த 48 பிராமணர்களை அருகிலும் தூரத்திலும் உள்ள ஊர்களிலிருந்து வருவித்து, அந்த வீடுகளையும், ஒவ்வொருவருக்கும் பன்னிரண்டு

மா நன்செயும் அதற்குரிய புன்செயுமாகிய நிலத்தையும் தானம் செய்தார். அந்த உத்தமமான தானப் பொருளாக அமைந்தமையால் அவ்வூர் உத்தமதானபுரம் என்னும் பெயரால் வழங்கலாயிற்று.

தானம்

1950, 60, 70 களில் ஹிஷி, கனடா, ஹிரி, ஆஸ்திரேலியா போன்ற நாடுகளில் இந்தியாவிலிருந்து குடியேறியவர்கள் பிராம்மணர்களே அதிகம்.

'இதயம் பேசுகிறது' மணியன் தனது பயணக் குறிப்புகளில் எழுதுவார், அமெரிக்காவில் கண் காணாத ஏதோ ஒரு சிறு கிராமத்திற்கோ, அலாஸ்கா போன்ற பனிப் பிரதேசத்திற்குப் போன போதோ அங்கும் ஒரு மாமி வீட்டில் புளிசாதம், தயிர்சாதம், மாவடுவும் சாப்பிட்டதாகக் குறிப்பிடுவார். அவரது பயணக் கட்டுரைகளைப் படிக்கும்போது பரவாயில்லையே, நம்ம ஊர்க்காரங்க அங்கேயெல்லாம் போயிருக்காங்க என எண்ணி மகிழ்ந்திருக்கிறேன்.

அதிலும் குறிப்பாக ஒரு சமுதாயத்தைச் சார்ந்தவர்கள் மட்டும் ஏன் பெருமளவில் வேறு நாடுகளுக்குக் குடியேறிப் போனார்கள் என்ற கேள்வி வெகுநாட்களாகவே இருந்தது. இதற்கான விடை தமிழ்த் தாத்தா உ.வே.சா அவர்கள் எழுதிய 'என் சரித்திரம்' நூலைப் படித்த போது விளங்கியது.

அதில் தஞ்சாவூர் அரசர் ஏகாதசியன்று தாம்பூலம் தரித்த தோஷத்திற்காக ஒரு கிராமத்தையே பிராமணர்களுக்கு தானம் அளித்ததையும் அவர்களுக்கு அக்கிரகார குடியிருப்பு, கிணறு முதலியவைகளை கட்டிக் கொடுத்ததையும் எழுதியிருப்பார்.

இப்போது தமிழ்நாட்டு அக்கிரகாரங்கள் அநேகமாக காலியாகவே உள்ளன. அங்கு வாழ்ந்த *90* சதவீத பிராமணர்கள் நகரங்களுக்கும் வெளி மாநிலங்கள் மற்றும் குறிப்பாக வெளிநாடுகளுக்கும் குடியேறியது அனைவரும் அறிந்ததே.

ஊரில் இருந்தவரை தங்களுக்குத் தானமாக வழங்கப்பட்ட விளை நிலங்களை அப்பகுதியில் யாருக்காவது குத்தகைக்கு விட்டு அதில் வரும் தொகையில் சுகபோகமாக வாழ்ந்தவர்கள் இவர்கள்.

*1950, 60, 70*களில் இந்த விளை நிலங்கள், வீடு மற்றும் மற்ற சொத்துக்களை நல்ல விலைக்கு விற்று விட்டு வெளிநாடுகளில் குடியேறிவிட்டார்கள்.

ஒருவர் தனது சொந்த உழைப்பின் மூலம் விளைநிலமோ, வீடோ, பிற சொத்துக்களோ வாங்கியிருந்தால் அவற்றை அவ்வளவு எளிதாக விற்று விட்டுப் போக மனம் வராது. தான் பட்ட கஷ்டமும், உழைத்த உழைப்பும் அவ்வளவு எளிதில் எதையும் விற்பதற்கு இடம் தராது.

ஆனால், பிராமணர்களைப் பொறுத்தவரை விளைநிலம், மனை, மற்ற அசையும் அசையாத சொத்துக்கள் பெரும்பாலும் தானமாக வழங்கப்பட்டவைகளே. சொந்த உடல் உழைப்பினால் வந்தவை அல்ல. இதனாலேயே அவர்கள் தானமாக தங்களுக்கு வழங்கப்பட்ட விளைநிலங்களையும் வீட்டு மனைகளையும் எளிதாக விற்று விட்டு வேறு நாடுகளில் குடியேறுகின்றனர். அந்த நிலங்களின் மீது இவர்களுக்கு ஒட்டுதலோ பற்றோ இருந்திருக்க வாய்ப்பு இல்லை.

இப்போது, நன்கு படித்த பிராமண குடும்பத்தவர்கள் பெரும்பாலும் வைதிக நித்ய கர்மாக்களான சந்தியாவந்தனம், அக்னி ஹோத்திரம் செய்து பூசைகள் ஏதும் கடைப் பிடிப்பதில்லை. சுருங்கச் சொன்னால் சாஸ்திரம், ஸம்ஸ்காரம், கர்ம அநுஷ்டானம் ஏதும் கடைப் பிடிப்பதில்லை. படிப்பிற்கு ஏற்ற உத்யோகத்தில் இருப்பதால் முக்கியமாக புரோகிதத் தொழிலில் இவர்கள் ஈடுபடுவதில்லை. இதை ஒரு நல்ல மாற்றமாகவே கருதுகிறேன்.

நன்கு படிக்காமல் வெளிநாடுகளுக்கு செல்ல இயலாதவர்களே நம் ஊரில் இன்னமும் புரோகிதம் செய்து மக்களை ஏமாற்றி வருகின்றனர். இதே கருத்தை வைதிக நண்பர்களில் சிலர் என்னிடம் பகிர்ந்திருக்கிறார்கள்.

விரைவில் இவர்களும் புரோகிதத் தொழிலைக் கைவிட்டு வேறு வேலைகளுக்குச் சென்று உழைத்துச் சம்பாதிக்கும் காலம் வர வேண்டும்.

இது கோயிலை நம்பி மற்றவர்களின் கடவுள் நம்பிக்கை ஒன்றை மட்டுமே மூலதனமாகக் கொண்டு சுரண்டலில் ஈடுபடும் எல்லா சமுதாயத்திற்கும் பொருந்தும்.

♦

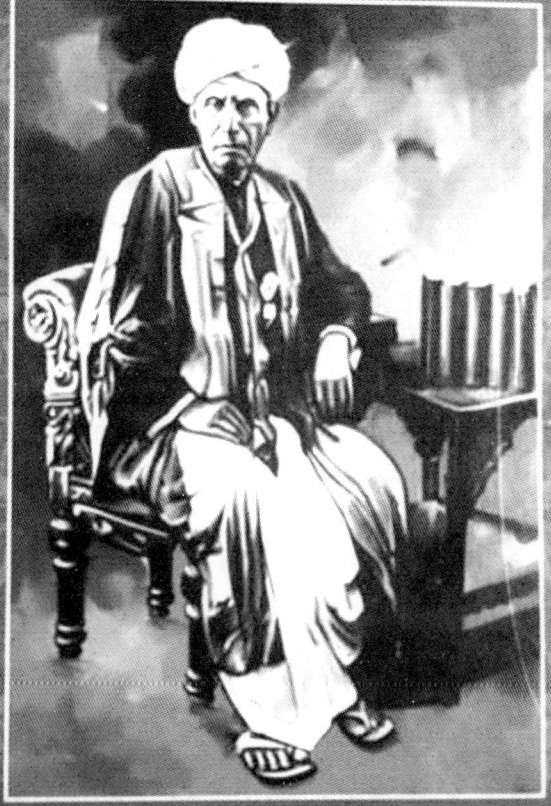

என் சரித்திரம்
மகாமகோபாத்யாய
டாக்டர் உ.வே.சாமிநாத ஐயர்

இறப்பிற்குப் பிறகு சிவனடியார்கள்

> இறப்பிற்குப் பிறகு பெண்களுக்கு உள்ள சுக போகங்களை எந்த ஒரு மத நூல்களும் இதுவரை குறிப்பிடவில்லை. இது ஒன்றே போதுமானது மதங்கள் அனைத்தும் ஆண்களின் வன்மத்திற்காகவே உருவானவை என்பதை நிரூபிக்க!

இறப்பிற்குப் பிறகு பெண்களுக்கு உள்ள சுக போகங்களை எந்த ஒரு மத நூல்களும் இதுவரை குறிப்பிடவில்லை. இது ஒன்றே போதுமானது மதங்கள் அனைத்தும் ஆண்களின் வன்மத்திற்காகவே உருவானவை என்பதை நிரூபிக்க!

இறப்பிற்குப் பிறகு சிவனடியார்களுக்குக் கிடைக்கும் சுக போகங்களைப் பற்றி சைவ சமய சிரோமணி பா. கண்ணப்ப முதலியார் 'சிவனடியார் சிறப்பும் அடியவர் பூஜாபலனும் (தருமசங்கிதை)' என்ற நூலில் எழுதுகிறார். அதில் ஒரு பகுதி இங்கே;

"எப்பொழுதுஞ் சிவபெருமானிடத்திலேயே தமது மனவாக்கு காயங்களை ஒப்புவித்த சிவபக்தர்களை அச்சிவபெருமானாகவே பாவித்துப் பூஜித்தவன் எண்ணிறந்த போகங்களை அநுபவித்து ஆயுள் முடிவில் சிவகடாக்ஷத்தாற் கைலாயபதவியையடைவான். ஆதலின் சிறந்த போகங்களை அநுபவிக்க வேண்டுமென்று கருதுகிறவன் சிவபக்தருக்குத் தன் சக்திக்கு இயன்ற வரையில் வஞ்சனையின்றி வஸ்திரம், ஆபரணம், அன்னம் முதலியவற்றைத் தானமாகக் கொடுத்துப் பக்தியோடு பூஜிக்கக்கடவன்.

சிவபக்தனுக்கு வவிசனையின்றித் தன்னால் இயன்றவரையில் விதிப்படி பணிவிடை செய்தவன் பிரபுவாயினும் ஏழையாயினும் அவன் அடையும் பலனைச் சொல்லுகின்றேன். அவன் உயிர் நீங்கினவுடனே சூரிய கிரணங்களைப் போன்ற ஒளியுடைய திவ்ய விமானத்திலேறி தன் முன்னோரில் ஏழுதலைமுறைவரையிலும் அதோ கதியிலிருப்போரையும் உடன் கொண்டு சிவமந்திரத்தை யடைந்து மனோகரமான போகங்களை யநுபவித்து, அநேக ஆயிர வருஷங்கள் பலராற் சேவிக்கப்பட்டுப் பின்னர் விஷ்ணுபதவியை அடைந்து அங்குள்ள போகங்களை அநுபவித்து மேற்கூறிய கால அளவு அவ்விடத்துள்ளவராற் சேவிக்கப்பட்டுப் பிரம லோகத்தையடைந்து, அங்குள்ள விமலமான ஸ்திரீ முதலிய போகங்களை மேற்கூறிய அளவு காலம் அநுபவித்து முறையே இந்திரலோகம், கந்தவர்வ லோகம், யக்ஷலோகம் இவற்றை யடைந்து ஆங்காங்குள்ள அளவிறந்த போகங்களை யநுபவித்து மீண்டும் பூலோகத்திற் சிரேஷ்டமான வேதிய குலத்தில், தான் முன்னடைந்துள்ள விசேஷ ஞான குணமுடையவனாய்த் தோன்றி, ஜந்மாந்தர புண்ணிய வசத்தாற் சற்குருவை உபாசித்து அக்குருவருளால் அகண்டமான சிவஞானத்தை அடைந்து யோகோபாசனை செய்து சம்சார பந்தத்தினின்றும் விலகிச் சிவகடாட்சத்தை அடைவான்."

மேலுள்ள சொர்க்க லோக விசயங்களை எங்கேயோ கேள்விப்பட்ட மாதிரி இருக்கிறதா?

வேற்று மதங்களில் மட்டும்தான் சொர்க்கத்தில் ஏக போக வாழ்க்கையா, சைவத்தில் ஏதுமில்லையா எனக் கேட்பவர்களுக்கு 'சிவனடியார் சிறப்பும் அடியவர் பூஜாபலனும் (தருமசங்கிதை)' புத்தகத்தில் உள்ளதைக் காட்டுங்கள்.

ஆமாம், ஸ்திரீ முதலிய போகங்கள் சிவனடியார்களுக்கு மட்டும்தானா? பெண்களுக்கு இல்லையா?

இறப்பிற்குப் பிறகு பெண்களுக்கு உள்ள சுக போகங்களை எந்த ஒரு மத நூல்களும் இதுவரை குறிப்பிடவில்லை. இது ஒன்றே போதுமானது மதங்கள் அனைத்தும் ஆண்களின் வன்மத்திற்காகவே உருவானவை என்பதை நிரூபிக்க! ஆண்களின் வக்கிர புத்தியில் உருவானவையே மதங்கள்!

ஆதார நூல்

சிவனடியார் சிறப்பும் அடியவர் பூஜாபலனும், ஆசிரியர் : பா.கண்ணப்ப முதலியார், 1916, அக்டோபர் மாத சித்தாந்தம் இதழ்.

◆

உ

சிவமயம்.

திருச்சிற்றம்பலம்.

சிவனடியார் சிறப்பும் அடியவர் பூஜாபலனும்.

(தருமசங்கிதை.)

எப்பொழுதுஞ் சிவபெருமானிடத்திலேயே தமது மனவாக்கு காயங்களை யொப்புவித்த சிவபக்தர்களை அச்சிவபெருமானுகவே பாவித்துப் பூஜித்தவன் எண்ணிறந்த போகங்களை யநுபவித்து ஆயுண்முடிவிற் சிவகடாக்ஷத்தாற் கைலாயபதவியை யடைவான். ஆதலின் சிறந்த போகங்களை யநுபவிக்கவேண்டுமென்று கருதுகிறவன் சிவபக்தருக்குத் தன் சக்திக்கியன்றவரையில் வஞ்சனையின்றி, வஸ்திரம் ஆபரணம் அன்னம் முதலியவற்றைத் தானமாகக் கொடுத்துப் பக்தியோடு பூஜிக்கக்கடவன். சிவபக்தனுக்கு வஞ்சனையின்றித் தன்னாலியன்றவரையில் விதிப்படிப் பணிவிடைசெய்தவன் பிரபுவாயினும் ஏழையாயினும் அவன் அடையும் பலனைச் சொல்லுகின்றேன். அவன் உயிர் நீங்கினவுடனே சூரியகிரணங்களைப் போன்ற வொளியுடைய திவ்ய விமானத்திலேறி, தன் முன்னோரில் ஏழுதலைமுறைவரையிலும் அதோகதியி லிருப்போரையும் உடன்கொண்டு சிவமந்திரத்தை யடைந்து மனோகரமான போகங்களை யநுபவித்து, தேவமாத கணிதமான அநேக ஆயிரவருஷங்கள் பலராற் சேவிக்கப்பட்டுப் பின்னர் விஷ்ணுபதவியை யடைந்து அங்குள்ள போகங்களை யநுபவித்து மேற்கூறிய காலவளவு அவ்விடத்துள்ளவராற் சேவிக்கப்பட்டுப் பிரமலோகத்தை யடைந்து அங்குள்ள விமலமான ஸ்திரீ முதலிய போகங்களை மேற்கூறிய வளவுகாலம் அநுபவித்துமுறையே இந்திரலோகம் கந்தர்வலோகம் யக்ஷலோகம் இவற்றை யடைந்து ஆங்காங்குள்ள அவ்விறந்த போகங்களை யநுபவித்து மீண்டும் பூலோகத்திற் சிரேஷ்டமான வேதிய குலத்தில், தான் முன்னடைந்துள்ள விசேஷ ஞானகுணமுடையவனாய்த் தோன்றி, ஜந்மாந்தர புண்ணியவசத்தாற் சற்குருவை யுபாசித்து அக்குரு

வீடு பேறு வேண்டுமா?

> பிறவியில்லாத நிலையினை அடைய ஒரு ஜீவன் இந்தியாவிலே பிறக்க வேண்டும். வெளிநாடுகளில் பிறக்கிறவர்களுக்கு அடுத்த ஜென்மம் கண்டிப்பாக உண்டு. வெளிநாடுகளில் பிறந்தவர்கள், அடுத்தடுத்த ஏதாவது ஜென்மங்களில் இந்தியாவில் ஜனிக்காமல் அவர்களுக்குப் பிறவிச் சங்கிலியிலிருந்து விடுதலை கிடைக்க வாய்ப்பே இல்லை
>
> - Sanatana Dharma, Text book of Banares Hindu University (BHU), First edition 1904

உலகில் இந்தியாவைத் தவிர நீங்கள் எந்த நாட்டில் பிறந்தாலும் உங்களுக்கு மறு பிறவி கண்டிப்பாக உண்டு. இதுதான் இந்தியாவிற்கும் மற்ற நாடுகளுக்கும் உள்ள வித்தியாசம். என்ன பிதற்றுகிறேன் என்று பார்க்கிறீர்களா?

முற்பிறவிகளில் செய்த பாவங்களால்தான் பூமியிலே பிறக்கிறோம். இந்தப் பிறவி என்பதே எத்தனை யுகங்களாக எத்தனை கோடி ஜென்மங்களுக்குப் பிறகோ அதுவும் கணக்கே இல்லை. இந்தப் பிறவிக்குப் பிறகும் எத்தனை கோடி பிறவிகள் எடுக்கப் போகிறோமோ அதுவும் தெரியாது, அதற்கும் கணக்கில்லை. எல்லா மதங்களும் இப்படிதான் கற்பித்துக் கொண்டிருக்கின்றன.

ஆனால், பிறவியே இல்லாத நிலையினை அடைவதையே மானிடப் பிறப்பின் நோக்கமாகக் கொண்டிருக்க வேண்டும்.

பிறவியில்லாத நிலையினை அடைய ஒரு ஜீவன் இந்தியாவிலே பிறக்க வேண்டும்.

வெளிநாடுகளில் பிறக்கிறவர்களுக்கு அடுத்த ஜென்மம் கண்டிப்பாக உண்டு. வெளிநாடுகளில் பிறந்தவர்கள், அடுத்தடுத்த ஏதாவது ஜென்மங்களில் இந்தியாவில் ஜனிக்காமல் அவர்களுக்குப் பிறவிச் சங்கிலியிலிருந்து விடுதலை கிடைக்க வாய்ப்பே இல்லை. இந்தியாவில் பிறப்பவர்கள் பிறவியில்லா நிலையினை அடைவதற்கான வழிகளே வேதங்கள், புராணங்கள், சாஸ்திரங்கள்.

இந்தியாவில் பிறக்கிறவர்களுக்கு மட்டுமே பிறவிகள் அல்லாமல் முக்தியடையும் வாய்ப்பு உண்டு, மற்ற நாட்டவர்களுக்கு இல்லை.

Essence of Sanatana Dharma says that the outsiders should take birth in India to achieve final stage of evolution!

இந்தக் கருத்தினை முன் வைக்கிறது 1904 ல் வெளியிடப்பட்ட "Sanatana Dharma" எனும் நூல். இந்த நூல் பனாரஸ் ஹிந்து பல்கலைக்கழகத்தில் பாடநூல் ஆகும்.

இதே நூல் தமிழில் சநாதந தர்மம் எனும் பெயரில் திரு. ப. நாராயண ஐயரால் தமிழில் மொழிபெயர்க்கப்பட்டு 1905 இல் வெளியிடப் பட்டுள்ளது.

உங்களது வெளிநாட்டு நண்பர்களுக்குச் சிரிக்காமல் சொல்லுங்கள். அவர்களுக்கு இந்தியாதான் வீடு பேறு அடைவதற்கான நுழைவாயில் என்று. அதனை வாங்கிக் கொடுக்க இங்கு நிறைய புரோக்கர்களும் உண்டு என்பதையும் சொல்லுங்கள்.

ஆதார நூல்கள்
1. Sanatana Dharma an advanced text book of Hindu Religion and Ethics, 1904 edtiion.
2. சநாதந தர்மம், 3-ம் பிரிவு, தமிழ் மொழிபெயர்ப்பு : ப.நாராயண ஐயர் அவர்கள் 1905ஆம் ஆண்டு பதிப்பு.

SANÂTANA DHARMA

AN ADVANCED TEXT BOOK

OF

HINDU RELIGION AND ETHICS,

Second Edition.

PUBLISHED BY THE BOARD OF TRUSTEES,
CENTRAL HINDU COLLEGE,
BENARES.

1904.

CHAPTER VII.

THE FOUR CASTES.

Just as the Four Âshramas serve as a school for the unfolding of the Jîvâtmâ during a single life, so do the Four Castes serve as a similar school for its unfolding during a part of the whole period of its transmigrations. Looked at in the broadest sense, they represent the complete period, but, as an external system, the Jîvâtmâ is in them only for a portion of his pilgrimage. The present confusion of castes has largely neutralised the use they once served. In the ancient days the Jîvâtmâ was prepared for entrance into each caste through a long preliminary stage outside India; then he was born into India and passed into each caste to receive its definite lessons; then was born away from India to practice these lessons; usually returning to India, to the highest of them, in the final stages of his evolution.

It is necessary to see the great principles underlying the Caste System in order to estimate its advantages at their proper value; and also in

ஓம்

சநாதநதர்மம்.

3-ம் பிரிவு.

இது

ஹைகோர்ட் வக்கீலும்
மதுரை பிரஹ்மஞானசபை பிரஸிடென்டுமாகிய

ப. நாராயண ஐயரால்,

மொழிபெயர்க்கப்பட்டது.

"அறத்தினூங் காக்கமு மில்லை யதனை
மறத்தலி னூங்கில்லை கேடு."—திருக்குறள்.

பிரதிகள் 1000.

சென்னை:

ஆகந்தா அச்சுக்கூடத்தில் பதிப்பிக்கப் பெற்றது.

1905.

[All Rights Reserved.]

இரண்டாவது பிரிவு

7-வது அதிகாரம்.

நான்கு வருணங்கள்.

நான்கு ஆச்சிரமங்கள் ஒரு ஜன்மத்தில் ஜீவாத்மாவினது பயிற்சிக்குச் சாதகமாக வித்தியாசாலை ரீதியாக எவ்விதம் அமைந்திருக்கின்றனவோ அவ்விதம் நான்கு வருணங்களும், ஜீவாத்மா அதின் ஜன்மாந்தர பிரவாகத்தின் ஒரு பகுதியில் பயிற்சியினால் அபிவிருத்தியடையும் வண்ணமாக அமைந்திருக்கின்றன. பொதுவாய் நோக்கில் இந்த நான்கு ஆச்சிரமங்களும், ஜீவாத்மகதியின் காலம் முழுவதும் அடங்கப் பெறும். ஆனால் வெளிக்குப் புலப்படும் வரை, ஜீவாத்மா அதின் யாத்திரையின் ஒரு பாகம் மாத்திரம், இதில் அடங்குவதாக இருக்கிறது. இக்காலத்தில் வருணங்கள் முறைதடுமாறிக் குழப்பமாய் நடைபெறுகின்றமையால் இவ்வருணங்களில் வியவஸ்தையின் பிரயோஜனம் குறைவுபட்டிருக்கிறது. முற்காலத்தில் இந்த நான்கு ஆச்சிரம ஏற்பாட்டை வகிக்க லாயக்காகிறதற்காக இந்தியா தேசத்திற்குப் புறம்பான தேசங்களில் ஜீவாத்துமா ஜன்மமெடுத்து வெகு நாள் பயின்று பின்னர் இந்தியா தேசத்திற் பிறந்து அந்தந்த வருணத்தில் அறியக் கூடிய அனுபவங்களைக் கிரகித்துப் பின்பு இந்தியா தேசத்திற்குப் புறம்பான மற்றத் தேசங்களில் பிறந்து தெரிந்த விஷயங்களை அநுஷ்டானத்திற்குக் கொண்டுவந்து பழகிக் கடைசியாக இந்த ஆச்சிரமங்களில் உயர்ந்த ஆச்சிரமத்தில் ஜன்மம் பெறுமாறு மறுபடியும் இந்தியா தேசத்திற்குத் திரும்புகின்றான்.

யாகங்களில் மிருகவதை

இம் மதத்தில் யாக ஹிம்ஸை, யுத்தஹிம்ஸை ஆகிய இரண்டும் மிகப் புனிதமானதென்று நிர்ணயிக்கப்பட்டுள்ளது. பிராம்ஹணாதிகளுக்குக் கட்டாயமாக விதிக்கப்பட்ட யாகங்களில் பிராணிஹிம்ஸை செய்யும்படி ஸகல வேதங்களும் விதிப்பதுடன் அந்த ஹிம்ஸையானது அந்த பிராணிக்கு உயர்ந்த கதியைக் கொடுப்பதால் இதை ஹிம்ஸை என்று நினைக்கவோ, சொல்லவோ கூடாதென்று பிரத்யக்ஷ வேதங்களில் ஸ்பஷ்டமாகச் சொல்லப்பட்டிருக்கிறது.

– யாகமும் வைதிக மதமும் நூல் (1935)

வைதீக நூல்களில் உள்ளவற்றை உள்ளது உள்ளபடி மக்கள் பார்வைக்கு கொண்டு சேர்க்கும் விதமாக இந்தக் கட்டுரையில் ஒரு நூல் பற்றி எழுதுகிறேன்.

மாமிச உணவைத் தவிர்த்தவர்களாகவும், அதை உண்பவர்களை தீண்டத்தகாதவர்களாகவும் பாவிக்கும் எண்ணம் நம் சமூகத்தில் ஒரு சிலரால் இன்றும் பின்பற்றப்படுகிறது. மாமிசம் உண்கிறவர்கள் ஹிந்துக்களே அல்ல என இப்போதுள்ள காஞ்சி சங்கர மடத்தலைவர் சமீபத்தில் அறிவித்தது உங்களுக்கு நினைவிருக்கலாம்.

யுத்தத்தில் உயிர் நீத்தல், யாகத்தில் மிருக நர பலியிடுதலை ஆதரிக்கும் வைதீக நூலைப் படித்திருக்கிறீர்களா? அந்த வகையில், யாகத்தில் உயிர்ப் பலியிடுதலை ஆதரிக்கும் வைதீக நூலே 'யாகமும் வைதிக மதமும்' எனும் நூல்.

‘அஹிம்ஸாவாதிகளின் துர்வாதத்திற்குப் பதிலாகவே’ எனக் குறிப்படப்பட்டு பல கட்டுரைகள் தொகுக்கப்பட்டுள்ளன. இந்த நூலினைத் தொகுத்து வெளியிட்டவர் திரு.ஷி. சுப்ரமண்ய அய்யர், B.A., B.L., அட்வகேட், தேவகோட்டை (*1935* ஆம் ஆண்டு). நூலில் உள்ள ஒரு கட்டுரை உங்களுக்காக;

வைதிகமத தத்வம்

இனி ஹிம்ஸை விஷயமாக நமது வைதிகமதம் வகுத்தவழியை நாம் பரிசீலனம் செய்துபார்ப்போம். இம் மதத்தில் யாக ஹிம்ஸை, யுத்தஹிம்ஸை ஆகிய இரண்டும் மிகப் புனிதமானதென்று நிர்ணயிக்கப் பட்டுள்ளது. பிராம்ஹணாதிகளுக்குக் கட்டாயமாக விதிக்கப்பட்ட யாகங்களில் பிராணிஹிம்ஸை செய்யும்படி ஸகல வேதங்களும் விதிப்பதுடன் அந்த ஹிம்ஸையானது அந்த பிராணிக்கு உயர்ந்த கதியைக் கொடுப்பதால் இதை ஹிம்ஸை என்று நினைக்கவோ, சொல்லவோ கூடாதென்று பிரத்யக்ஷ வேதங்களில் ஸ்பஷ்டமாகச் சொல்லப்பட்டிருக்கிறது. இந்த யாக நியாயத்தைக் கொண்டு, யுத்த ஹிம்ஸையும் தர்மமாக நிர்ணயிக்கப்பட்டது. சாஸ்திரங்களில் ஒரு பிராணியையும் ஹிம்ஸிக்கக் கூடாதென்று பொதுவாக ஒரு விதியிருந்தாலும் இது, யாக, யுக்த ஹிம்ஸைகளைத் தவிர மற்ற ஹிம்ஸைகளையே தடுக்குமென்று விலக்குவிதியும் வேதாதி சாஸ்திரங்களிலேயே விதிக்கப்பட்டுள்ளது. இப்படி ஸித்தாந்தமிருப்பதால் பகவான் கீதையில் யுத்தஹிம்ஸையைத் தர்மமாக உபதேசித்தார்.

கீதையின் கருத்து

கீதையானது அவச்யஹிம்சையை தர்மமென்று போதிக்கவே ஏற்பட்டதென்று சொன்னோம். தவிர, சரீரம் வேறு ஆத்மா வேறு என்கிற தத்துவத்தை விளக்கி ஆத்மாவை எங்கும் எவ்விதத்திலும் கொல்லவோ அழிக்கவோ முடியாதென்றும் சரீரம் சட்டை போல் அநித்யமாயும் அடிக்கடி மாற்றிக்கொள்ளக் கூடியதாயுமிருப்பதால் அதன் நாசத்தைப்பற்றிக் கவலை கொள்ளக்கூடாதென்றும் ஆரம்பத்தில் பகவான் சொல்லுகிறார். அர்ஜுனன், கொல்லுவது பாபமென்றும் ஆகவே தனக்கு வேறு சிரேயஸ்ஸைச் சொல்ல வேணுமென்றும் கேட்டும், அதற்கு பகவான் யுத்தத்தில் கொல்லுவது தர்மமென்றும் அது மோக்ஷ ஸாதனமென்றும் ஆகவே அதைச் செய்யாமல் விட்டால் தான் பாபமென்றும் சொல்லி க்ஷத்ரியனுக்கு தர்ம யுத்தத்தைத் தவிர வேறு சிரேயஸ்கரமான தர்மமே கிடையாதென்றும் இரண்டாவது அத்யாயத்தில் விவரிக்கிறார்;

'நீ யுத்தத்தில் அடிபட்டு இறந்தால் ஸ்வர்க்கத்தை அடைவாய்; ஜயித்தால ராஜ்யம் வரும்" என்று யுத்தத்தில் இறந்தவனுக்கு நல்லுலகம் கிடைக்குமென்று பகவான் ஸ்பஷ்டமாகச் சொல்வதைக் கவனித்தால் அஹிம்ஸா வாதிகளின் மயக்கம் தெளிந்து அவச்ய ஹிம்ஸையை அவர்கள் அசுத்தமென்று பழிப்பதை விட்டுவிட நேரும்.

ஸ்ரீ ராமாநுஜரின் அபிப்பிராயம்

இவர்கள், ஹிம்ஸை என்றால் என்ன? உலகத்தில் எதெது ஹிம்ஸையாகக் கருதப்பட வேணுமென்பது முதலான விஷயங்களை சாஸ்திர ரீதியிலும், தர்க்க ரீதியிலும் தெரிந்து தெளிய விரும்பினால் 'ஸ்வதர்மமபிசாவேஷ்ப" *(2-31)* என்கிற சுலோகத்தையும், அங்கு ஸ்ரீ ராமாநுஜர், ஸ்ரீ தேசிகன் இருவரும் வெகு நன்றாக வெளியிட்டிருக்கும் ஸித்தாந்தத்தையும் கவனிக்கவேணும். இங்கு ஸ்ரீ ராமநுஜ பாஷ்யம் சொல்லுவதாவது :

"இப்போது ஆரம்பிக்கப்பட்டிருக்கிற இந்த யுத்தமானது பிராணி மரணத்தைச் செய்யக் கூடியதாயினும், அக்நீஷோமாதி யாகத்தில் செய்யப்படும் ஹிம்ஸையைப்போல் ஸ்வதர்மமென்று நினைத்து நடுங்காமலிருப்பாயாக அக்நீஷோமீயாதி யாகப் பிராணியின் ஹிம்ஸையானது ஹிம்ஸையேயாகாது. மிகக் கீழ்ப்பட்டதான ஆடு முதலிய தேஹம் போவதுடன் மிகவும் உயர்ந்ததான தேஹத்துடன் ஸ்வர்க்காதி லோகமும் அதற்குக் கிடைப்பதாக வேதம் சொல்லுகிறது. அது போல் இங்கு யுத்தத்தில் இறந்தவர்களுக்கும் நல்ல தேஹமும் நல்லுலகமும் கிடைப்பதாக சாஸ்திரம் சொல்லுகிறது. ஆகையால் வியாதிஸ்தனுக்கு சஸ்திர சிகித்ஸை உதவியதுபோல் யாகத்தில் செய்யப்படும் ஹிம்ஸையானது அந்தப் பிராணியை ரக்ஷிப்பதேபாகும்" என்று யாக ஹிம்ஸையை உதாஹ்ரணமாகக் காட்டி யுத்த ஹிம்ஸை தர்மமென்று ஸ்ரீ ராமநுஜரால் விஸ்தரிக்கப்பட்டது.

பிர்ம்ஹ ஸூத்திரம் போதிப்பதென்ன?

வேதங்கள் யாகங்களில் பிராணி ஹிம்ஸை செய்யும்படி விதித்ததை, வேதத்தைப் பிரமாணமாக ஒப்புக்கொள்ளாத ஸாங்கிய பௌத்தாதிகள் ஆக்ஷேபித்து யாக ஹிம்ஸையை அசுத்தமென்று ஆக்ஷேபித்தார்கள். ஸாங்கிய பௌத்தாதிகள்கூட யாகத்தை ஆக்ஷேபிக்கவில்லை. யாகத்தில் ஹிம்ஸை செய்ய வேண்டும் என்பதையும் ஆக்ஷேபிக்கவில்லை. வேதங்களில் யாக ஹிம்சையானது கட்டாயமாக விதிக்கப்பட்டிருப்பதால் அதைச் செய்து தீரவேணும் என்பதையும் அவர்களும் ஒப்புக்கொண்டு விட்டார்கள். ஆனால், அவர்களுடைய ஆக்ஷேபம் என்னவென்றால்,

அந்த ஹிம்ஸையால் ஸ்வல்ப பாபம் நேரிடுமென்றும், இதை யாகம் செய்கிறவன் அனுபவிக்க வேணுமென்பதே.

இவ் விஷயத்தில் வேதத்தின் ஸித்தாந்தத்தை ஸ்திரப்படுத்தி ஸாங்கியர்களின் அபிப்பிராயத்தைக் கண்டிக்கவே ப்ரம்ஹ ஸூத்திரத்தில் ஓர் அதிகாணம் பிரவிர்த்தித்தது. (பிர்ம 3-16) அந்த ஸூத்திர பாஷ்யத்தில் வைதிக மதாநுஸாரிகளான மூன்று பாஷ்யக்காரர்களும் ஒரே மாதிரியாக ஸாங்கியர்களைக் கண்டித்து யாக ஹிம்ஸை வேதோக்தமாகையால் தோஷமற்றது என்றும் பாபமற்றதென்றும் ஸித்தாந்தம் செய்தனர். ஆகவே, பௌத்த மதத்திற்கும் வைதிக மதத்திற்கும் யாகாதி ஹிம்ஸை விஷயமாக அடியோடு விரோதமிருப்பதால் யாக ஹிம்ஸை ஹிம்ஸையென்றும் அசுத்தமென்றும் நினைப்பவர்களுக்கு வைதிக மதத்தில் நிச்சயமாக இடமே கிடையாதென்பது ஸ்பஷ்டமாகிறது.

இப்படியாக அந்தக் கட்டுரையின் ஒரு பகுதி நிறைவு பெறுகிறது. இந்த நூலின் கருத்தைப் போலவே 'தெய்வத்தின் குரல்' நூலில் யாகங்களில் மிருகவதை சாஸ்திரங்களில் அனுமதிக்கப்பட்டுள்ளதாக காஞ்சி சங்கர மடம் மகாப் பெரியவா ஸ்ரீ சந்திரசேகர சரஸ்வதி ஸ்வாமிகளும் எழுதியிருப்பது குறிப்பிடத் தக்கது.

நான்கு வேதங்களில், புராணங்களில், இதிகாசங்களில், தர்ம சாஸ்திர நூல்களில் பக்கம் பக்கமாக நரபலி, மிருக பலி பற்றி எழுதி யிருந்தாலும் யாகங்களில் மிருகபலி ஏதும் கொடுக்கப்படவில்லை என்பதைத் தொடர்ந்து ஒரு கும்பல் மறுத்து வருகிறது. அவர்கள், தயவு செய்து மிருக வதையை ஆதரிக்கும் இந்த வைதிக நூலை வாசிக்கவும்.

ஆதார நூல்

யாகமும் வைதிக மதமும், பிரசுரகர்த்தர்: S. சுப்ரமண்ய அய்யர் 1935ஆம் ஆண்டு பதிப்பு.

◆

யாகமும் :: :: வைதிகமதமும்.

"ஆர்யதர்ம"த்தினின்று தொகுக்கப்பெற்றது.

பிரகாசகர்த்தர்,

ஸ. சுப்ரமண்ய அய்யர், B. A., B. L.,

அட்வகேட் தேவகோட்டை.

1935

செட்டி நாடு பிரஸ், காரைக்குடி.

அர்ச்சகரும் பேய்விரட்டும் மாந்த்ரீகரும்!

"பரார்த்த பூஜையானது அரசனுக்கு ஆயுள் ரோகமின்மை சத்ருஜயம் சம்பத்து இவைகளின் விருத்திக்காகவும் க்ராம முதலியவைகளின் விசேஷ விருத்திக்காகவும் செய்தல் வேண்டும்."

- காமிகாகமம் - அர்ச்சனாவிதிப் படல சந்த்ரிகை - அத். 4

தலைப்பைப் படித்ததும் அதிர்ச்சியாக இருக்கிறதா?

கோயில்களில் உள்ளிருக்கும் தேவ தேவதைகள் அனைத்தும் மன்னனது நலனுக்காகவும் அவனது சுய விருப்பத்திற்கு ஏற்பவும் அமையப் பெற்றவை என்ற உண்மையை முதலில் விளங்கிக் கொள்ள வேண்டும். நாம் நினைப்பது போல பொதுமக்களுக்கு என பொது நலத்துடன் எந்த ஒரு கோயிலையும் மன்னர்கள் எழுப்பவில்லை. இதை ஆகம நூல்கள் மிகத் தெளிவாக விளக்குகின்றன.

உதாரணத்திற்கு, "அச்சாத்திரங்களிலே ப்ரசித்தமாகிய ஆன்மார்த்த பரார்த்த ப்ரயோசனமாயுள்ள சிவலிங்கத்தை ஸ்தாபித்து அரசன் ஊர் எஜமானன் இவர்களுடைய க்ஷேமத்துக்காக பூஜிக்கவேண்டியது."

"சித்தாந்த சாத்திரமுணர்ந்த ஆதி சைவர்கள் (சிவாச்சாரியார்கள்) ராஜாக்கிரம எஜமான க்ஷேமத்தின் பொருட்டு சிவலிங்க ப்ரதிஷ்டை செய்து பூஜிக்கவென்பது."

- காமிகாகமம் - தந்த்ராவதார படலம் - அத்.1

"பரார்த்த பூஜையானது அரசனுக்கு ஆயுள் ரோகமின்மை சத்ருஜயம் சம்பத்து இவைகளின் விருத்திக்காகவும் க்ராம முதலியவைகளின் விசேஷ விருத்திக்காகவும் செய்தல் வேண்டும்."

- காமிகாகமம் - அர்சனாவிதிப் படல சந்த்ரிகை - அத். 4

"அரசனுடைய ஆயுள் ஆரோக்ய சித்திக்காகவும் ஜயத்திற்காகவும் செல்வமிருந்தால் இவ்வாறு நாடோறும் பூஜை செய்யத்தக்கது."

- காமிகாகமம் - அர்சனாவிதிப் படல சந்த்ரிகை - அத். 5

இப்படி பல அத்யாயங்களில் ஆலயமும் ஆலயத்தில் நடை பெறும் பூஜையானதும் மன்னனுக்கானவை என்பதை காமிகாகமம் போன்ற பல ஆகம நூல்கள் விளக்குகிறது. காமிகாகமத்தின் பூஜை வழிபாட்டு முறைகளே இன்று சைவ ஆகமக் கோயில்களில் பின்பற்றப்பட்டு வருகிறது.

'ஆ' என்றால் வந்தது என அர்த்தம்

'க' என்றால் போனது என அர்த்தம்

'ம' என்றால் நின்றது என அர்த்தம்

'ஆகம' என்றால் வந்தது போனது நின்றது என அர்த்தம்.

எது வந்தது, எது போனது, எது நின்றது என்றால், இறைவனுடைய அருள் வந்தது, இறைவனுடைய அருள் சென்றது, இறைவனுடைய அருள் நின்றது. இந்த மூன்றையும் அனுபவச் சாத்தியப்படுத்தினால் அது 'ஆகமம்' எனப்படுகிறது.

கோயில்களில் அர்ச்சகர்கள், 'ஆவாஹனம்' என்று செய்கிறார்கள். 'உபசாரம்' என்று செய்கிறார்கள். 'விஸர்ஜனம்' என்று செய்கிறார்கள்.

அதாவது ஒவ்வொரு காலமும் (ஆறு அல்லது மூன்று வேளை) செய்யும் பூஜையின் போதும், முதலில் தேவ தேவதைகளைக் கூப்பிடுகிறார்கள். அந்த தேவ தேவதைகளிடமிருந்து தேவையானதை வாங்கிக் கொள்கிறார்கள். பின்பு அவர்களின் சொந்த இடத்திற்கு அனுப்பிவிடுகிறார்கள். தேவ தேவதைகளின் வருகையையும், இருத்தலையும், செல்லுதலையும் அனுபவத்தில் அறிவிப்பது எதுவோ அதுதான் 'ஆகமம்'.

'ஆவாஹனம்' என்பது தேவ தேவதைகளை அழைத்து எழுந்தருளச் செய்வது, அதையடுத்து ஒரு இடத்தில் 'ஸ்தாபகம்' செய்வது.

உதாரணமாக கனடாவில் உள்ள ஒரு கோயிலில் நடைபெறும் பூஜை முறைகளை விளக்கும் நூலில் உள்ளதைத் தருகிறேன்,

|| ஆவாஹநம் ||

த்வயாந்விதம் ஜக^3 த்ஸர்வம் தத்த்வ ஸி ந ஸம்துய: ||

து ந்யாகாரம் நிராகாரம் ஸாகாரம் ஸர்வததாமுக^{2}ம் ||

மந்த்ரராஜ மஹாராஜ யோகி^{3} ராஜ ஜக^3 த்பதே ||

ஸு வர்ணவர்ண: ஸர்வாத்மா த்வமேகோலு ஸி ஜக^3 த்^{3} கு^{3} ரு: ||

அஸ்மின் பாதுகா ஸ்தானே; பிம்பே ஸ்ரீ சந்த்ர ஸேகர ஸத்குரும்

ஆவாஹயாமி ||

(With hands clapped together in prayer mode)

ஸ்ரீ ஸத்^{3} கு^{3} ரோ: ப்ரபோ^{4}

ஆவாஹிதோ பவ; ஸ்தாபிதோ பவ; சன்னிஹிதோ பவ;

ஸன்னிருத்தோ பவ;

சுமுகோ பவ; ஸு ப்ரஸந்நோ ப^{4}வ வரதோ^{3} ப^{4}வ;

யாவத் பூஜா வசானகம்

தாவ த்வம் ப்ரீதி பாவேன பிம்பேஸ்மின் சன்னிதிம் குரு ||

இதில் கவனிக்க வேண்டியது,

“யாவத் பூஜா வசானகம்” என்பதே. அதாவது ஒவ்வொரு கால பூஜைக்கும் தேவ தேவதைகளை அழைப்பதை “யாவத் பூஜா வசானகம்” எனக் குறிப்பிடுகிறார்கள்.

இது முடிந்த பின்னர் அந்த தேவ தேவதைக்குப் பிரியமானவற்றை வழங்கி உபசரிப்பதே ‘உபசாரம்’ ஆகும். உதாரணத்திற்கு 16 விதமான உபசாரம் உண்டு என சைவ நூல்களில் கூறப்பட்டுள்ளது. இதில் ஆசமநீயம், அர்க்கியம், புஷ்பதானம், தூபம், தீபம், நைவேத்தியம் என பலவும் அடங்கும்.

இவை முடிந்த பிறகு “விஸர்ஜனம்” எனக் கூறும் தேவ தேவர்களை அனுப்பும் முறை பூஜை பூர்த்தியாகும்போது செய்யப்படுகிறது.

இதற்கு உதாரணமாக ஸ்ரீ அப்பைய தீக்ஷிதரவர்கள் செய்தருளிய “சிவார்ச்சனா சந்திரிகை” எனும் நூலில் உள்ளவற்றைத் தருகிறேன்,

“பின்னரி, சத்தியோஜாதம் முதலாக முறையே ஐந்து சிரசு களிலும் சிவனையருச்சித்து, அஸ்திரம் முதல் இருதயம் ஈறாகவுள்ள அங்கங்களையும் எதிர்முறையாகப் பூசித்து, விருப்பப்படி முன்போல் ஊர்த்துவமுகமாக இருப்பீராகவென்று பிரார்த்தித்து ஹாம், ஹௌம், சிவாய ஸாங்காய பராங் முகார்க்கியம் ஸ்வாஹா என்று பராங் முகார்க்கியங் கொடுத்து, கெரிப்பக்கிருகத்திலிருக்கும் ஆவரணரூபமான சத்தியோஜாதம் முதலிய பஞ்சப்பிரம மந்திரங்களையும், அஸ்திரம் முதலிய அங்கமந்திரங்களையும், ஈசுவரனுடைய அங்கங்களில் சேர்க்க வேண்டும். ஏனைய ஆவரண தேவர்களின் பொருட்டும் பராங்முகார்க்கியங் கொடுக்க வேண்டும்.

பின்னர், ஹேம்பட் என்னும் பதத்தையிறுதியிலுடைய அஸ்திர மந்திரத்தால் இரு கைகளிலுள்ள கட்டைவிரல் சுட்டுவிரல்களின் நுனிகளால் புஷ்பத்தை உயரே எறிந்துகொண்டு நாராச முத்திரையால் வித்தியேசுவரர் முதலியோரை யெழுந்தருளச் செய்து, ஹாம், ஹம், ஹாம், சிவமூர்த்தயே நம: என்று சொல்லிக் கொண்டு. திவ்யமுத்திரை யினால் சிவனுடைய இருதயத்தானத்தில் சிவனிடத்தில் லயமடைந்தவர் களாகப் பாவிக்க வேண்டும். சேர்த்து, அவர்களைச் சிவனிடத்தில் லயமடைந்தவர்களாகப் பாவிக்க வேண்டும்.

பின்னர், குருகிரகம், வித்தியாபீடம், சப்தகுருக்கள், மகாலக்குமி, கணபதி, துவாரபாலர் ஆகிய இவர்களின் பொருட்டும் பாங்முகார்க்கியங் கொடுத்து அவரவர் மந்திரத்தால் அவர்களை அனுப்புதல் வேண்டும்.”

இதில் விஸர்ஜனத்தில் ஒன்றாகிய ‘பாங்முகார்க்கியம்’ எனப்படுவது தேவ தேவர்களை அவரவர் இருப்பிடங்களுக்குச் செல்லுமாறு பிரார்த்திப்பதே. விநாயகர் சதுர்த்தியின் போது விநாயகரை நீரில் கரைப்பது ‘விநாயக விஸர்ஜனம்’ என்று அழைக்கப்படுகிறது.

மன்னனுக்கு நல்லது செய்யும் எனக் கருதப்படும் தேவ தேவதைகளையே ஆலயங்களில் ஆகம விதிப்படி ஆதி சைவர்கள் அல்லது பிராம்மணர்கள் உலோக எந்திரங்களை மூலவரின் சிலைக்கு அடியில் பதிய வசியம் செய்வது போன்றே பிரதிஷ்டை செய்கிறார்கள்.

கோயிலில் அர்ச்சகர்கள் செய்யும் இதே காரியங்களை மாந்த்ரீகர்களும் செய்கிறார்கள். பேய் பிசாசு பிடித்தவர்களை அந்தப் பிசாசிற்கு பிரியமானவற்றை உபசாரம் எனும் வகையில் பலி, படையல்களைப் படைத்து வசப்படுத்தி, இறுதியில் விஸர்ஜனம் போன்றே ஏவல் செய்து அந்தப் பிசாசுகளை விரட்டுகிறார்கள்.

தாங்கள் மாந்த்ரீகங்களை ஓதி தகடு, எந்திரங்களைக் கொண்டு வேண்டிய போது பேய் பிசாசுகளை ஏவி ஆவாஹனம் போன்றே வசியம் செய்து வேண்டிய காரியங்களைச் சாதிப்பதாகக் கூறுகிறார்கள்.

ஆகமங்களின் படி அர்ச்சகரால் தேவ தேவர்களை (அதாவது சிவன், விஷ்ணு, பிரம்மா, கந்தன், விநாயகன், சக்தி முதல் பலரையும்) வசியம் செய்து அழைக்கவும், இருத்தவும், அவர்களை வழியனுப்பவும் இயலும், மாந்திரீகர்கள் பிசாசுகளை அனுப்புவது போல.

ஆகமங்களில் கூறியுள்ளது போன்று சுயநலத்தால் மன்னர்கள் எழுப்பிய கோயில்களை அவன் எதற்காக கட்டினான் என்ற உண்மை ஏதும் அறியாமல் மன்னர்களைப் புகழ்ந்து கொண்டிருக்கிறோம்.

அவர்கள் கட்டிய ஆலயங்களை வானளாவப் புகழ்ந்து தள்ளுகிறோம்.

அர்ச்சகர்கள் கூறும் மந்திரம் மாந்திரீகங்களை எந்திரங்களை நம்பி உண்மையிலேயே கோயிலில் சக்தி உள்ளதாக எண்ணுகிறோம்.

பிசாசுகளைப் போன்றே ஆவாஹனம் உபசாரம் விஸர்ஜனம் செய்து மந்திர தந்திரங்களால் வசியப்படும் தேவ தேவர்கள் எப்படி கடவுளர்களாவார்கள்?

இனிமேலாவது உண்மையை அறிந்து செயல்படுவோமா?!

ஆதார நூல்கள்

1. காமிகாகமம், தந்த்ராவதார படலம்.
2. சிவார்ச்சனா சந்திரிகை
3. Anusham Pooja Book - Tamil Sri Kamakshi Kamakoti, Sankara Foundation of Canada.

♦

॥ ஆவாஹநம் ॥

த்வயாந்விதம் ஜக³த்ஸர்வம் தத்த்வமஸி ந ஸம்ஶய ।
ஶூந்யாகாரம் நிராகாரம் ஸாகாரம் ஸர்வதோமுக²ம் ॥

மந்த்ரராஜ மஹாராஜ யோகி³ராஜ ஜக³த்பதே ।
ஸு²வர்ணவர்ண ஸர்வாத்மா த்வமேகோ(அ)ஸி ஜக³த்³கு³ரு ॥

அஸ்மின் பாதுகா ஸ்தானே, பிம்பே ஸ்ரீ சந்த்ர ஸேகர ஸத்குரும்
ஆவாஹயாமி ॥

(With hands clasped together in prayer mode)

ஸ்ரீஸத்³கு³ரோ ப்ரபோ⁴
ஆவாஹிதோ பவ, ஸ்தாபிதோ பவ, சன்னிஹிதோ பவ, ஸன்னிருத்தோ பவ,
சுமுகோ பவ, ஸு²ப்ரஸந்நோ ப⁴வ வரதோ³ ப⁴வ, யாவத் பூஜா வசானகம்
தாவ த்வம் ப்ரீதி பாவேன பிம்பேஸ்மின் சன்னிதிம் குரு ॥

॥ ஆஸநம் ॥

யேஷு யேஷு ச பா⁴வேஷு ப⁴க்த்யா த்வாம் பரமேஶ்வர ।
ஸாத⁴வோ பா⁴வயந்த்யாத்மா த்வம் ததா² தத்ர பா⁴ஸஸே ॥

பே⁴தா³பே⁴தௌ ந ச ஸ்தி²த்யா மந்த்ரராஜ ஜக³த்பதே ।
த்வமேவைக பரஸ்த்ராதா ந சைவ அந்யோ(அ)ஸ்தி தத்த்வத ॥

ப⁴க³வதே ஸ்ரீகாமகோடி சந்த்³ரஶேக²ராய நம । ஆஸநம் ஸமர்பயாமி ॥

தஸ்ய	அர்சாதிரங்களிலே ப்ரசித்தமாகிய
உபயார்த்தகம்	ஆத்மார்த்த பரார்த்த ப்ரயோசனமாயுள்ள
லிங்கம்	சிவலிங்கத்தை
ஸம்ஸ்தாப்ய	ஸ்தாபித்து
ந்ருபக்ராம யஜமானானாம் க்ஷேமாய	அரசன் ஊர் எஜமானன் இவர்களுடைய க்ஷேமத்துக்காக
பூஜனீயம்	பூஜிக்கவேண்டியது

தாத்பரியம்.

சித்தாந்த சாஸ்திரமுணர்ந்த ஆதிசைவர்கள் ராஜக்ராம எஜமான க்ஷேமத்தின் பொருட்டு சிவலிங்க ப்ரதிஷ்டை செய்து பூஜிக்கவேண்டியது.

பரார்த்த பூஜாபலன்.

பரார்த்த பூஜையானது அரசனுக்கு ஆயுள் ரோகமின்மை சத்ருஜயம் சம்பத்து இவைகளின் விருத்திக்காகவும் க்ராம முதலியவைகளின் விசேஷ விருத்திக்காகவும் செய்தல்வேண்டும்.

பரார்த்தபூஜை சிவத்விஜர்களே செய்தல்வேண்டும்.

எப்பொழுதும் மிகுந்த தர்ம்மிஷ்டரான ஆதிசைவ ப்ராம்மணர் ப்ராம்மணருக்குட் சிறந்தவரென்று சொல்லப்படுகிறது. அந்தக் காரணத்தால் சிவத்விஜர்களாலேயே பரார்த்த பூஜை அவசியம் செய்யத் தக்கது.

இதரர்கள் பரார்த்தபூஜைசெய்வதாற் பீடை.

பூசையைப் பூர்த்திசெய்யும் முறை

பின்னர், சத்தியோஜாதம் முதலாக முறையே ஐந்து சிரசுகளிலும் சிவனையருச்சித்து, அஸ்திரம் முதல் இருதயம் ஈறாகவுள்ள அங்கங்களையும் எதிர் முறையாகப் பூசித்து, விருப்பப்படி முன்போல் ஊர்த்துவமுகமாக இருப்பீராகவென்று

பிரார்த்தித்து ஹாம், ஹௌம், சிவாய ஸாங்காய பராங் முகார்க்கியம் ஸ்வாஹா என்று பராங்முகார்க்கியங் கொடுத்து, கெர்ப்பக்கிருகத்திலிருக்கும் ஆவரணரூபமான சத்தியோஜாதம் முதலிய பஞ்சப்பிரம மந்திரங்களையும், அஸ்திரம் முதலிய அங்கமந்திரங்களையும், ஈசுவரனுடைய அங்கங்களில் சேர்க்க வேண்டும். ஏனைய ஆவரணதேவர்களின் பொருட்டும் பராங்முகார்க்கியங் கொடுக்க வேண்டும்.

பின்னர், ஹெம்பட் என்னும் பதத்தையிறுதியிலுடைய அஸ்திரமந்திரத்தால் இருகைகளிலுள்ள கட்டைவிரல் சுட்டுவிரல்களின் நுனிகளால் புஷ்பத்தை உயரே எறிந்துகொண்டு நாராசமுத்திரையால் வித்தியேசுவரர் முதலியோரை யெழுந்தருளச் செய்து, ஹாம், ஹும், ஹாம், சிவமூர்த்தயே நம என்று சொல்லிக் கொண்டு, திவ்யமுத்திரையினால் சிவனுடைய இருதயத்தானத்தில் சேர்த்து, அவர்களைச் சிவனிடத்தில லயமடைந்தவர்களாகப் பாவிக்க வேண்டும்.

பின்னர், குருகிரகம், வித்தியாபீடம், சப்தகுருக்கள், மகாலக்குமி, கணபதி, துவாரபாலர் ஆகிய இவர்களின் பொருட்டும் பராங்முகார்க்கியங்கொடுத்து அவரவர் மந்திரத்தால் அவர்களை அனுப்புதல் வேண்டும்.

பின்னர், பரிவார தேவர்களின் பொருட்டும் பராங்முகார்க்கியங் கொடுத்துத் தனித்தனி புஷ்பத்துடன் கூடிய ஆடைகளால் அவர்களைமூடி, அஸ்திரமந்திரத்தை யுச்சரித்துக்கொண்டு பெட்டியின் பக்கங்களில் வைக்க வேண்டும்.

பின்னர், சிவமந்திரத்தை யுச்சரித்து, பத்மபீடத்தினின்றும் லிங்கத்தையெடுத்து, வெண்பட்டு முதலியவற்றால் மூடி, பெட்டியின் நடுவில் வைத்து, பீமருத்திரத்தைத் தியானித்து, காக்க வென்ற சிவாஞ்ஞையைத் தெரிவித்து பெட்டியை மூட வேண்டும்.

பின்னர் மிச்ரபூசை செய்ய வேண்டும். அதாவது, முதலாவது சண்டேசுவரபூசை செய்யாமல், சிவனைப் பெட்டியிலெழுந்தருளச் செய்த பின்னர், ஆவாகனம் முதலிய எல்லாவுபசாரங்களுடன் சண்டேசுவர பூசையைச் செய்ய வேண்டும்.

வில்லங்க கர்மாக்கள்

> ''பிறருடன் தன்னுடைய ஸ்திரீ போகம் செய்யாமல் செய்ய நினைப்பவன் 'ஸ்தூலாடாரிகா' (பூரான்) என்ற உயிருள்ள ஜந்துவின் சூர்ணத்தைச் செய்து தன் ஸ்த்ரீ தூங்கும் பொழுது, அவளுடைய ரஹஸ்யஸ்தானத்தில் சேர்த்துவிட வேண்டும். இது 'வேச்யா' விஷயம் என்று சிலர் கூறுகின்றனர்.''
>
> - ஆபஸ்தம்ப மகரிஷி எழுதிய க்ருஹ்ய ஸூத்ரம் 23வது காண்டம் - ஸ்ரீ காஞ்சி காமகோடி பீடாதிபதி அவர்களின் ஆஜ்ஞையை முன்னிட்டு கும்பகோணம் வேத தர்ம சாஸ்த்ர பரிபாலன சபை வெளியீடு

'ஆபஸ்தம்ப க்ருஹ்ய ஸூத்ரம்' நூல் ஆபஸ்தம்ப மகரிஷி யஜுர் வேத சாகையைப் பின்பற்றி எழுதிய கல்ப சூத்திரங்களில் ஒன்று. வைதீகர்கள் பின்பற்ற வேண்டிய இல்லற கர்மாக்களை உள்ளடக்கியது இந்நூல். ஆபஸ்தம்பர் எழுதிய தர்மசூத்திரம், மநுசாஸ்திரம் போன்று பிரபல்யமான தர்மசாஸ்திர நூலாகும்.

ஆபஸ்தம்ப க்ருஹ்ய ஸூத்ரத்தில் விவாஹம், உபநயநம், ஜாதகர்மம், நாமகரணம், சௌளம், பும்ஸவநம், ஸீமந்தம், க்ருஹப்ரவேசம் போன்ற பல வைதீகர்களின் சம்ஸ்காரங்கள், கர்மானுஷ்டானங்கள் விளக்கிக் கூறப்பட்டுள்ளது.

இதில் கூறப்பட்டுள்ள கர்மா அனைத்தும் வைதீகர்களுக் கானது மட்டுமே. அதாவது இருபிறப்பாள (பிராம்மண, க்ஷத்ரிய, வைசிய) ஆண்களுக்கானவை. முக்கியமாக

'பும்ஸவனம்' எனும் கர்மாவானது ஆண் வாரிசு வேண்டி வைதீக குடும்பஸ்தர்கள் செய்யும் கர்மா ஆகும்.

உதாரணத்திற்கு சில கர்மாக்கள்;

விவாஹமான வைதீக ஸ்திரீகள் பிற புருஷனுடன் போகம் செய்ய நினைத்தால் அவர்களுக்குச் செய்ய வேண்டிய கர்மாவை விளக்குகிறது இந்நூல்.

"பிறருடன் தன்னுடைய ஸ்திரீ போகம் செய்யாமல் செய்ய நினைப்பவன் 'ஸ்தூலாடாரிகா' (பூரான்) என்ற உயிருள்ள ஜந்துவின் சூர்ணத்தைச் செய்து தன் ஸ்த்ரீ தூங்கும்பொழுது, அவளுடைய ரஹஸ்யஸ்தானத்தில் சேர்த்துவிடவேண்டும். இது 'வேச்யா' விஷயம் என்று சிலர் கூறுகின்றனர்."

"One who wishes that his wife should not be touched by other men, should have big living centipedes ground to powder, and should insert (that powder) with the next (formula, II, 22, 3), while she is sleeping, into her secret parts."

"If he wishes that somebody be not estranged from him, let him pour his own urine into the horn of a living animal, and sprinkle (it) with the next two (verses, II, 22, 5. 6) three times from right to left around (the person) while he is sleeping."

"பிறகு தனக்கு கார்யஸித்தியை நினைத்தால் கபிலகோவின் மூத்ரத்தால் சுத்தம் செய்துவிட வேண்டும்."

"வேலைக்காரன் தன்னைவிட்டு விலகாமல் இருக்க வேண்டுமென்று நினைப்பவன், உயிரோடுள்ள பசுவின் கொம்பைக் கொண்டு வந்து, அதில் தன் மூத்ரத்தை வைத்து, அதைக் கொண்டு "பரித்வா கிரேரமிஹம்" என்று ஆரம்பிக்கும் இரண்டு மந்த்ரங்களால் வேலைக்காரன் தூங்கும்பொழுது அவனை மூன்று தடவை ப்ரதக்ஷிணமாகப் பரிஷேசநம் (தெளித்தல்) பண்ணவேண்டும்."

வேலை நிறுத்தம் செய்துவிட்டு ஓடிப் போய்விட்ட தொழிலாளிகளைத் திரும்பவும் வேலைக்கு வரச் செய்ய ஒரு கர்மா சொல்லப்படுகிறது.

"தாஸர்களும் சம்பளத்திற்கு வேலை செய்பவர்களும் வேலையை நிறுத்திவிட்டு ஓடிவிட்டால், எந்த வழியால் ஓடினார்களோ அங்கு மரவிலங்குகளை வைத்து, அடுத்துள்ள 'ஆவர்த்தநவர்த்தய' என்றாரம்பிக்கும் நான்கு மந்த்ரங்களால் நான்கு ஹோமங்களைச் செய்ய வேண்டும். இதுவும் அபூர்வகர்மா. முன் பின் அங்கங்கள் கிடையாது."

வியாபாரத்திற்காக உள்ள த்ரவ்யம் (பொருட்கள்) வியாபாரமாகாமல் தங்கி நிற்குமானால் அவை வியாபாரமாவதற்குக் கீழ்க்கண்ட கர்மாவைச் செய்யவேண்டும்.

'அக்நிமித்வா' என்றாரம்பித்து முகாந்தம் அக்நி கார்யங்களைச் செய்துகொண்டு 'யதஹம் தநேந' என்ற மந்த்ரத்தால் வ்யாபாரமாக வேண்டிய த்ரவ்யத்தில் சிறிது ஹோமம் செய்ய வேண்டும். மேல் ப்ரயோகம் கிடையாது. (இதை வியாபாரிகளுக்கான பண்யா கர்மா என இந்நூல் குறிப்பிடுகிறது).

"எந்தக் கர்மாவைச் செய்தால் கர்ப்பிணீ பிள்ளைக் குழந்தையையே (ஆண் குழந்தை) ப்ரஸவிப்பாளோ, அதற்குப் பும்ஸவனம் என்று பெயர்.

ப்ரௌடையாகாத பெண்ணைக்கொண்டு, சிறிய பாறாங்கல்லில் சிறிய பாறாங்கல்லால் ஆலங்காய்களையும் மொக்கையும் நன்றாக நசுக்கி, வஸ்த்ரத்தின் நுனியில் சிறிது பாகத்தை நனைத்து அதில் அதை எடுத்து, அக்நிக்கு மேல்புறமாகக் கர்ப்பிணியை நிமிர்ந்து மேல் நோக்கின முகத்தோடு இருக்கும்படி செய்து, அடுத்த 'பும்ஸுவநமஸி' என்ற மந்த்ரத்தால் கட்டை விரலைக் கொண்டு ஆலங்காயின் மொக்குகளின் ரஸத்தை வலது மூக்கின் த்வாரத்தில் பிழியவேண்டும்.

இந்தக் கர்மாவைச் செய்வது மூலம் கர்ப்பிணீ பிள்ளையையே உண்டு பண்ணுவாள்."

'க்ருஹ்ய ஸூத்ரம்' ஸ்ரீ காஞ்சி காமகோடி பீடாதிபதி அவர்களின் ஆஜ்ஞையை முன்னிட்டு கும்பகோணம் வேத தர்மசாஸ்த்ர பரிபாலன ஸபையால் 1952 ல் வெளியிடப்பட்ட நூலாகும்.

இந்நூலுக்கு முகவுரையும் முடிவுரையும் எழுதியிருப்பவர் 'இந்துமதம் எங்கே போகிறது?' புகழ் அக்நிஹோத்ரம் ராமநுஜ தாதாசார்யார் என்பது குறிப்பிடத்தக்கது.

ஆண் ஆணவமும், ஆதிக்கம் மட்டுமே ஹிந்து வைதீக சனாதன தர்மத்தில் உண்டு என்பதற்கு இன்னுமொரு சிறந்த எடுத்துக்காட்டு இந்நூல். கட்டுப்பாடுகள் அனைத்தும் பெண்களுக்கு மட்டுமே, ஆண்களுக்கு ஏதுமில்லை.

ஆதார நூல்கள்

1. க்ருஹ்யஸூத்ரம், 1952ஆம் ஆண்டு பதிப்பு.
2. Sacred Books of the East, Vol.XXX edited by F.Max Muller, 1892 edition.

♦

ஆபஸ்தம்ப மஹர்ஷி அருளிய

க்ருஹ்ய ஸூத்ரம்.

தமிழுரையுடன் கூடியது.

இஃது

ஸ்ரீ காஞ்சி காமகோடி பீடாதிபதி அவர்களின்

ஆஜ்ஞையை மேற்கொண்டு

வேத தர்மசாஸ்த்ர பரிபாலன ஸபையால்

கும்பகோணம்

சாரதா விலாஸ் பிரஸ்ஸில்

அச்சிடப்பட்டு கும்பகோணத்தில் வெளியிடப்பட்டது.

1952. [ரூ. 2—8—0

காபிரைட் ரிஜிஸ்டர்ட்.

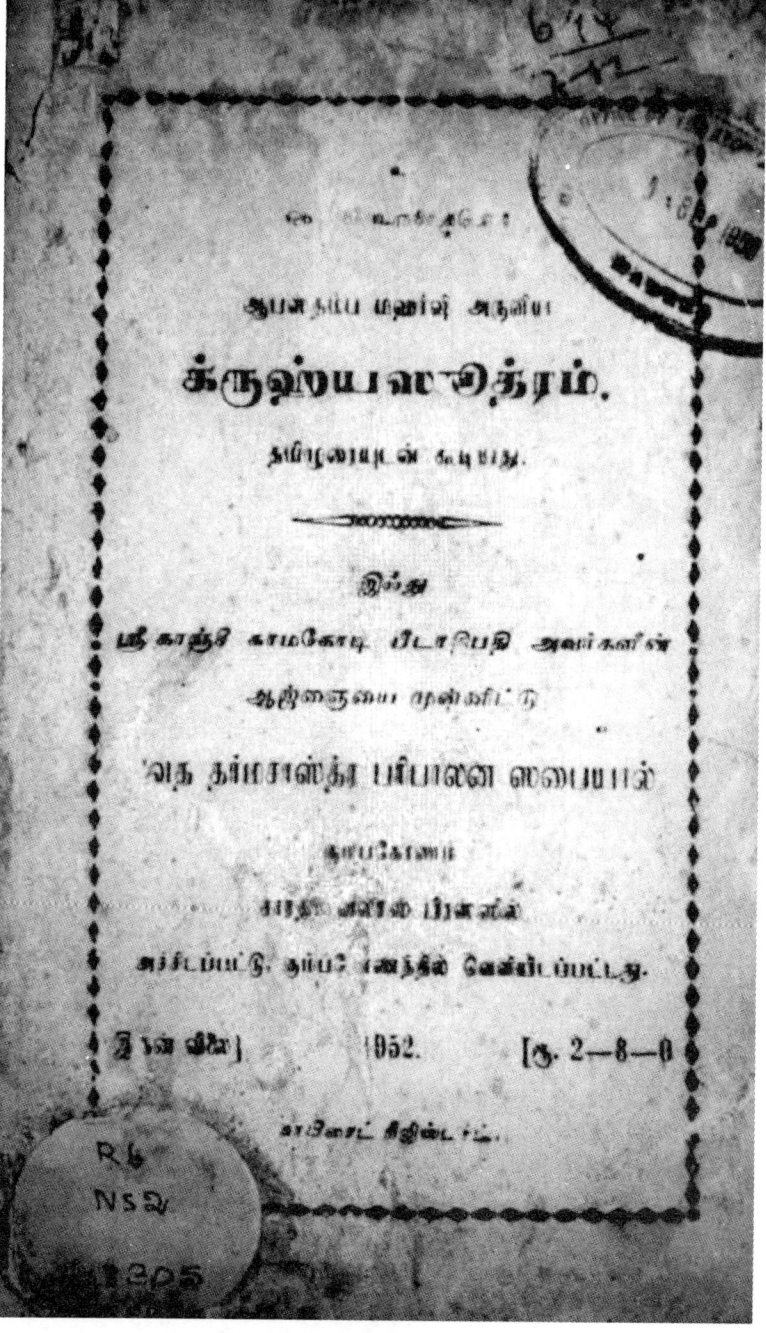

எதிராளி, அல்லது மத்யஸ்தன், கோபத்துடன் இருந்தால் "யாத ஏஷாரராட்யா" என்றாரம்பிக்கும் இரண்டு மந்த்ரங்களால் அபிமந்த்ரணம் பண்ணவேண்டும். இப்படிச் செய்தால் கோப மில்லாதவனாகிவிடுவான்.

ஸம்ஸ்வேஷ்யஹ: ஸரேஷாம் ஸ்தூலஜாரிகாஜீவத்ஜநனாதி
காரயித்வா ஸ்வபத்யா: ஸம்ஸ்பர்ஶயேத் ॥ ௩ ॥

பிறருடன் தன்னுடைய ஸ்திரீ போகம் செய்யாமல் செய்ய நினைப்பவன் "ஸ்தூலஜாரிகா" என்ற உயிருள்ள ஜந்துவின் சூர்ணத்தைச்செய்து தன் ஸ்த்ரீ தூங்கும்பொழுது அவளுடைய ரஹஸ்யஸ்தானத்தில் சேர்த்துவிடவேண்டும். இது "வேச்யா" விஷயம் என்று சிலர் கூறுகின்றனர்.

ஸித்தயே த்வஹ்: ஸூத்ரேண ப்ரக்ஷாளயீத ॥ ௪ ॥

பிறகு தனக்கு கார்யஸித்தியை நினைத்தால் கபிலகோவின் மூத்ரத்தால் சுக்கம் செய்துவிட வேண்டும்.

ஸித்தயே த்வபஹஸ்ய ப்ரஹ்வம் ஸ்யாத்
உத்தரயா ஜுஹுயாத் ॥ ௫ ॥

வ்யாபாரத்திற்காக உள்ள த்ரவ்யம் வ்யாபாரமாகாமல் தங்கி நிற்குமானால் அவை வ்யாபாரமாவதற்குக் கீழ்க்கண்ட படி செய்யவேண்டும்.

"அக்நிமித்வா" என்றாரம்பித்து முகாந்தம் அக்நி கார்யங்களைச் செய்துகொண்டு "யதஹம் தநேந" என்ற மந்த்ரத்தால் வ்யாபாரமாகவேண்டிய த்ரவ்யத்தில் சிறிது ஹோமம் செய்ய வேண்டும். மேல் ப்ரயோகம் கிடையாது.

யம் காமயேத நாயம் மச்சித்யேதேதி ஜீவவிஷாணே ஸ்வே
மூத்ரமாநீய ஸவ்யஸுத்தராப்யாம் த்ரி: ப்ரஸவ்யம் பரிஷிஞ்சேத் ॥

வேலைக்காரன் தன்னைவிட்டு விலகாமல் இருக்கவேண்டுமென்று நினைப்பவன், உயிரோடுள்ள பசுவின் கொம்பைக் கொண்டுவந்து, அதில் தன் மூத்ரத்தை வைத்து, அதைக் கொண்டு "பரித்வா கிரோமிஹம்" என்று ஆரம்பிக்கும் இரண்டு மந்த்ரங்களால் வேலைக்காரன் தூங்கும்பொழுது அவனை மூன்று தடவை ப்ரதக்ஷிணமாகப் பரிஷேசனம் பண்ணவேண்டும்.

யேந யஜ்ஞாவகாசேந ஸ்வராத் யஜ்ஞாயேரந்து தஸ்மின்ன
ந்யூநவஸோயயோதுரா ஜுஹோதீ ஜுஹ்வபாஸ ॥ எ ॥

தாஸர்களும் சம்பளத்திற்கு வேலை செய்பவர்களும் வேலையை நிறுத்திவிட்டு ஓடிவிட்டால், எந்த வழியால் ஓடினர்களோ அங்கு மாவிலங்குகளை வைத்து, அடுத்துள்ள "ஆவர்த் தாவர்த்தய" என்ருரம்பிக்கும் நான்கு மந்த்ரங்களால் நான்கு ஹோமங்களைச் செய்யவேண்டும். இதுவும் அபூர்வகர்மா. முன் பின் அங்கங்கள் கிடையாது.

யத்யேநம் வ்ருக்ஷாத் ஃபலம் நிபதேத் அபோ வாயஸி
விக்ஷிபேத் வர்ஷபிந்து வா விதூர்ஹி நிபதேத்
தத்தத் யேபத்யோலிங்கம் ப்ரக்ஷாலயீத ॥ அ ॥

ப்ராம்ஹணன் போகும் பொழுது மரத்திலிருந்து பழம் எதிர்பாராமல் அவன்மீது விழுந்தாலும், பக்ஷி தன் பக்ஷத்தால் வீசினாலும், மழை எதிர்பாராத இடத்தில் ஆகாசத்திலிருந்து ஜல பிந்து மேல் விழுந்தாலும் அவைகளை அடுத்துள்ள "யதிவ்ரு க்ஷாத்" என்ருரம்பிக்கும் மந்த்ரங்களால் அந்தந்த இடத்திற்கனு குணமான மந்த்ரத்தைச் சொல்லி அலம்பவேண்டும். மரத்தி லிருந்து பழம் விழுந்தால் "யதிவ்ருக்ஷாத்" என்ற மந்த்ரத்தை யும், பக்ஷியின் இறக்கைகள்மேல்பட்டால் "யேபக்ஷிண:" என் பதையும், ஜலபிந்து விழுந்தால் 'திவோநுமா" என்பதையும் சொல்லி அலம்பவேண்டும்.

அகாரஸூர்ணாவிரோஹணே யோநு உபவேஶநே
காவாம் அவோதபதிமந்நே ஸோத்யாநாம் ஶரீரரோ
ஷிணேநேவ்யஷ் ஆஜுஹ்வதோதாதே ஷ்ரோவாஸ்யபாம்
திராயாம் யத்ராவாம் ந ஹ்ருண்யாதுஷ்டேஹ்ர வ்யஸோ
யாதாஜ்யாஜ்யஹாமாஙு உத்தரா ஜுஹோதிஹுதோவா ஜபாதி
ஹுதிவத்யுதே ॥ கூ ॥

இங்கு அத்புதம், உத்பாதம் இவைகளுக்குச் சாந்தி சொல்லப்படுகிறது.

வீட்டில் தூணில் முளை தென்பட்டாலும், வீட்டில் தேன்கூடு வைக்கப்பட்டிருந்தாலும், சமையலறையில் புருவின்கால் தென்

THE
SACRED BOOKS OF THE EAST

TRANSLATED

BY VARIOUS ORIENTAL SCHOLARS

AND EDITED BY

F. MAX MÜLLER

VOL. XXX

Oxford

AT THE CLARENDON PRESS

1892

[*All rights reserved*]

8 PATALA, 23 SECTION, 4.

let him murmur the next (Mantras, II, 21, 10-16) and then state his desire.

14. If he has obtained a chariot, he has the horses put to it, lets it face the east, and touches with the next (verse, II, 21, 17) the two wheels of the chariot or the two side-pieces.

15. With the next Yagus (II, 21, 18) he should mount, and drive with the next (verse, II, 21, 19) towards the east or north, and should then drive off on his business.

16. Let him mount a horse with the next (formulas, II, 21, 20-30),

17. An elephant with the next (formula, II, 21, 31).

18. If any harm is done him by these two (beasts), let him touch the earth as indicated above.

19. If he is going to a dispute, he takes the parasol and the staff in his left hand.

PATALA 8, SECTION 23.

1. Having sacrificed, with his right hand, a fist full of chaff with the next (verse, II, 21, 32), he should go away and murmur the next (verse, 33).

2. Over an angry person let him recite the two next (formulas, II, 22, 1. 2); then his anger will be appeased.

3. One who wishes that his wife should not be touched by other men, should have big living centipedes ground to powder, and should insert (that powder) with the next (formula, II, 22, 3), while she is sleeping, into her secret parts.

4. For success (in the generation of children)

---

18. See VII, 19, 11. On reshane, comp. below, 23, 9.
23, 3. Comp. Hiranyak. I, 4, 14, 7.

let him wash (his wife) with the urine of a red-brown cow.

5. For success (in trade) let him sacrifice with the next (verse—II, 22, 4—some portion) from the articles of trade which he has in his house.

6. If he wishes that somebody be not estranged from him, let him pour his own urine into the horn of a living animal, and sprinkle (it) with the next two (verses, II, 22, 5. 6) three times from right to left around (the person) while he is sleeping.

7. In a path which servants or labourers use to run away, he should put plates (used for protecting the hands when holding a hot sacrificial pan) on (a fire), and should offer the oblations (indicated by the) next (Mantras, II, 22, 7–10).

8. If a fruit falls on him from a tree, or a bird befouls him, or a drop of water falls on him when no rain is expected, he should wipe that off with the next (Mantras, II, 22, 11–13), according to the characteristics (contained in these Mantras).

9. If a post of his house puts forth shoots, or if honey is made in his house (by bees), or if the footprint of a dove is seen on the hearth, or if diseases arise in his household, or in the case of other miracles or prodigies, let him perform in the new-moon night, at dead of night, at a place where he does not hear the noise of water, the rites from the putting (of wood) on the fire down to the Âgyabhâga oblations, and let him offer the oblations (indicated in the) next (Mantras, II, 22, 14–23), and enter upon the performance of the Gaya and following oblations.

6, 7. Comp. Pâraskara III, 7; Hiranyak. I, 4, 13, 19 seqq.

சிவலிங்கத்திலும் சதி
sorry சாதி

> ஸமலிங்கமானது பிராம்ஹணர்களுக்கும், வர்தமாநலிங்கமானது க்ஷத்ரியர்களுக்கும், சைவாதிக லிங்கமானது வைசியர்களுக்கும், ஸ்வஸ்திக லிங்கமானது சூத்ரர்களுக்கும், சிலாக்கியமானவைகளாம்
>
> - 'ஸ்ரீ காசியப சில்ப சாஸ்திர நூல்'

இனிமேல் சிவன் கோயிலுக்குப் போனால் உள்ளே இருக்கும் சிவலிங்கம் எந்த சாதிக்கானது என்று விசாரித்து விட்டு கும்பிடவும். வேறு சாதி லிங்கத்தைக் கும்பிட்டால் சாமிக் குத்தமாகி விடுமல்லவா?!

என்னடா, புதுக்கதையாக உள்ளது என்று பார்க்கிறீர்களா? ஏற்கெனவே எந்தக் கல்லில் உள்ள லிங்கம் எந்தச் சாதிக்கானது என்பதைப் பற்றி எழுதியிருக்கிறேன். அதைத் தொடர்ந்து இதனை எழுதுகிறேன்.

'ஸ்ரீ காசியப சில்ப சாஸ்திரம்' எனும் நூல் கடவுளர்களின் மூர்த்திகளை எப்படி கல்பிக்க வேண்டும் என்பதைத் தெளிவாக விளக்குகிறது. இந்த சில்ப சாஸ்திர நூல் அதி முக்கியமானது, பிரபல்யமானது. இந்த நூலினைக் கொண்டே கோயிற் சிற்பங்கள் இன்றுவரை வடிக்கப் படுகின்றன. இந்த நூலில் கோயில் முதல் பல விதமான வாஸ்து குறிப்புகள் உண்டு. சைவ ஆகம நூல்களில் உள்ளவை இந்த நூலிலும் உண்டு.

ஸ்ரீ காசியப சில்ப சாஸ்திரம் நூலைத் தமிழில் மொழி பெயர்த்தவர் தஞ்சை சரஸ்வதி மஹால் நூலக மேனாள் பண்டிதர் திரு. சுப்பிரமணிய சாஸ்திரி ஆவார்.

இந்த நூலில் ஒரு பகுதி லிங்கத்தைக் கல்பிக்கும் முறைகளை தெளிவாக விளக்குகிறது. சாதி வாரியாக (வர்ணம்) லிங்கங்களின் பல வித டிசைன்கள் இந்தப் பகுதியில் கூறப்பட்டுள்ளது. அதில் சிலவற்றை மட்டும் கீழே தருகிறேன்.

ஸமலிங்கமானது பிராம்ஹணர்களுக்கும், வர்தமாநலிங்கமானது க்ஷத்ரியர்களுக்கும், சைவாதிக லிங்கமானது வைசியர்களுக்கும், ஸ்வஸ்திக லிங்கமானது சூத்ரர்களுக்கும், சிலாக்கியமானவைகளாம்.

லிங்கத்தின் உயரத்தை 3 பாகம்செய்து, அதில் 1 பாகம் (அடியில்) சதுரச்ரமாகவும், மத்தியிலுள்ள 1 பாகம் அஷ்டாச்ரமாகவும், மேலேயுள்ள 1 பாகம் விருத்தாகாரமாகவும் (வட்ட வடிவம்) இருப்பது, ஸமலிங்க மெனப்படும். இது பிராம்ஹணாதி ஜாதியினருக்கு விருத்தியைக் கொடுக்கும்.

லிங்கத்தின் அகலத்தை 32 பாகங்களாகச் செய்து, அவைகளில், முறையே, 14-15-16-17 பாகங்களாலே குக்குடாண்டம் போன்ற சிரோவர்த்தநமானது, 4 வித மாகும். (குக்குடம் - கோழி அண்டம் முட்டை) இந்த 4 வித சிரோவர் தநங்களுக்கும், குக்குடாண்டாகார சிரோவர்த்தநம் என்று பெயர். இவ்வித சிரோவர்த்தந முடைய லிங்கமானது, வர்தமாந லிங்கமாக இருக்க வேண்டும். அது க்ஷத்திரியர்களுக்கு உகந்ததாகும். சிறந்ததுமாம்.

லிங்கத்தின் அகலத்தை 52 பாகங்களாகச் செய்து, அவைகளில் முறையே, 10 - 11-12-13 பாகங்களாலே, த்ரிபுரத்தைப்போன்ற (முதுக்கன்காய் போன்ற) சிரோ வர்தநமானது 4 விதமாகும். இது சிவாதிக லிங்கத்தில் அமைக்கப்பட வேண்டும். இத்தகைய லிங்கமானது வைசியர்களுக்கு ஏற்றதாம். சிறந்ததுமாம்.

லிங்கத்தின் அகலத்தை 32 பாகங்களாகச் செய்து, அவைகளில் முறையே, 10 - 11 - 12 - 13 பாகங்களால், அரைவட்ட சந்திரனைப் போன்ற சிரோவர்த்தநத்தை யமைத்தால், அர்தசந்திராபமானது 4 விதமாகும். இவ்விதமாக சிரோவர்த்தநமுடையது, ஸ்வஸ்திக லிங்கமாகும். இது, சூத்திரர்களுக்கு அபிவிருத்தியையளிக்கும்.

சத்ராகாரமான சிரோவர்த்தநமானது, பிராம்ஹணர்களுக்கும், க்ஷத்திரியர்களுக்கும், ஸர்வாபீஷ்டங்களையும் கொடுக்கக் கூடியதாகும்.

★★★

நல்ல வேளை, வழக்கம் போல சாதியற்ற அவர்ணர்களுக்கு சிவலிங்கம் ஏதும் இல்லை போலும்.

இப்போது புரிந்ததா? எந்த எந்த லிங்கம் யார் கும்பிட வேண்டும் என்று. அடுத்த முறை சிவன் கோயிலுக்குப் போனால் உள்ளே இருக்கும் லிங்கம், ஸமலிங்கமா, வர்தமாநலிங்கமா, சைவாதிகலிங்கமா, இல்லை ஸ்வஸ்திகலிங்கமா என்று அர்ச்சகரிடம் கேளுங்கள்.

நீங்கள் சூத்திரனாக இருந்து, கோயிலுக்கு உள்ளே உள்ள லிங்கம் ஸமலிங்கமாக இருந்து அதைக் கும்பிட்டால் அதுவே தெய்வக் குத்தமாகி விடலாம்.

நீங்கள் வைதீகராக இருந்து, கோயிலுக்கு உள்ளே இருக்கும் லிங்கம் ஸ்வஸ்திக லிங்கமாக இருந்து, அதைக் கும்பிட்டால் அதுவே உங்களுக்கு தீட்டும் தோஷமுமாய்ப் போகலாம்.

இந்த வம்பு எல்லாம் எதற்கு என ஒதுங்கி இருந்தால், நீங்கள் சிந்திக்க ஆரம்பித்து விட்டீர்கள் என்று அர்த்தம்.

நால்வர்ண லிங்கங்கள்

கோயிலுக்குள் வணங்கப்படும் கற்சிலையின் நிறத்தைக் கொண்டு அது எந்தெந்த ஜாதியினருக்கானது என்பதை எளிதில் கண்டு கொள்ளலாம்.

வெள்ளை நிறக் கற்களால் ஆன சிலை பிராம்மணர்களுக்கானது.

சிகப்பு நிற கற்களால் ஆன சிலை க்ஷத்ரியர்களுக்கானது

மஞ்சள் நிறக் கற்களால் ஆன சிலை வைசியர்களுக்கானது.

கருப்பு நிறக் கற்களால் ஆன சிலை சூத்திரர்களுக்கானது.

இது வாஸ்து சாஸ்திரத்தில் சொல்லப்பட்டுள்ள பொது விதி.

பஞ்சமர் சண்டாளர் பதிதர் புலையர்களுக்கு உரிய சிலையோ, வழிபாட்டு முறையோ எந்த சாஸ்திர நூல்களிலும் இல்லை.

தென்னிந்தியக் கோயில்களில் உள்ள பெரும்பான்மையான கோயில்களில் கருங் கற்களினால் ஆன சிலைகளே அதிகம். அதே போன்று வட இந்தியக் கோயில்களில் வெள்ளை நிறக் கற்களில் ஆன சிலைகளைக் கோயில்களில் அதிகம் காணலாம். கோயிற் சிலைகளில் உள்ள நிற வித்தியாசமே வடக்கு தெற்கிற்கான வித்தியாசம்.

The sum and substance of this Visnudharmottara's Silapariksa is that in the procurement of the Sila for image-making the Sthapati, the sculptor, should go under auspicious stars. The colour would vary according to the devotees belonging to the four castes-white, red, yellow and black stones are recommended for the BrahmaGas, Ksatriyas, Vaisyas and Sudras respectively.

-Vastu Sastra Vol II, Dr. D.N.Shukla,Sanskrit Dept, Gorakhpur University

ஜாதிக்கொரு லிங்கம்

லிங்கங்களில் எத்தனையோ வகை உண்டு.

லிங்கத்தின் மேற்பாகம் சிவ பாகம் என்றும் மத்தியில் உள்ள பகுதி விஷ்ணு பாகம் என்றும் பூமிக்கு அடியிற் புதைக்கப் பட்டுள்ள

அடிப்பகுதி பிரம்ம பாகம் என்றும் அழைக்கப் படுகிறது. பிரம்ம பாகம் எனும் அடிப்பகுதி பூமியின் கீழ் இருப்பதால் கண்ணுக்கு புலப்படுவதில்லை.

அவரவர் ஜாதி வர்ணத்திற்கு ஏற்ப சிவ பாகம், விஷ்ணு பாகம், பிரம்ம பாகத்தின் அளவுகளை கூட்டிக் குறைத்து லிங்கத்தை உருவாக்கிக் கொள்ளலாம். அதற்கான அளவு முறைகள் சில்ப சாஸ்திர நூல்களில் விளக்கப் பட்டுள்ளன. இதற்கு முந்தைய பதிவில் எழுதியிருந்த காசியபர் சிற்ப சாஸ்திர நூலைத் தவிர இன்னும் இரண்டு நூல்களில் உள்ளவற்றைத் தருகிறேன்.

முதல் நூல்: Vastu Sastra Vol II, Dr.D.N.Shukla,Sanskrit Dept, Gorakhpur University

Sarvasama-is also called Sarvatobhadra in which all the three sections, Brahma, Vishnu and Rudra bhagas are equal in length.

Vardhamana lingas - (or suredhya) take of the proportions of the three sections as 4,5,6, or 5,6,7, or 6,7,8, or 7,8,9, prescribed for the 4 castes respectively.

அதாவது வர்த்தமான லிங்கங்களில் பிரம்ம பாகம் 4, விஷ்ணு பாகம் 5, சிவ பாகம் 6 ஆக இருந்தால் அது பிராம்மணர்களுக்கானது.

இதை அடுத்து பிரம்ம பாகம் 5, விஷ்ணு பாகம் 6, சிவ பாகம் 7 ஆக இருந்தால் அது க்ஷத்ரியர்களுக்கானது.

பிரம்ம பாகம் 6, விஷ்ணு பாகம் 7, சிவ பாகம் 8 ஆக இருந்தால் அது வைசியர்களுக்கானது.

பிரம்ம பாகம் 7, விஷ்ணு பாகம் 8, சிவ பாகம் 9 ஆக இருந்தால் அது சூத்திரர்களுக்கானது.

Salvadhika lingas - too take these proportions in the above manner: 7,7,8, or 5,5,6, or 4,4,5, or 3,3,4, fit for the four castes respectively.

சல்வாதிக லிங்கங்களில்,

பிரம்ம பாகம் 7, விஷ்ணு பாகம் 7, சிவ பாகம் 8 ஆக இருந்தால் அது பிராம்மணர்களுக்கானது.

பிரம்ம பாகம் 5, விஷ்ணு பாகம் 5, சிவ பாகம் 6 ஆக இருந்தால் அது க்ஷத்ரியர்களுக்கானது.

பிரம்ம பாகம் 4, விஷ்ணு பாகம் 4, சிவ பாகம் 5 ஆக இருந்தால் அது வைசியர்களுக்கானது.

பிரம்ம பாகம் 3, விஷ்ணு பாகம் 3, சிவ பாகம் 4 ஆக இருந்தால் அது சூத்திரர்களுக்கானது.

Similar proportions are laid down for the other types like Svastika (Anadhya), Trairasika, Adhya etc. etc.

Similar proportions are laid down for the other types like Svastika (Anadhya), Trairasika, Adhya etc. etc.

As regards the width of these lingas, the rules are not wanting. Divide the total length of the linga into 16 equal parts; the width of Adhya, Anadhya, Suredhya and Sarvasama lingas, should be six, five; four and three parts respectively.

Similar proportions are also laid down in case of the Nagara, Dravida and Vesara (sub-varieties being Jayada, Paustika. Sarvaka mika) types also and they need not be pursued here.

இரண்டாவது நூல்: South Indian images of Gods and Goddesses by H.Krishna Sastri

Assistant Archeological Superintendent for Epigraphy, Southern Circle,Madras Government Press, 1916

"In a linga considered as a symbol of Brahman, the quadrangular bottom of the shaft is believed to represent Brahma, the octagonal middle Vishnu and the circular upper portion Siva."

"The sirovartana or the shaping of the top of the linga which, according to the Silparatna, may be cucumber-like, umbrella-like, crescent-like, egg-like or bubble-like, distinguishes the four different lingas worshipped by the four castes.

The same work sets down that images inay also be carved on the linga. Superior lingas are stated to vary from 7 to 9 cubits in height. Fixed lingas are worshipped in temples and movable lingas in houses."

அடிப்படையில் கோயில்கள் எல்லோருக்கும் பொதுவானதல்ல என்பதைப் புரிந்துகொள்ள வேண்டும். ஒவ்வொன்றும் ஒரு குறிப்பிட்ட நோக்கத்துக்காகக் கட்டப்பட்டவை, அதுவும் ஜாதி வாரியாக.

இதே கருத்துக்கள் இன்னும் பல நூல்களில் உண்டு. கட்டுரை இன்னும் பெரிதாகப் போய்விடும் என்பதால் இத்துடன் நிறுத்திக் கொள்கிறேன்.

இனிமேல் கோயிலுக்குப் போனால் சிவலிங்கத்தைப் பார்த்தால் அது எந்த ஜாதிக்காக பிரதிஷ்டை செய்யப்பட்டுள்ளது என்பதை அறிந்து அதற்கு ஏற்றவாறு நடந்து கொள்ளவும்.

இல்லையேல் தேவையில்லாமல் சாமிக்கு சாந்நித்தியம் குறைந்து அதற்காகத் தனியாக சாந்தி ஹோமம் அல்லது தீட்டு கழிக்கும் சடங்குகளைச் செய்ய வேண்டி வரும். சாமி குத்தமாகிப் போகும் சாமியோவ். ஜாக்கிரதை!

அடுத்து கொடுக்கப்பட்டுள்ள லிங்கத்திற்கான வரைபடம் ஒரு ரெஃபரன்ஸ்க்காக மட்டுமே. இது போன்றே எல்லா லிங்கமும் உள்ளது என்று சொல்வதற்கில்லை. லிங்கத்திற்கு லிங்கம் வேறுபாடு உண்டு.

♦

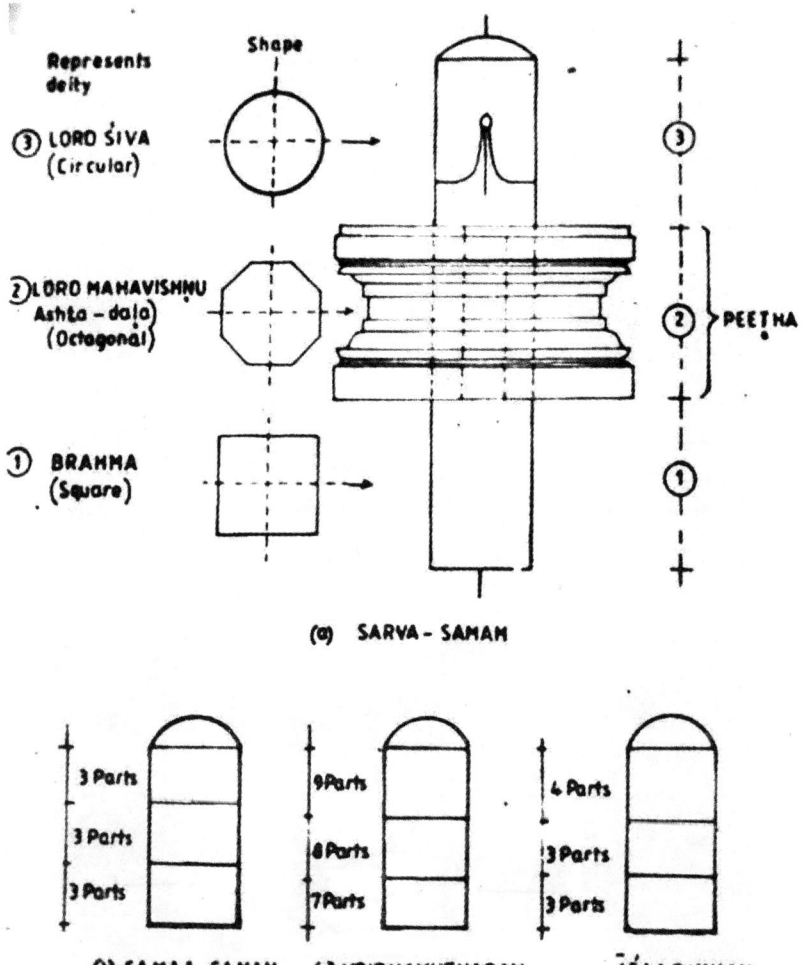

அறியப்படாத இந்து மதம் / 235

ஸ்ரீகாசியப சில்ப சாஸ்திரம்
இரண்டாம் பாகம்
ஸ்ரீயோக தக்ஷிணாமூர்த்தி, திருவேங்கைவாசல்
தஞ்சாவூர் மகாராஜா சரபோஜியின்
சரசுவதி மகால் நூலகம்
தஞ்சாவூர்.

நாற்பத்தொன்பதாவது படலம்

[ஸ்லோகங்கள் - கிரந்த எழுத்தில்]

யமைக்கவேண்டும். இது இரண்டாவது விதமாகும்.

இவ்விதமே, லிங்கத்தின் அகலத்தில் 32-ல் 7 பாகங்களால் சீராவர்த்தத்தையமைப்பது மூன்றாவது விதமாகும்.

இவ்விதமே, லிங்கத்தின் அகலத்தில் 32-ல் 9 பாகங்களாலே சத்ராகாரமாக சீராவர்த்தத்தை அமைப்பது நான்காவது விதமாகும்.

இவ்விதம் சத்ராகாரமான சீராவர்த்தம் நான்கு விதமாகும்.

சத்ராகாரமான சீராவர்த்தமானது, பிராம்ஹணர்களுக்கும், க்ஷத்ரியர்களுக்கும், ஸர்வாபீஷ்டங்களையும் கொடுக்கக்கூடியதாகும். லிங்கங்கள் எல்லாவற்றிலும் சத்ராகாரமான சீராவர்த்தமுடையது சிறந்ததாகும்.

லிங்கத்தின் அகலத்தை 82 பாகங்களாகச் செய்து, அவைகளில், முறையே, 14-15-16-17 பாகங்களாலே குக்குடாண்டம்போன்ற சீராவர்த்தமானது, 4 வித மாகும். (குக்குடம் — கோழி. அண்டம் — முட்டை.) இந்த 4 வித சீராவர்த்தங்களுக்கும், குக்குடாண்டாகார சீராவர்த்தம் என்ற பெயர். இவ்வித சீராவர்த்த முடைய லிங்கமானது, வர்தமாக லிங்கமாக இருக்க

[illegible]

[illegible]

[illegible]

[illegible] ॥ [illegible] ॥

[illegible] ।

[illegible] ॥

([illegible] ।)

[illegible] ।

[illegible] ॥

[illegible] ।

[illegible]

[illegible] ॥ [illegible] ॥

வேண்டும். அது க்ஷத்திரியர்களுக்கு உகந்ததாகும். சிறந்ததுமாம்.

லிங்கத்தின் அகலத்தை 32 பாகங்களாகச் செய்து, அவைகளில் முறையே, 10 – 11 – 12 – 13 பாகங்களாலே, த்ரிபுரத்தைப்போன்ற (முதுக்கன்காய் போன்ற) சிரோ வர்தமானது 4 விதமாகும். இது சிவாதிக லிங்கத்தில் அமைக்கப்பட வேண்டும் இத்தகைய லிங்கமானது வைசி யர்களுக்கு ஏற்றதாம். சிறந்ததுமாம்.

லிங்கத்தின் அகலத்தை 32 பாகங்களாகச் செய்து, அவைகளில் முறையே, 10 – 11 – 12 – 13 பாகங்களால், அரைவட்ட சந்திரனைப் போன்ற சிரோவர்த்தநத்தை யமைத்தால், அர்தசந்திராபமானது 4 விதமாகும். இவ்விதமாக சிரோவர்த்தநமுடையது, ஸ்வஸ்திக லிங்க மாகும். இது, சூத்திரர்களுக்கு அபிவிருத்தியையளிக்கும்,

ஸார்வதேசிக லிங்கங்களுக்கும், மற்ற லிங்கங்களுக்கும்,

[Bhāratīya Vāstu-śāstra Series vol. IX]

VASTU-SASTA V L. II
Hindu Canons of Iconography & Painting

[With an anthology of Pratimā-lakṣaṇa and Citra-lakṣaṇa as well as an outline history of Indian painting, archaeological and literary]

Dr. D. N. Shukla

M. A. (Sansk.); M. A. (Phil.); Ph. D. (Sansk.); D. Litt. (A. I. H. A.);
Sahityacharya; Sahitya-ratna and Kavyatirtha

Sanskrit Dept.
Gorakhpur University
Gorakhpur

Price Rs. 36-0-0   Other publications on page 22 (d)

Sārvadeśika liṅgas—are those whose measurements depend upon the length of the side of the central shrine—diffrent proportions of the lengths are fractions such as three-fifths, five-ninths or half of the length or the breadth of the central shrine.

Sarvasama—is also called Sarvatobhadra in which all the three sections, brahmā, Viṣṇu and Rudra bhagas are equal in length.

Vardhamāna liṅgas—(or sureḍhya) take of the proportions of the three sections as 4,5,6, or 5,6,7, or 6,7,8, or 7,8,9, prescribed for the 4 castes respectively.

Śaivādhika liṅgas—too take these proportions in the above manner: 7,7,8, or 5,5,6, or 4,4,5, or 3,3,4, fit for the four castes respectively.

Similar proportions are laid down for the other types like Svastika (Anādhya), Trairāśika, Āḍhya etc. etc.

As regards the width of these liṅgas, the rules are not wanting. Divide the total length of the liṅga into 16 equal parts; the width of Āḍhya, Anādhya, Sureḍhya and Sarvasama liṅgas, should be six, five, four and three parts respectively.

Similar proportions are also laid down in case of the Nāgara, Drāviḍa and Vesara (sub-varieties being Jayada, Pauṣṭika, Sarvakāmika) types also and they need not be pursued here.

Bana-liṅgas—are a special variety of liṅgas as they are neither human nor divine (*i.e.* Daivika etc. or Mānuṣa etc.). They may be deemed as natural, nevertheless have a vivid mythology about their origin—vide the A. P. 205 where its sanctity is associated with the falling of the Tripuras of the great demon Bāṇa in the midst of the two sacred rivers Gaṅgā and Narmadā.

These, therefore, may be taken as representing the aniconic Śaiva tradition as Śālagrāmas and Śrīcakras do in case of Vaiṣṇava and Śākta ones respectively. Like Śālagrāmas, Bāṇa-liṅgas are also, fished out of a particular river bed, the former from the Gaṇḍakī the latter from the Narmadā. Rao says, 'These bāṇa-liṅgas are said to be found in Amareśvara, on the Mahendra mountain, in Nepal, in the Kanyātīrtha and Āśrama near the same place. It is considered that each of these places contains a crore of bāṇa-liṅgas, and that there are three crores of bāṇa-liṅgas in each of the following places of Śaiva pilgrimage, namely Śrīśaila, Liṅga-śaila anāḷigarta'.

Regarding their iconographical developments, the Aparājitaprachhā—vide Pr. Laks p. 129, prescribes as many as 14 varieties which

74   SOUTH-INDIAN IMAGES

Sahasra-linga.

over the shaft. In a *linga* considered as a symbol of Brahman, the quadrangular bottom of the shaft is believed to represent Brahmā, the octagonal middle Vishnu and the circular upper portion Siva.[1] Sometimes a single *linga* is known by the name Sahasra ("the thousand ")-*linga* (fig. 46). It is divided into twenty-five facets, each of these latter having miniature representations of forty *lingas* and making up thus the number one thousand.

III

Round the *sanctum* of a Siva temple, on its outer wall, are usually enshrined in specially formed niches the images of Ganapati and Dakshināmūrti on the south, Lingōdbhava (or sometimes, Vishnu) on the west, and Brahmā and Durgā on the north. In the enclosing verandah round the central shrine may be installed the images of the sixty-three Saiva Saints, *lingas* which devout adherents might choose to establish for the merit of themselves or of their ancestors, the nine Planets (*Navagrahas*), which, since the time astrology was established in India, have been receiving divine homage, and a host of other gods and goddesses such as Kumāra (Skanda), Vīrabhadra, Bhairava, etc. Natarāja or Sabhāpati "the lord of the divine congregation " is placed in a separate shrine, generally the *Sabhā-mandapa* or "the assembly hall." The goddess Pārvatī, the consort of Siva, who receives all kinds of fanciful names and surnames according to local traditions, is also enshrined separately. Sometimes it is found that every important subordinate deity has a separate shrine for itself, smaller, of course, in size than the *sanctum*.

It may be noted that, while worship is offered in the central shrine of a Siva temple only to the formless stone *linga*, for processional purposes images made of metal are used; and these are of various forms and go by various names, such as Sōmāskanda, Vrishārūdha, Gangādhara, Kalyānasundara, Ardhanāri, Bhikshātana, Natarāja, etc. Instances are not uncommon where images of Siva in one of his processional forms receives more attention from the worshippers than the *linga* itself. In Chidambaram, for example, the image of Natarāja receives more attention and

---

[1] The *sirōvartana* or the shaping of the top of the *linga* which, according to the *Silparatna*, may be cucumber-like, umbrella-like, crescent-like, egg-like or bubble-like, distinguishes the four different *lingas* worshipped by the four castes. The same work sets down that images may also be carved on the *linga*. Superior *lingas* are stated to vary from 7 to 9 cubits in height. Fixed *lingas* are worshipped in temples and movable *lingas* in houses.

ரத்த வாடை வீசும் பெரிய புராணம்

'சைவம்' முழுக்கவே தமிழர்களுக்கானது. வடமொழியோ நால் வேதங்களோ, வைதிக கர்ம அநுட்டானங்களோ, தர்ம சாஸ்திரங்களோ சைவத் திருமுறைகளில் இல்லை என்பது அப்பட்டமான பொய். நாயன்மார் கதைகளில் பெரும்பாலும் சிவன் வேதியராகவே சித்தரிக்கப்படுகிறார். சிவபெருமானை முதல் அந்தணர் என்றும் அவரது அம்சம் எனக் கருதப்படும் சுந்தரர் ஆதிசைவர் எனும் அந்தணர் வகுப்பாராகவே சித்தரிக்கப்படுகிறார்

சிவனுக்காக, சிவனடியார்களுக்காக கொலை செய்வதையும், திருடுவதையும், மற்றவர்களை துன்புறுத்துவதையும், சூதாடுவதையும், வன்கொடுமை புரிவதையும், தன்னைத் தானே வருத்திக் கொள்வதையும், குற்றங்கள் புரிவதையும் பெரியபுராணத்தில் பல நாயன்மார் கதைகளில் நியாயப்படுத்துகிறார் சேக்கிழார்.

சேக்கிழார் இயற்றிய பெரியபுராணம் எனும் திருத்தொண்டர் புராணம் பனிரெண்டாம் திருமுறையாக போற்றப்படுகிறது. இதில் 63 நாயன்மார்களின் கதைகளும் 9 தொகையடியார்களின் கதைகளும் உள்ளன.

63 நாயன்மார்கள் என்ற எண்ணிக்கையே சைவத்திற்கு முன்பு வாழ்ந்த 63 சமணப் பெரியார்களுக்குப் போட்டியாக

எழுதப்பட்டவை என்ற கருத்தும் நிலவுகிறது. காரணமே இல்லாமல் சிலர் நாயன்மார் பட்டியலில் சேர்க்கப்பட்டிருப்பதை அவதானித்தால் இது உண்மை என்றே தோன்றுகிறது.

இந்தக் கட்டுரையில், கண்ணப்பர், நந்தனார், சிறுத்தொண்டர், அப்பர், சுந்தரர், சம்பந்தர், காரைக்கால் அம்மையார் போன்றவர்களை விடுத்து பெரும்பாலும் நாம் கேள்விப்படாத நாயன்மார்களின் கதைகளைச் சுருக்கி எழுதியுள்ளேன்.

நாயன்மார்களில் இருபதுக்கும் மேற்பட்டவர்கள் அந்தணர்களாவர். இவர்களை பெரியபுராணம் மறையவர், அந்தணர், ஆதிசைவர், வேதியர் என பல பெயர்களில் அழைக்கிறது. சிவன் இவர்களிடம் கண்ணைக் கொடு, பிள்ளையைக் கொடு, மனைவியைக் கொடு, உன் உயிரைக் கொடு எனக் கேட்கவில்லை, வழக்கமான திருவிளையாடல்கள் மற்றும் சோதனைகள் பெரும்பாலும் இவர்களுக்கு இல்லை. சிவனை ஏற்றுக் கொண்ட ஒரே காரணத்திற்காக நேராக கைலாயத்திற்குச் சென்ற அந்தணர்கள் உண்டு.

பெரும்பான்மையான நாயன்மார்கள் வைதீக பாரம்பரியம் கொண்டவர்கள். வேதம், வேள்வி ஆகமங்களை அறிந்தவர்கள். வடமொழியில் வேத மந்திரங்கள், பஞ்சாட்சர மந்திரங்களை ஓதுகிறவர்கள்.

‘சைவம்’ முழுக்கவே தமிழர்களுக்கானது. வடமொழியோ நால் வேதங்களோ, வைதிக கர்ம அநுட்டானங்களோ, தர்ம சாஸ்திரங்களோ சைவத் திருமுறைகளில் இல்லை என்பது அப்பட்டமான பொய். இக்கதைகளில் பெரும்பாலும் சிவன் வேதியராகவே சித்தரிக்கப் படுகிறார். சிவபெருமானை முதல் அந்தணர் என்றும் அவரது அம்சம் எனக் கருதப்படும் சுந்தரர் ஆதிசைவர் எனும் அந்தணர் வகுப்பாராகவே சித்தரிக்கப்படுகிறார்.

மேலுள்ள கருத்துக்களை பெரிய புராணம் படிக்கிறவர்கள் எளிதில் உணர்வார்கள். முழுக்க முழுக்க வைதீக சனாதனம் கலப்பு உள்ளவையே திருமுறைகள். அதிலிருந்து வைதீக கருத்துக்களை அகற்ற இயலாது என்பதே உண்மை.

சைவம் தமிழர்களுக்கானது என முழக்கமிட்டு, சனாதனத்தை எதிர்க்கும் சைவ மடங்களின் போலித் தன்மை பெரியபுராணம் படிக்கிறவர்களுக்கு விளங்கும்.

தந்தையைக் கொன்றவர், பெற்ற குழந்தையைக் கொன்றவர், உற்றார் உறவினர்களைக் கொன்றவர், மனைவியை அடியாருடன் அனுப்பியவர், கொலைக் குற்றங்களைப் புரிந்தவர், திருட்டு, சூது, வன்முறையில் ஈடுபட்டவர், மகளைத் துன்புறுத்தியவர் போன்றவர்களின் கதையை நமது குழந்தைகளுக்குக் கூற இயலுமா என்பதே நம் முன்னே எழும் கேள்வி.

இன்றளவும் இவர்களின் சிலைகள் கோயில்களில் வைக்கப்பட்டு வணங்கப்படுகின்றன. குரு பூசையும், வழிபாடும், விழாக்களும் நடத்தப்படுகின்றன.

சைவ சமயம், சைவ சித்தாந்தத்தில் பற்றுள்ளவர்கள், ஹிந்து என தன்னை அடையாளப்படுத்த விரும்புகிறவர்கள் தயவுசெய்து இந்தக் கட்டுரையில் கூறப்பட்டுள்ள நாயன்மார்களின் கதைகளைப் படியுங்கள். 'அன்பே சிவம்' என்பது எவ்வளவு பெரிய அபத்தம் என்பதை நீங்களே உணர்வீர்கள்.

சைவ சமயம் வன்முறையில் வளர்ந்த ஒரு சமயம் என்பதையும் சைவம் வளர்வதற்கு முன்பு சமணமும் பௌத்தமும் தென்பகுதி மக்களால் கடைப்பிடிக்கப்பட்ட சமயங்கள் என்பதையும் பெரிய புராணம் படிப்போர் உணரலாம்.

1. கழற்சிங்க நாயனார் மற்றும் செருத்துணை நாயனார்:

பல்லவ மன்னான கழற்சிங்கர் தமது அரசியுடன் திருவாரூர் கோயிலுக்குச் சென்றார். இருவரும் கோயில் மண்டபத்தைச் சுற்றி வந்தனர். ஓரிடத்தில் அரசியார் அடியவர்கள் பூ மாலைகளைத் தொடுத்துக் கொண்டிருப்பதை கவனித்தார். அப்போது ஒரு பூ மண்டபத்தருகே சிதறி வீழ்ந்தது. அதை எடுத்த அரசி முகர்ந்து பார்த்தார். அந்நேரம் செருத்துணை நாயனார் அங்கே வந்தார். இறைவனுக்குரிய மலரை எடுத்து முகர்ந்து பார்க்கிறாளே எனக் கோபம் கொண்டு சரசரவென்று அரசியைப் பற்றி அவள் மூக்கை அறுத்து சிறிதும் அஞ்சாமல் நின்றார். மூக்கிலிருந்து குருதி கொட்ட கீழே விழுந்தாள் அரசி. தரிசனம் முடித்து அங்கே வந்த கழற்சிங்கர் தம் மாதேவி குருதியோடு கீழே கிடந்து புரளுவதைக் கண்டார்.

இச்செயலைச் செய்தது யார் என்று கோபத்துடன் கேட்டார். அப்போது செருத்துணை நாயனார் மன்னனின் முன்னே வந்து, "நான் தான் இது செய்தேன். அதற்குத் தக்க காரணம் உண்டு..." என்றார்.

சிவபிரானுக்குரிய மலரை முகர்ந்து பார்த்த பிழையினால் அந்த மூக்கை அறுத்தேன் என்றார் செருத்துணையார்.

"மலர் போனால் வேறு மலர் வரும்; மூக்கு போனால் வேறு மூக்கு வருமா என அரசர் கேட்கவில்லை. சிவாபராதம் சிறிதானாலும் பெரிதானாலும் தண்டிப்பதற்குரியது என்று எண்ணிய கழற்சிங்கர் மலரை முகர்ந்த குற்றத்திற்கு முன் மலரை எடுத்த குற்றத்தைச் செய்தது கை. ஆகவே அதை முதலில் தண்டித்திருக்க வேண்டும். அதை நான் செய்கிறேன் என்று கூறி அரசியின் கையை வளையோடும் வெட்டினார்.

2. மூர்க்க நாயனார்:

சூதாட்டத்தில் வல்வரான இவர் சூதாட்டத்தில் பணம் சம்பாதித்து அந்த வருமானத்தைக் கொண்டு சிவனடியார்களுக்கு உணவளித்து வந்தார். சூதாட்டத்தில் இவருடன் முரண்படுவோர்களை உடைவாளால் அவர்களைக் குத்தி அவர்களிடமிருந்து பொருளை அபகரித்து சிவனடியார்களுக்கு உணவளித்தார்.

3. சண்டேசுவர நாயனார்:

விசார சர்மன் சிறு வயதிலேயே சிவபக்தி கொண்டவர். பசுக்களை மேய்க்கும் தொழிலை மேற்கொண்டார். மாடு மேய்க்கச் செல்லும் இடத்தில், மணலைக் குழைத்து சிவலிங்கம் வடிப்பார். மேயச்செல்லும் பசுக்கள், தங்கள் பாலை அதன் மேல் சுரந்து அபிஷேகம் செய்யும்.

ஒருமுறை அவ்வூர் இளைஞன் ஒருவன், சிவலிங்கம் மீது பசுக்கள் பால் சுரந்ததைப் பார்த்து விட்டு, ஊருக்குள் போய், விசார சர்மனின் செய்கை பற்றி சொல்லிக் கொடுத்து விட்டான். எஜமானர்கள், இது குறித்து எச்சதத்தனிடம் சொல்லி, மகனைக் கண்டித்து வைக்கும்படி கூறினர்.

உண்மையை அறிய, ஒருநாள் மாடு மேய்க்கும் இடத்திற்கு வந்து மறைந்திருந்து கவனித்தான் எச்சதத்தன். அந்த இளைஞன் சொன்னது போலவே, மண் லிங்கத்தின் மீது பசுக்கள் பாலைச் சொரிந்தன. விசார சர்மன், லிங்கத்தின் முன் ஆழ்ந்த தியானத்தில் இருந்தான். எச்சதத்தனுக்கு கோபம் வந்து விட்டது. வேகமாக மகன் அருகே வந்து அவனை உதைத்துக் கண்டித்தான். தன் தந்தையிடம், "இங்கே பசுக்கள் எவ்வளவு பாலைச் சுரந்தாலும், எஜமானர்களின் வீட்டுக்கும் போதுமான பாலைத் தருகின்றன. சிவபூஜையைக் கெடுக்காதீர்கள்..." என்றான் விசார சர்மன்.

மகன், தன்னை எதிர்த்துப் பேசுவதாகக் கருதிய எச்சதத்தன், மணல் லிங்கத்தை காலால் மிதித்து உடைத்து விட்டான். கோபமடைந்த மகன், கையில் கோலை எடுத்தான். அது கோடாரியாக மாறியது. தந்தையின் கால்களின் மீது வீசினான். கால் இரண்டும் துண்டுபட்டு கீழே விழுந்தான் எச்சதத்தன். இதன் காரணமாக சிவபெருமான் தன்னுடைய பூசைக்கு உரிய பொருட்களுக்கு காவல் காப்பதற்கு உரியவராக சண்டேசுவரர் எனும் பதவியை விசாரசர்மனுக்கு அளித்தார்.

சிவன் கோயிலுக்குச் செல்வோர் சண்டேசுவர நாயனாரின் சிலைக்கு முன்பு கைதட்டும் வழக்கம் இன்றும் தொடர்கிறது. கோயிலிலிருந்து எதையும் எடுத்துச் செல்லவில்லை என்பதை அறிவிக்கும் முகமாக இந்தச் செயலை செய்கின்றனர் பக்தர்கள். சிவன் சொத்து குலநாசம் எனும் பிரயோகம் இதன் பொருட்டே வந்தது.

4. கலிய நாயனார்:

இவர் பெரிய செல்வந்தர். திருக்கோயிலில் உள்ளேயும் வெளியேயும் இரவும் பகலும் இடைவிடாது திருவிளக்குப் பணியை செய்து வந்தார். இதனால் இவரது செல்வம் விரைவிலேயே கரைந்து போனது. செக்கு ஓட்டி திருவிளக்குப் பணியினைத் தொடர்ந்தார். அந்தக் கூலி வேலையும் நாளடைவில் கிடைக்கவில்லை. வீட்டை விற்று திருவிளக்குப் பணியினைத் தொடர்ந்தார். அதுவும் தீர்ந்து போனதால் கடைசியில் தன் மனைவியை விற்கத் துணிந்தார். யாரும் வாங்க முன்வரவில்லை. கடைசியில் தன் உதிரத்தால் எண்ணெய் வார்க்கலாம் என எண்ணி கையில் வாளை எடுத்து தம் கழுத்தை அரியத் தொடங்கினார் இவர்.

5. புகழ்ச் சோழ நாயனார்:

அதியமானுடன் நடந்த போரில் வெற்றி பெற்ற சோழன் இவர். போர்க்களத்திலிருந்து கொண்டு வரப்பட்ட பகைவர்களின் தலைக் குவியலைப் பார்த்த சோழன் அதில் ஒரு தலையில் சடை இருந்ததைக் கண்டான். அது சிவனடியாராகத்தான் இருக்க வேண்டும், போரில் கொன்றுவிட்டோமே என வருந்தி, இனி என் மகனுக்கு முடிசூட்டுங்கள் எனக் கூறி, சடை உள்ள தலையை பொன் தட்டில் வைத்து தம் தலையில் அதைத் தாங்கி எரியை வலம் வந்து அந்த தீப்பிழம்புக் குள்ளே புகுந்து உயிர் விட்டான். இதே சோழனே எறிபத்த நாயனார் தம் பட்டத்து யானையை வெட்டி நின்றபோது, "இந்த அபராதத்துக்கு இது போதாதென்றால் என் தலையையும் கொய்தருள வேண்டும்" என்று தம் வாளை உருவி நீட்டியவர்.

6. **மூர்த்தி நாயனார்:**

கோயிலில் சந்தனக் காப்பு செய்யும் பணியினை தினந்தோறும் செய்து வந்தார். ஒரு நாள் சமணர்களின் சூழ்ச்சியால் எங்கு தேடியும் சந்தனக் கட்டை கிடைக்கவில்லை. சந்தனக் கட்டைதானே கிடைக்காமற் போயிற்று, சந்தனம் அரைக்கும் கை இருக்கிறதே என கல்லில் கையை வைத்து தேய்க்கத் தொடங்கினார். அரைத்தபோது, முழங்கையிலிருந்து இரத்தம் வழிந்தது, நரம்பும் எலும்பும் வெளிப்பட்டன. அப்போதும் தேய்ப்பதை நிறுத்தவில்லை.

7. **அரிவாட்டாய நாயனார்:**

சாப்பாட்டிற்கு இல்லையென்றாலும் கூலியாகக் கிடைத்த நெல்லை அப்படியே கோயிலில் நிவேதனம் செய்வதற்கு அளித்துவிடுவார். ஒரு நாள் கூடையில் செந்நெல் அரிசியும் மாவடு செங்கீரையைச் சுமந்து கொண்டு கோயிலை நோக்கிச் சென்றார். வழியில் கால் தடுக்கி கீழே விழுந்தார். கூடையில் இருந்த பொருள் யாவும் சிந்தின. சிந்தியவற்றை அங்கேயே சிவன் ஏற்றுக் கொள்ள வேண்டுமென தனது கழுத்தை அரிவாளால் வெட்டத் துணிந்தார்.

8. **மானக்கஞ்சாற நாயனார்:**

மகளின் திருமண நாளன்று முனிவர் ஒருவர் மானக்கஞ்சாறர் இல்லத்திற்கு வருகிறார். அவரை வரவேற்று தனது மகளை முனிவரை வணங்கும் படி கூற, அவரும் முனிவர் காலில் விழுகிறார். திருமணக் கோலத்தில் இருந்த மகளின் கூந்தலை பஞ்சவடிக்காக (மயிரினால் அகலமாகச் செய்யப்பட்டு மார்பில் பூணூலாகத் தரிக்கப்படும் வடம்), முனிவர் கேட்கிறார். முனிவரது விருப்பப்படி மகளின் கூந்தலை துண்டித்துக் கொடுக்கிறார் மானக்கஞ்சாறர்.

9. **சக்தி நாயனார்:**

சிவனடியார்களை இகழ்ந்து பேசுகிறவர்களின் நாவினை கிடுக்கியைக் கொண்டு பற்றி இழுத்து வாளால் துண்டித்து விடுவார். இதனாலேயே சத்தியார் எனப் பெயர் பெற்றார்.

10. **கோட்புலி நாயனார்:**

இவர் சோழ சேனாபதியாக இருந்தவர். அரசன் வழங்கும் பொன் பொருளைக் கொண்டு நெல் வாங்கி சிவனடியார்களுக்காக திருவமுது படைத்து வந்தார். ஒரு முறை அரசரின் ஆணைக்கு ஏற்ப போர்க்களம் செல்ல வேண்டி வந்தது. பகைவனோ படை வலிமை உடையவன்.

எத்தனை காலம் போர் நிகழுமோ எனத் தெரியாது. கோட்புலியாரின் கவலையோ சிவனடியார்களுக்கு அமுது படைப்பது பற்றியே இருந்தது. செந்நெல்லை குதிர் குதிராகச் சேமித்தார். தம் உறவினர்களை அழைத்து "எம் பெருமானுடைய திருவமுதுக்காக இந்த நெல்லை சேமித்து வைத்துள்ளேன். இதைப் பாதுகாத்து இடையூறு இன்றி வழிபாட்டை நடத்தி வாருங்கள். இதிலிருந்து தமக்கென்று சிறிதும் எடுக்கக் கூடாது. இது சிவபெருமானின் ஆணை" என்று சொல்லி விட்டுப் போருக்குப் பறப்பட்டுப் போனார்.

நாட்கள் கடந்தன. உரிய காலத்தில் மழை பெய்யவில்லை. எங்கும் பஞ்சமும் பட்டினியும் பரவியது. பலர் உணவின்றி மடிந்தனர். கோட்புலியாரின் உறவினரும் பஞ்சத்தால் நலிந்தனர். அப்போது அவர்களுக்கு ஒரு யோசனை தோன்றியது. "கோட்புலியார் சேமித்து வைத்திருந்த நெல்லை இப்போது பயன்படுத்திக் கொண்டு உயிர் பிழைப்போம். பின்பு அந்நெல்லைக் கொடுத்து விடுவோம்" என்று முடிவு செய்தனர். கூடுகளைப் பிரித்து நெல்லை எடுத்துப் பயன் படுத்திக் கொண்டார்கள்.

போருக்குச் சென்ற கோட்புலியார் வெற்றியுடன் மன்னன் அளித்த பொருட்களுடன் ஊர் திரும்பினார். பஞ்சம் ஏற்பட்டதையும் தமது உறவினர்கள் தான் அடியார்களுக்காக சேமித்து வைத்திருந்த நெல்லைப் பயன்படுத்திக் கொண்டனர் என்பதையும் அறிந்தார். ஊருக்குள் வந்த கோட்புலியாரை சுற்றத்தார் எதிர்கொண்டு அழைத்துச் சென்றார்கள். தம் மாளிகைக்கு வந்தபின் "நம் சுற்றத்தார் அனைவரையும் அழையுங்கள். அவர்களுக்குப் பரிசளிக்க வேண்டும்" என்றார்.

யாவரும் வந்த பிறகு உங்களுக்கு வானுலகம் வழங்குவதுதான் பரிசு எனக் கூறி ஒவ்வொருவராக வாளைக் கொண்டு வெட்டினார். தந்தை, தந்தை முறையில் உள்ளவர்கள், தாய், உடன் பிறந்தவர்கள், மனைவி, அவளைச் சார்ந்தவர்கள் என வேறுபாடின்றி களையைக் களைவது போல வெட்டிச் சாய்த்தார். ஒரு குழந்தையை வெட்டச் சென்றபோது, "இது குழந்தை. சோறு உண்ணும் பருவம் வரவில்லை. இந்த ஒரு குழந்தையாவது மிஞ்சட்டும்" என்று ஒருவன் தடுத்தான். கோட்புலியார், "இவன் சோறு உண்ணாவிட்டாலும் இறைவன் நெல்லை உண்டவளுடைய பாலைக் குடித்தவனல்லவா? இவனும் ஒழியத்தான் வேண்டும்" என்று அந்தக் குழந்தையையும் வெட்டினார்.

11. குங்கிலியக் கலய நாயனார்:

கோயிலில் குங்கிலியத் தூபம் இடும் பணியினைச் செய்து வந்தவர் கலயர். தனது நிலத்தை விற்று அதைக் கொண்டு தினமும்

கோயிலில் தூபம் ஏற்றினார். வீட்டில் குழந்தைகளுக்கு உணவில்லை. அவரது மனைவி தாலியைக் கழற்றி கலயரிடம் கொடுத்து அதை விற்று சாப்பாட்டிற்கு நெல் வாங்கி வரும்படி கூறினாள். நெல் வாங்காமல் தாலியைக் கொண்டு குங்கிலியம் வாங்கி கோயிலுக்கு தூபம் காட்டினார்.

12. ஏனாதி நாத நாயனார்:

படைக்கலப் பயிற்சிப் பள்ளியை நடத்தி வந்தவர் ஏனாதி. இவர் இருந்த ஊரில் ஆதிசூரன் என்பவன் இளைஞர்களுக்கு ஆயுதப் பயிற்சி கற்பித்து வந்தான். பொறாமையினால் ஏனாதிநாதரை போருக்கு அழைத்துச் சண்டையிடுகிறான். திருநீறு அணிந்திருப்பவர்களை அடியார்களாக எண்ணி வணங்குகிறவர் ஏனாதி நாதர் என்பதை அறிந்த ஆதிசூரன் திருநீறை அணிந்து சண்டைக்கு வருகிறான்.

சண்டையின் போது ஆதிசூரன் நெற்றியில் திருநீறு அணிந்திருப்பதைக் கண்ட ஏனாதி நாதர் அவனைக் கொல்லாது விடுகிறார். இறுதியில் ஆதிசூரனின் வாளுக்கு இரையாகிறார்.

13. இடங்கழி நாயனார்:

சிவனடியார் ஒருவர் சிவத்தொண்டர்களுக்கு நாள்தோறும் அமுதளித்து வழிபடுவதை மேற்கொண்டிருந்தார். இத்திருப் பணிக்குப் போதிய பொருள் இல்லாததால் அரசருடைய களஞ்சியத்தில் நெல்லைத் திருட முயன்று காவலர்களிடம் பிடிபட்டுப் போனார். அரசர் முன் அவரை காவலாளிகள் நிறுத்தினர். ஏன் நீ நெல்லைத் திருடினாய் என்று இடங்கழி அரசர் கேட்டார். சிவனடியார்களுக்கு உணவளிப்பதற்காக திருடினேன் என்று கூறியதைக் கேட்ட அரசர் "இவரன்றோ ஒரு நாட்டுக்குக் களஞ்சியம் போன்றவர்" என்று எண்ணி அவரை விடுவித்ததோடு, அவருக்கு வேண்டிய நெல்லும் பொன்னும் கொடுத்தனுப்பினார்.

14. இயற்பகை நாயனார்:

இவரை 'இல்லையே எனாத இயற்பகைக்கு அடியேன்' என சேக்கிழார் குறிப்பிடுகிறார்.

சிவனடியார் வேடம் பூண்டு, திருநீறு பொன்மேனியில் அணிந்து, சிவன் இயற்பகையாரின் இல்லம் வந்து சேர்கிறார். அவரை அடிபணிந்து நின்று இயற்பகையார், அடியாரின் விருப்பம் கேட்க, "நீர் சிவனடியார் வேண்டுவனவற்றையெல்லாம் தருகிறீர் என்று கேள்விப்பட்டோம். உம்முடைய மனைவியை வேண்டி வந்தேன்"

என்ற சிவனடியாருடன் தன் மனைவியை அனுப்பத் துணிகிறார். தன்னையும் இயற்பகையாரின் மனைவியையும் ஊர் எல்லை வரை பாதுகாப்பாக அழைத்துச் செல்லும்படி வேண்டுகிறார் சிவனடியார்.

இயற்பகையார் மகிழ்ந்து வாளும் கேடயமும் எடுத்துக் கொண்டு, அடியாரையும் மனைவியையும் முன்னே போகச் செய்து, பின்னே அவர்கட்குப் பாதுகாப்பாகச் செல்லலானார்.

இதைக் கண்ட உறவினர்களும் ஊர் மக்களும் இயற்பகையாரின் செயலை எதிர்க்கிறார்கள். அப்படி அழைத்துச் செல்லும்போது தடுத்த உறவினர் உட்பட ஊர் மக்கள் பலரைக் கொன்று ஊர் எல்லை வரை அழைத்துச் செல்கிறார்.

15. நரசிங்க முனையரைய நாயனார்:

திருவாதிரைத் திருநாளில் பெருமானின் அடியார்களுக்கு பொற்காசுகள் கொடுக்கும் பழக்கம் உடையவர் இவர். ஒருமுறை அவர் பொற்காசுகள் கொடுத்த போது, காமத்தின் பால் வயப்பட்டு மயங்கிக் கிடந்து காமக்குறிகள் வெளிப்பட தோன்றிய நிலையில் இருந்த மனிதர் ஒருவர், திருநீறு அணிந்தவராக, பொற்காசுகள் வாங்குவதற்கு வந்தார். அவரது நிலையைக் கண்டு மற்றவர் எள்ளி நகையாடி, அருவறுத்து ஒதுங்கினார்கள். ஆனால் நரசிங்க முனையரையர் அவருக்கு இரண்டு மடங்கு பொற்காசுகள் கொடுத்தார். நல்லொழுக்கம் இல்லாதவர், திருநீறு அணிந்திருந்த ஒரே காரணத்தினால் இரண்டு மடங்கு பொன் கொடுத்தார்.

16. கலிக்கம்ப நாயனார்:

கலிக்கம்பர் தினமும், தனது இல்லத்திற்கு வரும் அடியார்களின் திருவடிகளை தூய்மை செய்து, நிதி அளித்து, அவர்களுக்கு அன்னம் அளிக்கும் பழக்கம் கொண்டவர். பல நாட்களுக்கு முன்னர் அவரிடம் வேலைக்காரராகப் பணி செய்த ஒருவர் சிவனடியார் வேடத்தில் ஒரு நாள் கலிக்கம்ப நாயனார் இல்லத்திற்கு வந்தார். அவர் பழைய வேலையாள் என்பதை உணர்ந்த அவரது மனைவியார், தனது கணவர் அவரது பாதங்களை கழுவதற்கு ஏதுவாக நீர் விடுவதற்குத் தயங்கினார். மனைவி தயங்கியதை உணர்ந்த கலிக்கம்பர், மனைவியிடம் இருந்த நீர்ச் சொம்பினைத் தான் வாங்கி அடியாரின் கால்களைக் கழுவினார். பின்னர் தயங்கிய மனைவியின் கைகளை வெட்டினார்.

17. அமர்நீதி நாயனார்:

சிவனடியாரின் கோவணத்திற்காக மனைவி, மகன், பொன், வெள்ளி போதாதென தன்னையும் தராசுத் தட்டில் ஏற்றியவர்.

18. இசைஞானியார் நாயனார்:

சுந்தர மூர்த்தி நாயனாரின் தாயார் என்ற தகுதிக்காக நாயன்மார் பட்டியலில் சேர்க்கப்பட்டவர்.

19. சடைய நாயனார்:

இவர் இசைஞானியாரின் கணவர், சுந்தரரின் தந்தையார்.

20. சிறப்புலி நாயனார்:

ஸ்ரீ பஞ்சாட்சரத்தை செபித்து வேள்விகளைச் செய்து அதன் பயனை சிவனுக்கே அர்ப்பணித்த காரணத்தால் நாயன்மார் பட்டியலில் இடம் பெறுகிறார்.

21. நேச நாயனார்:

உடையும் கோவணமும் சிவனடியார்களுக்கு நெய்து கொடுத்தவர்.

22. புகழ்த்துணை நாயனார்:

வேதங்களோடு ஆகமங்களையும் கற்ற பிராமணர்.

23. முருக நாயனார்:

சிவபெருமானுக்கு பூ மாலைகளை சாத்தும் பணியை மேற்கொண்டவர். பூ மாலைகளைத் தொடுத்து இறைவனுக்குச் சாத்தி திருப்பணி செய்ததால் நாயன்மார் பட்டியலில் இடம்பெற்றார்.

24. நின்ற சீர் நெடுமாற நாயனார்:

கூன் பாண்டியன் என்பதே இயற்பெயர். சம்பந்தருடன் அனல் வாதம், புனல் வாதத்தில் தோற்ற சமணர்களைக் கழுவிலேற்றி தண்டித்த மன்னன் இவன். இதனாலேயே நாயன்மார் பட்டியலில் இடம் பெற்றான்.

25. குலச்சிறை நாயனார்:

பாண்டியனின் தலைமை அமைச்சர் இவர். திருஞான சம்பந்தரை மதுரைக்கு வரவழைத்து ஜைனர்களை அனல்வாதம் புனல் வாதத்தால் தோற்கடிக்கச் செய்து, அவர்களைக் கழுவில் ஏற்றிய பெருமை இவரைச் சாரும்.

26. சோமாசி மாற நாயனார்:

இவர் சோம யாகங்களை செய்து வந்ததால் சோமயாஜி என்றழைக்கப் பட்டார். சுந்தர மூர்த்தி நாயனாரின் நண்பர் என்பதால் நாயனார் பட்டியலில் இடம் பெறுகிறார்.

27. புகழ்த்துணை நாயனார்:

வேதங்களோடு ஆகமங்களையும் கற்றவர், வேறெந்த சிறப்பும் கூறப்படவில்லை.

28. உருத்திர பசுபதி நாயனார்:

கழுத்தளவு தண்ணீரில் நின்று யஜுர் வேத ஸ்ரீ உருத்திர மந்திரத்தை ஓதியவர்.

30. கழறிற்ற றிவார் நாயனார்:

இவர் சேர மன்னன் அவ்வளவே. இவரும் ஒரு நாயன்மாராக பட்டியலில் சேர்க்கப்பட்டுள்ளார்.

ஆதார நூல்கள்:

1. கி.வா.ஜ அவர்கள் எழுதிய ‘நாயன்மார் கதை’ பாகம் *1* முதல் பாகம் *4* வரை, முதற்பதிப்பு *1958*
2. ஆறுமுக நாவலர் எழுதிய ‘பெரியபுராண சூசனம்’ *1881* ஆம் ஆண்டு பதிப்பு

♦

நாயன்மார்
கதை
1
அமுத நிலையம்

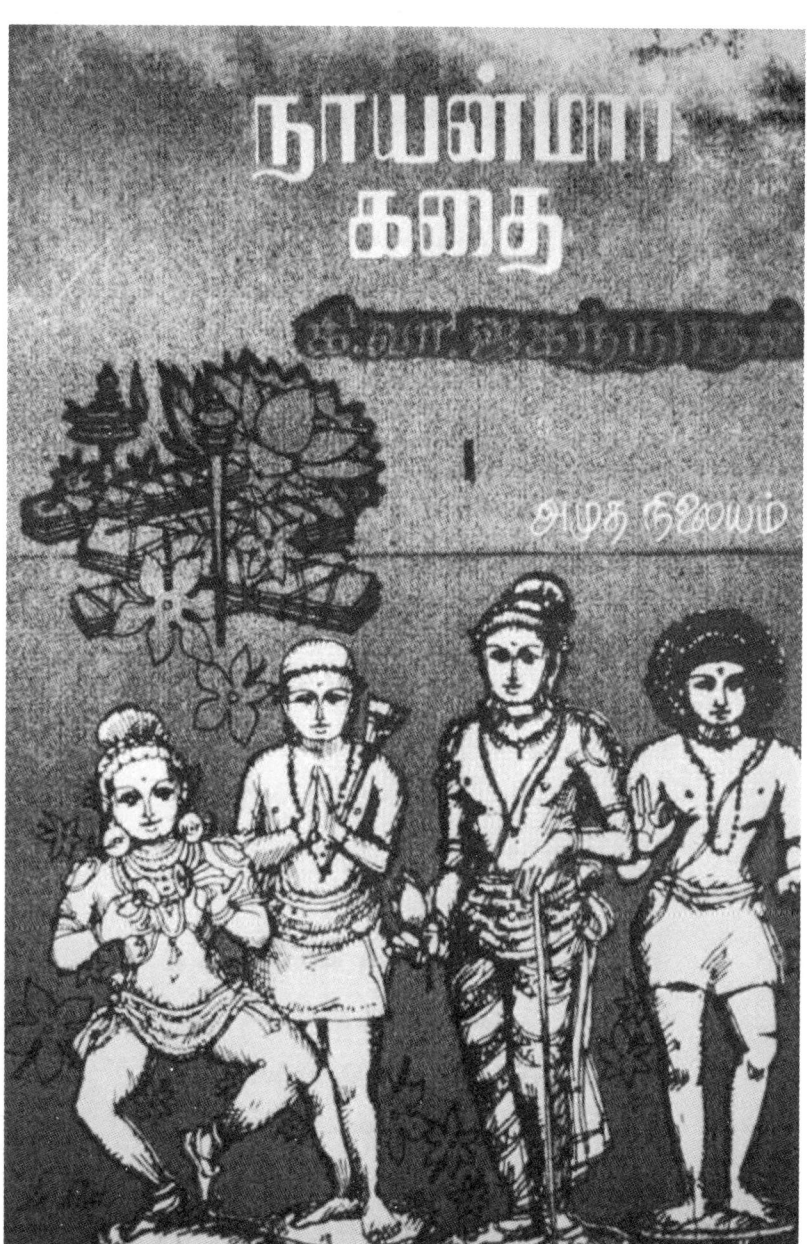

உ

கணபதி துணை

திருச்சிற்றம்பலம்.

பெரியபுராணம்,

என்று வழங்குகின்ற

திருத்தொண்டர்புராணம்.

சேக்கிழார்நாயனார்

அருளிச்செய்தது.

இஃது

யாழ்ப்பாணத்து நல்லூர்

ஆறுமுகநாவலரவர்களால்

[illegible] பரிசோதித்து,

[illegible] புராணத்துக்கும் இறுதியில்

அவர்களால் எழுதப்பட்ட சூசனத்தோடு

மேற்படியூர்

சதாசிவப்பிள்ளையால்

சென்னபட்டணம்

வித்தியாநுபாலனயந்திரசாலையில்

அச்சிற்பதிப்பிக்கப்பட்டது.

இதன் விலை ரூபா - 2.

1881

சிவமயம்.

திருச்சிற்றம்பலம்.

சேக்கிழார்சுவாமிகளருளிச்செய்த

திருத்தொண்டர்புராணமென்னும்

பெரியபுராணம்

முதற்காண்டம்

இரண்டாம்பாகம்மூலமும்,

ஸ்ரீகைலாயபரம்பரைத் திருவண்ணாமலை ஆதீனம்

ஸ்ரீ ஆறுமுகத்தம்பிரான்சுவாமிகள்

இயற்றியபதவுரையும்,

பையூர்க்கோட்டம்

பெருவாயல்

சுந்தரமுதலியாரவர்கள் குமாரர்

கிருஷ்ணசுவாமிமுதலியாரவர்களால்

சென்னை

பா-சிவலிங்கையரவர்களது

ஆதிகலாநிதி அச்சுக்கூடத்திற் பதிப்பிக்கப்பட்டன.

கலியுகாப்தம்-௪௯௯௯-க்கு

விளம்பிஞு கன்னிரவி.

மண், மரம், கல், உலோகம், கோயில், தெய்வம் : எங்கெங்கும் வர்ணமயம்

நெருப்போடு கூடியது, பிண நாற்றமுடையது, சூட்டோடு கூடியது, மேற்கே உயர்ந்திருப்பது, பசையற்ற மண்ணை யுடையது, சண்டாள ஆசாரத்துடன் கூடியது, சுக்காங்கல் தூசியுடையது, ஜல மற்றதாகவாவது கெட்ட ஜலமுடைய தாகவாவது இருப்பது, பீலு (மிஸ்வாக்), ஸ்லேஷ்மாதகி, சடைக் கொன்னை முதலிய கெட்டமரங்களுடன் கூடியது, வெறுக்கத்தக்க மரங்களுடன் கூடியது, நான்கு பக்கத்திலும் நரி, குள்ளநரி, பன்றி முதலியவைகளுடன் கூடியது, கழுகு, ஆந்தை, பருந்து, சுவற்றுக் கோழி இவைகள் மிகுந்தது, சண்டாளர்களுக்கு வாசஸ்தலமாகவுள்ள பூமியானது சண்டாள பூமி எனப்படும். இந்தப் பூமியில் உண்டாகும் மண், விருக்ஷம், சுக்காங்கல் முதலியவை ப்ரதிமைகளைச் செய்வதற்கு உபயோகிக்கத் தக்கவையல்ல

- பிராம்ஹீய சித்ரகர்ம சாஸ்திர நூல்

ஹிந்து வைதிக சனாதனம் இந்தப் பிரபஞ்சம் முழுவதையும் ஜாதிகளால் பிரிக்கிறது. அது மண்ணாக இருந்தாலும் மரமாக இருந்தாலும் மனிதனாக இருந்தாலும் தெய்வமாக இருந்தாலும் நாளாக இருந்தாலும் நட்சத்திரமாக இருந்தாலும் நால் வர்ணமாகப் பிரிக்கிறது.

மண், மரம், கல், உலோகம், தாது என கோயில்களின் எல்லா அங்கங்களிலும் ஜாதி உண்டு என்கிறது வைதீக நூல்கள். ஹிந்து வைதீக கோயில் என்பது நாம் நினைப்பது போன்று அனைவருக்கும் பொது என்பதில் துளியும் உண்மையில்லை.

இதை விவரிக்கும் இன்னொரு நூலின் சில பகுதிகளைத் தருகிறேன்;

திரவிய பேதம்:

திரவியம் என்றால் மூர்த்திகள் செய்வதற்கும் சித்திரங்கள் வரைவதற்கும் தேவையான பொருள்கள். மண், மரம், கல், உலோகங்கள், இரத்தினங்கள், தாதுப் பொருள்கள், சர்க்கரை, ஸுதை (சுண்ணாம்பு) இவை எட்டும் திரவியங்களாம்.

இவைகளுள் மண் அதனுடைய வர்ண வசத்தால் நான்கு வகைப்படும். வெண்மை நிறமான மண் ப்ராம்ஹண ஜாதியாகும். செந்நிறமான மண் க்ஷத்ரிய ஜாதியைச் சேர்ந்தது. சிவப்பு கலந்த மஞ்சள் நிறமான மண் வைசிய ஜாதியையும், கருப்பு நிறமான மண் சூத்திர ஜாதியைச் சேர்ந்ததுமாகும்.

விருக்ஷங்களின் (மரத்தின்) வகை சொல்லப்படுகிறது. கருங்காலி, தேவதாரு, பத்மகம், இருவகை சந்தன மரங்கள் முதலான விருக்ஷங்கள் உபயோகிக்கத் தக்கவை. இவற்றில் பலா, தேக்கு, மாவலிங்கை, செஞ்சந்தனம் இவைகள் ப்ராம்ஹண ஜாதியைச் சேர்ந்தவைகளாகும்.

க்ஷத்ரிய வ்ருக்ஷங்களாவன: செண்பகம், தும்பை, வன்னி, மருது, கருவேம்பு, முள்பூமருது, துவளை, மருக்காரை, பழ முள்ளிப்பாலை, ஏழிலைப்பாலை, இலுப்பை, வேங்கை, வேம்பு இவைகளாம்.

வைசிய வ்ருக்ஷங்களாவன : வெட்பாலை, மராமரம் (அதாவது ஆச்சாமரம்), வாகை மரம், எலுமிச்சை, மாவலிங்கை, காசா மரம், வெள்ளைக் கருங்காலி, அசோகம், கருவேம்பு முதலியவைகளாம்.

சூத்திர விருக்ஷங்களாவன : முறளஞ் செடி, நமைவிருக்ஷம், சுரபுன்னை, வெட்பாலை, திப்பிலி, கடம்பு, நீர்க்கடம்பு, செண்பகம், மஞ்சாடிச்செடி, பச்சிலை மரம், கோங்கு மரம் இவைகள் அனைத்துமாம். மற்ற விருக்ஷங்கள் யாவும் சங்கர(கலப்பு)விருக்ஷங்கள். அவை ஒன்றிற்கும் உதவாதவை.

சிலாக்ரஹணம் (கல்லைத் தெரிந்தெடுத்தல்):

கற்களின் வர்ண பேதங்களை மண்ணிற்குக் கூறப்பட்ட பேதத்தைப் போலவே கொள்ள வேண்டும். நல்ல நாதமுடையதும், நன்கு அழுத்தமானதும், நைப்புடையதும், லக்ஷணமுடையதும் மனதைக் கவரக் கூடியதும், நரம்பு இல்லாததும், கர்ப்பமில்லாததும், புள்ளிகள் கோடுகள் முதலியன இல்லாததுமான கற்கள் சகல ஐச்வரியத்தையும் கொடுக்கக் கூடியவை.

செம்பு, வெள்ளி, பொன் ஆகிய மூன்றும் இவற்றோடு, இவை மூன்றும் சேர்ந்து சர்வவர்ணகம் ஒன்றும் ஆக வர்ணபேதங்கள் நான்கு வகைப்படும். இந்நான்கில் ஒவ்வொன்றையும் வர்ணக் கிரமப்படி பிசங்கம் (வெளிர் மஞ்சள்), லோகிதம் (சிவப்பு), ஸ்வைத்யும் (வெளுப்பு), கார்ஷ்ண்யம் (கருப்பு) என நான்கு விதங்களாகப் பிரிக்கலாம்.

தாமரத்தில் (செம்பில்) வெளிர் மஞ்சள் நிறமானது ப்ராம்ஹண ஜாதியாகும், சிவப்பு நிறம் க்ஷத்ரிய ஜாதியாகும், வெண்மை நிறம் வைசிய ஜாதியாகும், கருமை நிறம் சூத்ர ஜாதியாகும்.

தாமரத்தில் முறையே ப்ராஹ்மண ஜாதி அதாவது பிசங்கத் திற்கு ஸுல்பமென்றும். க்ஷத்ரிய ஜாதி அதாவது லோகிதத்திற்கு தாம்ரக மென்றும், வைசிய ஜாதி அதாவது ச்வைத்யத்திற்கு அவுதும்பரம் என்றும், சூத்திர ஜாதி அதாவது கார்ஷ்ண்யத்திற்கு மபரம் என்றும் பெயர்களாம்.

வெள்ளியானது ரூப்யம், ரஜதம், தாமிரம், சுக்லம் என நான்கு வகைப்படும். (இவை நான்கும் முறைப்படி பிராம்ஹண, க்ஷத்ரிய, வைசிய, சூத்திர ஜாதியைச் சாரும்.) ச்வேதமான (வெண்மையான) வெள்ளிக்கு ரூப்யம் என்றும், வெளிர் மஞ்சள் நிறமான வெள்ளிக்கு ரஜத மென்றும், அருண (சிவப்பு) மான வெள்ளிக்கு தாமிரம் என்றும், கிருஷ்ண (கருப்பு) வர்ணமான வெள்ளிக்கு சுக்லமென்றும் சொல்லப்படும்.

பொன் நான்கு விதமாகும். அவையாவன:- (1) ஜாதரூபம் (2) ஹாடகம். (3) ஸுவர்ணம். (4) கனகம். இவற்றில் ஜாத ரூபம் என்பது மஞ்சள் நிறமான பொன், ஹாடகம் என்பது சிவப்பு நிறமான பொன், ஸுவர்ணம் என்பது வெண்மை நிறமான பொன், கனகம் என்பது கருப்பு நிறமான பொன். மேலும் ஜாத ரூபம் என்பது விப்ரஜாதியைச் சேர்ந்தது. ஹாடகம் என்பது க்ஷத்ரிய ஜாதியாகும். ஸுவர்ணம் என்பது வைசிய ஜாதியாகும். கனகம் சூத்திர ஜாதியைச் சேர்ந்தது.

ரத்தினங்களில் சூரியகாந்தம், சந்த்ர காந்தம், வெண்மையான பளிங்கு, பதுமராகம் இவைகள் விப்ரஜாதியாம் (பிராம்மண). பளிங்கு, பதும ராகம், பவளம் இவை மூன்றும் க்ஷத்ரிய ஜாதியாம். குருவிந்தம் (மாணிக்கம், இது மத்யம ஜாதி ரத்தினம்) என்பது வைசிய ஜாதியாகும். மரகதம், இந்த்ரநீலம், புஷ்பராகம். சௌகந்திகம் (மாணிக்க விசேஷம்), வைடூரியம், நீலம், கோமேதகம் இவைகள் சூத்திர ஜாதியைச் சேர்ந்தவை. இவற்றில் பளிங்கு நான்கு ஜாதிகளுக்கும் சேர்ந்ததாம். கைரிகாதி தாதுக்களால் வர்ணம் ஏற்றப்பட வேண்டும். (கைரிகாதி தாதுக்கள் என்றால் மலைகளில் இயற்கையாகப் பொதிந்துள்ள பல நிறப்பட்ட மண், கல் முதலியன.) வர்ணமேற்றுவதைப் பற்றி பின்னால் சொல்லுவோமாக.

தாது, சுதை, சர்க்கரை முதலிய பூச்சு வேலைக்கு உபயோகப்படும் எல்லாவற்றிற்கும் மண் என்று பெயர்.

இழைக்கக் கூடியதும், வெட்டக் கூடியதும், பிளக்கக் கூடியதுமான பொருள்கள் விருக்ஷ வகையைச் சாரும்.

உலையில் காய்ச்சக் கூடியதும், செம்மட்டியால் அடிக்கக் கூடியதும், துருத்தியால் ஊதக் கூடியதுமான பொருள்கள் உலோக வகையைச் சேர்ந்தவை.

தகர்க்கக் கூடியவையெல்லாம் பாஷாணங்களாகும். அலங்கரிப் பதற்கு உபயோகப்படுபவையெல்லாம் மணிகளாம்.

திரவியங்களை ஜாதி வரிசைக் கிரமத்திலேயே கொள்ள வேண்டும். ப்ராம்ஹண, க்ஷத்ரிய, வைசிய, சூத்ர மெனும் நான்கு ஜாதிகளில் யஜமானனுடைய ஜாதிக்கு ஒத்ததோ அல்லது அதற்குத் தாழ்ந்துள்ள ஜாதி திரவியத்தையோ கொள்ளலாம். ஆனால் யஜமானனுடைய ஜாதிக்கும் மேலான ஜாதி திரவியத்தைக் கொள்ளலாகாதென்பதாம். மேற் சொன்ன திரவியங்களால் முறைப்படி ப்ரதிமைகளைச் செய்தால் நற்பலன்கள் உண்டாகும்.

கர்ப்பக்ருஹத்தின் அகலத்தை 20 அம்சமாகப் பிரித்தால் 10வது அம்சம் சங்கரனுடையது. 9வது அம்சம் பிரம்ஹா, 8வது அம்சம் விஷ்ணு, 7வது அம்சம் ஷண்முகன், 6வது அம்சம் சரஸ்வதி, 5வது அம்சம் முனிபுங்கவர் முதலானோர், 4வது அம்சம் விநாயகர், 3வது அம்சம் பைரவர், 2வது அம்சம் சக்தி, முதல் அம்சம் பூத பைசாசங்கள் என்றறிந்து கொள்ளவேண்டும். கர்ப்பக்ருஹத்தில் 16 ப்ரம்ஹ பதம், 84 தைவீக பதம், 96 மானுஷ பதம், மீதி பைசாச பதமாகக் கொண்டால்

256 பதங்களாகும். ம்ருகசீரிடம் பிராம்ஹணர்களுக்கு, கேட்டை க்ஷத்ரியர்களுக்கு, பூரம் வைசியர்களுக்கு, சூத்திரர்களுக்கு அசுவினி நக்ஷத்திரமும் உகந்தது ஆகும்.

புண்ணிய நதி, மலை, இனிப்பான நீரோட்டமுடைய பூமி, வெண்மையான மண், உவர்ப்பான மண், வடக்கே சரிந்த பூமியிலுள்ள மண், பாலாஸம், கருங்காலி, அசோகம் முதலிய வனஸ்பதிகள் மலிந்த பூமியிலுள்ள மண், தருப்பை, உயர வளர்ந்த தேவதாரு விருஷம், வெண்மை நிறமான புஷ்பங்கள் நிறைந்த கொடிகள், புல், விஷ்ணுக்ராந்தி, பலா (சிற்றாமுட்டி), மஞ்சள் இவை நிறைந்த பூமி, வெள்ளைப்பாம்பு, வெள்ளைப்பறவை இவைகள் வசிக்கும் பூமி, மற்றும் இத்தகைய ப்ராம்ஹ லக்ஷணங்களுடைய பூமி ப்ரஹ்ம பூமி எனப்படும்.

சிகப்பு நிறமுடையதும், கசப்பான சுவையுடையதும், கெட்டியானதும், சுக்காங்கல் நிறைந்ததும், கிழக்கு அல்லது வடக்கில் சாய்ந்திருப்பதும், உள்ளே நீரோட்டமுடையதும், மேற்கே உயர்ந்திருப்பதும், வேம்பு, அரசு, புன்னை, குராவேங்கை முதலிய விருக்ஷங்களோடு கூடியதும், வாழைமரங்கள், வாகை, சரளம், மகிழமரம், சகதேவி, ஓரிலைத்தாமரை, ஜாதி, காட்டு மல்லிகை, இவைகள் கூடியதும், பசையோடு கூடியதும், வாசனை யுடையதும், சிவந்த புஷ்பங்கள் கூடியதும், சகோரம், சாரஸம் போன்ற சிவந்த பறவைகளும், சிவந்த பாம்புகளும் கூடினதுமான பூமி க்ஷத்ரிய பூமி எனப்படும்.

கிழக்கிலும் வடக்கிலும் சாய்ந்ததும், புளிப்பும் இனிப்பும் கலந்ததும், தேக்கு, பச்சைமரம், பிலா, பனை, பாதிரி, மா, இலுப்பை, தாழை, பாக்கு, தென்னை, கொன்னை, புன்னை, நாக விருக்ஷம் முதலிய விருக்ஷங்கள் கூடினதும், வெள்ளை நீரோட்டமுடையதும், மஞ்சளான மணல், கல், பாம்புகளையுடையதும், புறா, சாரங்கபக்ஷி மற்றும் மஞ்சள் நிறமுடைய பக்ஷிகள் நிறைந்ததும், எல்லா தானியங் களுடையதும், நெற்பயிர், கிளி, மைனா ஆகியவை நிறைந்ததும், மஞ்சள் நிறமான புஷ்பங்களும், கொடிகளும் கூடிய புதர்களையுடையதும், நடபாவி முதலான நீர்நிலைகள் நிறைந்ததுமான பூமி வைசிய பூமி எனப்படும்.

கருப்பு நிறமுடையதும், கிழக்கே சரிந்திருப்பதும், உவர்ப்பானதும், தாதுக்களுடையதும், கருப்பான கல், ஜலம், மணல் உடைய தும், நாய்க்குடை, சடைக்கொன்னை, தாழை, வேம்பு, ஸ்லேஷ் மாதகி,

மலையத்தி, முள்முருங்கை, கொடிகள், புதர்கள் நிறைந்ததும், கருப்பான பறவை, பருந்து, கோட்டான், மரங்கொத்தி, கருப்பான புஷ்பங்கள் நிறைந்ததும், சூத்திரர்கள் வசிப்பதுமான பூமி சூத்திர பூமி எனப்படும்.

நெருப்போடு கூடியது, பிண நாற்றமுடையது, சூட்டோடு கூடியது, மேற்கே உயர்ந்திருப்பது, பசையற்ற மண்ணையுடையது, சண்டாள ஆசாரத்துடன் கூடியது, சுக்காங்கல் தூசியுடையது, ஜல மற்றதாகவாவது கெட்ட ஜலமுடையதாகவாவது இருப்பது, பீலு (மிஸ்வாக்), ஸ்லேஷ்மாதகி, சடைக் கொன்னை முதலிய கெட்ட மரங்களுடன் கூடியது, வெறுக்கத் தக்க மரங்களுடன் கூடியது, நான்கு பக்கத்திலும் நரி, குள்ளநரி, பன்றி முதலியவைகளுடன் கூடியது, கழுகு, ஆந்தை, பருந்து, சுவற்றுக் கோழி இவைகள் மிகுந்தது, சண்டாளர்களுக்கு வாசஸ்தலமாகவுள்ள பூமியானது சண்டாள பூமி எனப்படும். இந்தப் பூமியில் உண்டாகும் மண், விருக்ஷம், சுக்காங்கல் முதலியவை ப்ரதிமைகளைச் செய்வதற்கு உபயோகிக்கத் தக்கவையல்ல.

அந்தந்த வர்ணத்திற்குரிய பூமியை முறைப்படி உபயோகிப்பது சுகத்தைக் கொடுக்கும்.

⋆⋆⋆

சிற்பக் கலையைக் கூறும் பல பழமையான நூல்கள் இன்னும் வழக்கத்திலிருந்து வருகின்றன. அவைகளுள் மயமதம், மானசாரம், சாரஸ்வதீயம், காச்யபம், ப்ராம்ஹீயம், சகலாதிகாரம் முதலிய நூல்கள் முதன்மையானவை. இவற்றுள் ப்ராம்ஹீயமும் சாரஸ்வதீயமும் மிகவும் முக்கியமானவை. சரசுவதி மகால் நூல் நிலையத்தைத் தவிர வேறு எந்த நூல் நிலையங்களிலோ, சிற்பிகளிடத்திலோ கிடைக்காதவைகள்.

பிராம்ஹீய சித்ரகர்ம சாஸ்திரத்தின் மூலமானது பண்டைகால வழக்கப்படி ஓலைச்சுவடியாக இருப்பதோடு அக்காலத்திய வடமொழி கலந்த தமிழில் மொழிபெயர்க்கப்பட்டு கிரந்த லிபியில் எழுதப்பட்டுள்ளது.

இந்த அரியநூல் 1960ல் திருவாளர்கள் வி. சுந்தர சர்மா மற்றும் கோ. நாகராஜராவ் எனும் சமஸ்கிருத பண்டிதர்களால் தஞ்சை சரஸ்வதி மகால் நூலகப் பதிப்பாக வெளியிடப்பட்டது.

♦

தஞ்சாவூர் சரசுவதி மகால் வெளியீட்டு எண் - 86०

ப்ராஹ்மீய சித்ரகர்மஶாஸ்த்ரம்

(ஶாலிவாஹநவாஜேந ஸஹிதம்)

பிராம்ஹீய சித்ரகர்ம சாஸ்திரம்

பதிப்பாசிரியர்கள்

வி. சுந்தர சர்மா

கோ. நாகராஜ ராவ்,

சமஸ்கிருத பண்டிதர்கள்

சரசுவதி மகால் நூலகம், தஞ்சாவூர்..

தஞ்சாவூர் மஹாராஜா சரபோஜியின்

சரசுவதி மகால் நூலகம்,

தஞ்சாவூர்.

2006 விலை ரூ.

ம்ருத்திகா ச சதுர்தோக்தா யதாவர்ணானுஸாரிணீ ॥ 2

ஶுக்லவர்ணா பவேத் ப்ராஹ்மீ ரக்தா க்ஷத்ரீ விஶம்ஸிகா |
வைஶ்யா க்ருஷ்ணா பவேச் சூத்ரா வ்ருக்ஷாணாம் பேத
[உச்யதே ॥ 3

கதிர꞉ ஸாரஶாகாஶ்ச பத்மகம் சந்தன*த்வயம் |
†கதிர꞉ பத்மக꞉ ஶாக꞉ ஸரணோ ஹரிசந்தநம் ॥ 4

---

* த்வயம்.

† கதிரஶ்ச பத்மஸாரஶாகா ஸரணோ ஹரிசந்தநம் |

ஸர்வாணி சைவ த்ரவ்யாண்யஷ்டௌ பவந்தி ஹி. மண்ணும் மரமும் கல்லும் லோஹங்களும் தாதுக்களும் ரத்னங்களும் ஸுதைகளும் இப்படி த்ரவ்யபேதம் எட்டுப்படி சொல்லப் பட்டது. ம்ருத்திகா ச சதுர்தோக்தா அவையிற்றின் மண்ணு லும் வயமாக யதாவர்ணானுஸாரிணீ. வர்ண வசத்தால் ஶுக்லவர்ணா பவேத் ப்ராஹ்மீ வெள்ளை மணல் ப்ராஹ்மணன். க்ஷத்ரியன் ரக்தமணல் ரக்தா க்ஷத்ரீ விஶம்ஸிகா. வைஶ்யா க்ருஷ்ணா பவேத் ஶூத்ரா வைசியன் பச்சைமணல் ஶூத்ரன் க்ருஷ்ணமணல். வ்ருக்ஷாணாம் பேத உச்யதே. வ்ருக்ஷங்களின் பேதம் சொல்லப்படுகிறது. கதிர꞉ ஸாரஶாகாஶ்ச

இவைகளுள் மண் அதனுடைய வர்ண வசத்தால் நான்கு வகைப்படும். வெண்மை நிறமான மண் ப்ராம்ஹண ஜாதியாகும். செந்நிறமான மண் க்ஷத்ரிய ஜாதியைச் சேர்ந்தது. சிவப்பு கலந்த மஞ்சள் நிறமான மண் வைசிய ஜாதியையும், கருப்பு நிறமான மண் சூத்திர ஜாதியைச் சேர்ந்ததுமாகும்.

விருக்ஷங்களின் (மரத்தின்) வகை சொல்லப் படுகிறது. கருங்காலி, தேவதாரு, பத்மகம், இருவகை சந்தன மரங்கள் முதலான

(ஸாகோ தேவதாரு ப்ராஹ்மணா வ்ருக்ஷா: கத்யந்தே க்ஷத்ரியாஸ்த்வ) ।
சம்பக திந்துக ஸமத்ருஜ நகவிருஜகண்டா: ॥ 5

*ஸ்ரீவ்ருக்ஷ வீணாதக ராஜாதந ஸப்தவர்ண ஜயந்தகா: ।
ஸாலந நிம்பகம் சைவ (வ்ருக்ஷாஸ்து) க்ஷத்ரியா (உதா:) ॥ 6

கூடஜஸ்தாணும் ஸிரீஷஸ்த ஹகாரோ விகாவஸ்தயா ।

* ஸ்ரீவ்ருக்ஷ பிம்பிக ராஜாத நஸப்தவர்ண ஜயந்தகா: ।

வடவ்ருந்தக அயள । வதிரம் கருங்காலி ஸாரதாரு தேவதாரம், ப தூப...கம், வருந்தக அயள வருநங்கள். வதிரவ நஸஸா கோவாரணோ ஹரிவருநதோ கருங்காலி பலா மாவிலிங்கை செஞ்சந்தனம் இவை ப்ராஹ்மண வ்ருக்ஷங்கள். ஸம்பகம் செண்பகம் திந்துகம் தும்பா: ஸமீ வன்னி அர்ஜுந மருது ஸமது கருவேம்பு ஜகண்டா முள்பூ மருது ஸ்ரீவ்ருக்ஷ துவளை வீணா- கா மருகாரை ராஜாதந பழமுள்ளிப்பாலை ஸப்தவர்ண ஏழிலைப்பாலை ஜயந்தக இலுப்பை ஸாலந வேங்கை நிம்பகம் வேம்பு க்ஷத்ரியா. இவை க்ஷத்ரிய வ்ருக்ஷங்கள். கூடஜ வெட்பாலை ஸ்தாணும் ஊமறம் ஸிரீஷ: வாகை ஸ்த ஹகாரகா

விருக்ஷங்கள் உபயோகிக்கத் தக்கவை.* இவற்றில் கருங்காலி பலா, தேக்கு, மாவலிங்கை, செஞ்சந்தனம் இவைகள் ப்ராம்ஹண ஜாதியைச் சேர்ந்தவைகளாகும்.

க்ஷத்ரிய வ்ருக்ஷங்களாவன :— செண்பகம், தும்பை, வன்னி, மருது, கருவேம்பு, முள்பூமருது, துவளை, மருக்காரை, பழ முள்ளிப்பாலை, ஏழிலைப்பாலை, இலுப்பை, வேங்கை, வேம்பு இவைகளாம்.

* மூலத்தில் பாக்கி விருக்ஷங்களைக் கூறுதற்கான க்ரந்தபாகம் போதும்.

¹வாரணம் வாதவீ சைவ சோரவல்லும் ச ஶிம்ஶபா ॥ 7

காஷவ்ருக்ஷம் ததா சைவ வைஶ்யா: (க்ஷத்ரியே ஶூத்ரவ்ருக்ஷகா: ।

²யநாகேநா நாமவ்ருக்ஷஸ்து நமேரு: கூடஜஸ்ததா । 8

³கணாவ கம்ப நிம்பள ச சம்பகஸ்திருகஸ்ததா ।

... ... 9

நராஸ்ய⁴ க்ஷீராத்யா: ஶூத்ரவ்ருக்ஷா: ப்ரஶம்ஸிதா: ।

ஸங்கீர்ணாஸ்ஸங்கரா வ்ருக்ஷாஸ்ஸர்வகார்யேஷு வர்ஜிதா: ॥

---

1. வாரணநிகுதிச்சோ சோரவல்லும் ச ஶிம்ஶபா ।
2. நாகநமேநாமவ்ருக்ஷம் ச நமேரு கூடவஸ்ததா ।
3. காணஷ கம்ப நிம்பள ச சம்பகோ திருகஸ்ததா ।
4. க்ஷீராக்ஷ்யா: ।

தேமாரிகாவஸ்ததா. எலுமிச்சை வாரண நிலவேங்கை நிர்குண்டியில் சோரவல்லு பரம்பை ஶிம்ஶிவை காஷவ்ருக்ஷம் வைஶ்யா: ஸ்ம்ருதா: இவை வைசிய வ்ருக்ஷங்கள். யநாகேநாக கேநாம நாமவ்ருக்ஷம் நமேரு சுரைபுன்னை கூடச வெட்பாலை ஸ்ததா அப்படியே காணஷ: கம்பவா கடம்பு நிம்பள நீர் கடம்பு சம்பகா செண்பகம் திருகஸ்ததா. உக்தத்ரிமுக்தம்: க்ஷீராஸ்யம் பச்சிலை க்ஷீராக்ஷ்யா: ஶூத்ரவ்ருக்ஷா: ப்ரஶம்ஸிதா: ।

இவை ஶூத்ரவ்ருக்ஷங்கள். ஸங்கர வ்ருக்ஷங்கள் எதுக்குமாகாது.

வைசிய வ்ருக்ஷங்களாவன :— வெட்பாலை, மராமரம் (அதாவது ஆச்சாமரம்), வாகை மரம், எலுமிச்சை, மாவலிங்கை, காசா மரம், வெள்ளைக் கருங்காலி, அசோகம், கருவேம்பு முதலியவை களாம்.

சூத்திர விருக்ஷங்களாவன :— முறளஞ்செடி, நமைவிருக்ஷம், சுரபுன்னை, வெட்பாலை, திப்பிலி, கடம்பு, நீர்க்கடம்பு, செண்பகம்,

ரூப்யம் ச ரஜதம் தாரம் சாங்கேயம் ச ததாவிதம் ॥ 15

ச்வேதம் தாரம் க்ருஷ்ணவர்ணம் வர்ணக்ரமாத் விதம் ।
ஜாதரூபம் ச ஹாடகம் ॥ 16

ஸுவர்ணம் கநகம் ஹேம பீதம் ரக்தம் ஸிதாஸிதம் ।
விப்ராதி...ஸம்ஜ்ஞா நாமாங்கிதம் க்ரமாத் ॥ 17

1. சாங்கேயம். 2. விப்ராதி...

ரூப்யம் ச ரஜதம் தாரம் சாங்கேயம் ச ததாவிதம், ச்வேதம் தாரம் க்ருஷ்ணவர்ணம் வர்ணக்ரமாத் விதம், ச்வேதமான வெள்ளிக்கும் பேர் ரூப்யம் [illegible]மான வெள்ளிக்கும் ரஜதமென்று பேர். [illegible]மான வெள்ளிக்கு தாரமென்று பேர். க்ருஷ்ணவர்ணமான வெள்ளிக்கு பேர் சாங்கேயமென்றும். [illegible] பொன்னும் நாலுபடி. ஜாதரூபம் ச ஹாடகம், ஸுவர்ணம் கநகம் [illegible] பீதமான பொன் ஜாதரூபமென்றும் ரக்தமான பொன் ஹாடகமென்றும் ஸிதமான பொன் ஸுவர்ணமென்றும் அஸிதமான பொன் கநகமென்றும். விப்ராதி...ஸம்ஜ்ஞா நாமாங்கிதம் க்ரமாத். இப் பொன்

தாமரத்தில் (செம்பில்) வெளிர் மஞ்சள் நிறமானது ப்ராம்ஹண ஜாதியாகும், சிவப்பு நிறம் க்ஷத்ரிய ஜாதியாகும், வெண்மை நிறம் வைசிய ஜாதியாகும், கருமை நிறம் சூத்ர ஜாதியாகும்.

தாமரத்தில் மூன்றயே ப்ராஹ்மண ஜாதி அதாவது பிசங்கத்திற்கு ஸ்வல்பமென்றும், க்ஷத்ரிய ஜாதி அதாவது லோஹிதத்திற்கு தாம்ரக மென்றும், வைசிய ஜாதி அதாவது ச்வைத்யத்திற்கு அவுதும்பரம் என்றும், சூத்திர ஜாதி அதாவது கார்ஷ்ண்யத்திற்கு மபரம் என்றும் பெயர்களாம்.

ரவீந்துகாந்தகௌ ஸௌரம் ஸ்படிகம் பத்மராககம் ।
ப்ராஹ்மணாநாம் ஸவஜ்ரகம் ஸ்படிகம் பத்மராககம் ॥ 18

ப்ரவாளம் க்ஷத்ரியாணாம் ஸ்யாத் வைஶ்யாநாம் கோமேதம்
[விதுஜம் ।
*ஸத்ரீநீலம் மரகதம் வைடூர்யாரகம் ததைவ ச ॥ 19

* மரகதம் சந்த்ரநீலம் ச வைடூர்யாரகம் ததைவ ச ।

அடைவே ப்ராஹ்மணர்களுக்குக் கொள்வது. ரவீந்துகாந்தகள ஸூர்யகாந்தமும் சந்த்ரகாந்தமும் ஸௌரம் ஸ்படிகம் பத்மராககம். ஸௌரமும் பளிங்கும் பத்மராகமும். ப்ராஹ்மணாநாம் ஸவஜ்ரகம். இந்த ரத்நங்கள் ப்ராஹ்மணர்கே கொள்வது. ஸ்படிகம் பத்மராககம் ப்ரவாளம் க்ஷத்ரியாணாம் ஸ்யாத் பளிங்கும் பவழமும் க்ஷத்ரியர்களுக்கே யாவது. வைஶ்யாநாம் கோமேதவிதுஜம் வைஶ்யர்க்கு குருவிந்தம் கொள்வது. மரகதம் சந்த்ரநீலஞ்ச வைடூர்யாரகம் ததைவ ச. வைஶ-

வெள்ளியானது ரூப்யம், ரஜதம், தாமிரம், சுக்லம் என நான்கு வகைப்படும். (இவை நான்கும் முறைப்படி பிராம்ஹண, க்ஷத்ரிய, வைசிய, சூத்திர ஜாதியைச் சாரும்.) ச்வேதமான (வெண்மையான) வெள்ளிக்கு ரூப்யம் என்றும், வெளிர் மஞ்சள் நிறமான வெள்ளிக்கு ரஜத மென்றும், அருண (சிவப்பு) மான வெள்ளிக்கு தாமிரம் என்றும், கிருஷ்ண (கறுப்பு) வர்ணமான வெள்ளிக்கு சுக்ல மென்றும் சொல்லப்படும்.

பொன் நான்கு விதமாகும். அவையாவன :— (1) ஜாதரூபம் (2) ஹாடகம். (3) ஸுவர்ணம். (4) கனகம். இவற்றில் ஜாதரூபம் என்பது மஞ்சள் நிறமான பொன், ஹாடகம் என்பது சிவப்பு நிறமான பொன், ஸுவர்ணம் என்பது வெண்மை நிறமான பொன், கனகம் என்பது கறுப்பு நிறமான பொன். மேலும் ஜாதரூபம் என்பது விப்ரஜாதியைச் சேர்ந்தது. ஹாடகம் என்பது

ஆறுமுக நாவலரின் ஆன்மீகம்!

> **இலங்கை முழுக்க கிறித்தவம் பரவ விடாமல் தடுத்ததற்கு நாவலரது அயராத முயற்சியே காரணம் என்பர். ஆனால், தமிழர்களின் பூர்வீக வழிபாடுகளை மறந்து வைதீக நெறிகளை கட்டாயப் படுத்தியவர் நாவலர் எனலாம்**

ஸ்ரீலஸ்ரீ ஆறுமுக நாவலர் அவர்கள் தலைசிறந்த தமிழ், சமஸ்கிருத பண்டிதர், அறிஞர் வித்வான், சைவ சமய காவலர் என்று புகழப்படுகிறார்.

ஆனால், அவர் பற்றி பலதரப்பட்ட கருத்துக்கள் இணையத்தில் காணக்கூடியதாய் உள்ளது. கடந்த சில நாட்களாக அவர் எழுதிய சில நூல்களை வாசிக்க நேர்ந்தது, குறிப்பாக பாலபாடம் (பாகம் 1, 2, 3, 4), சைவ வினாவிடை (புத்தகம் 1, 2), சிவ ஆலய தரிசன விதி, சைவதூஷண பரிகாரம், நித்திய கரும விதி, ஆறுமுகநாவலர் பிரபந்த திரட்டு (நல்லூர் த. கைலாச பிள்ளை திரட்டியது) மற்றும் சமய தீக்ஷதா அநுட்டானவிதி.

இவை தவிர நாவலர் பற்றிய காணொளிகளையும் சிலவற்றைக் கேட்க முடிந்தது. நாவலரது நூல்கள் பல இன்றும் இலங்கை இந்து சமய கலாசார அலுவல்கள் திணைக்களத்தினால் சமய வகுப்புகளுக்கு பாட திட்டத்தில் சேர்க்கப்பட்டு மாணவ மாணவியர் படித்து வருகிறார்கள்.

தமிழ் நாடு போல அல்லாமல் இலங்கையில் அவரவர் சார்ந்த சமயங்களை படிப்பது பள்ளிகளில் கட்டாயப் படுத்தப்பட்டுள்ளது.

நாவலர் அவர்களின் நூல்களை வாசிக்கும் போது ஒரு விடயம் மனதிற் ஆழமாய்த் தோன்றியது. அது, வைதிகம் நாவலரையும் உள்வாங்கிக் கொண்டுவிட்டது என்பதுதான்.

12 வயதில் அவர் சமஸ்கிருதம் பயில வேத பாடசாலைக்கு சென்றார். அவர் சமஸ்கிருதம் பயின்றதற்கு சுவாரஸ்யமான கதைகள் உண்டு. ஆனால் வேத வைதிக ஆகமங்களின் வர்ணாஸ்ரம ஆதிக்கத்தை அவரது அனைத்து எழுத்துக்களிலும் காண முடிகிறது. அந்த அளவிற்கு வைதிக கொள்கை அவரை உள்வாங்கிக் கொண்டது எனலாம்.

பெரிய புராணம் பற்றி விளையாட்டாகப் பேசிய சொந்த அண்ணனைக் குறுவாளால் தலையைக் துண்டாக்கத் துணிந்தவர் நாவலர். அண்ணன் இறக்கும் காலம் வரை அவருடன் பேசாமலேயே இருந்திருக்கிறார் நாவலர். இராமலிங்க அடிகளின் திருஅருட்பா கோயில்களில் பாடப்பட்டதை கடுமையாக கண்டித்து வழக்குகள் தொடர்த்திருக்கிறார்.

இதே தீவீரவாத அணுகுமுறையினை சைவ நாயன்மார்களில் சண்டேஸ்வரர் முதல் கோட்புலி நாயனார் வரை பலர் கடைப் பிடித்ததைக் காணலாம்.

ஒரு வேளை திருஅருட்பா பாடப்பட்டிருந்தால் பெரிய சமுதாய மாற்றத்திற்கு உதவியிருக்கலாம். ஆனால், நாவலரின் போக்கினால் சைவ தீவீரவாதம் வளர்ந்தது என்றே கூறலாம்.

ஈழத்து நண்பர்கள் ஆகச்சிறந்த தமிழ்ப் பற்றாளர்களாக இருந்தும் கோயில்களில் வழிபாட்டு மொழியாக சமஸ்கிருதம் புகுந்தது ஏன் என பல நாட்கள் எண்ணியதுண்டு. இலங்கையில் உள்ள சைவக் கோயில்களில் வைதிகமும் அர்ச்சனை மொழியாக சமஸ்கிருதமும் நுழைந்ததற்கான காரணம் நாவலர் எனலாம். ஒரு எழுத்து மற்றும் இலக்கணப் பிழை இவரது ஆக்கங்களில் இல்லை என்பார்கள். ஆனால், முழுக்க முழுக்க சமஸ்கிருத வார்த்தைகளை எல்லா நூல்களிலும் காண முடிகிறது.

பாலபாடம் பாகம் 4இல் 'திராவிடமென்னும் வடமொழி தமிழென்றாயிற்று' என்றே எழுதியிருக்கிறார். அதாவது, தமிழ் வடமொழியிலிருந்து பிறந்தது என்கிறார். இது ஒப்புக்கொள்ளக்கூடியதா?

இலங்கை முழுக்க கிறித்தவம் பரவவிடாமல் தடுத்ததற்கு நாவலரது அயராத முயற்சியே காரணம் என்பர். ஆனால், தமிழர்களின்

பூர்வீக வழிபாடுகளை மறந்து வைதீக நெறிகளை கட்டாயப் படுத்தியவர் நாவலர் எனலாம்.

வைதீக முறைப்படி, மனுதர்மத்தில் கூறப்பட்டுள்ளபடி நாவலரும் தனது பாலபாடம் பகுதி 4ல் "பெண்கள் இளமைப்பருவத்திலே பிதாவினாலும், யௌவனத்திலே கணவனாலும், மூப்பிலே புத்திரனாலும், காக்கத்தக்கவர்; ஆகையால் ஒரு போதும் பெண்கள் சுவாதீனரல்லர்" என்கிறார். ஆனால், இன்று கோயில்களில் இவரது குருபூஜையைப் பெண்கள்தான் முன்நின்று நடத்தி வருகிறார்கள்.

"திருக்கோயிலினுள்ளே போதற்கு யோக்கியர்களல்லாத சாதியர்கள் திருக்கோயிற் புறத்திலே பிரதக்ஷணம் பண்ணித் திருக்கோபுரத்தை நமஸ்கரித்துக் கடவுளைத் தோத்திரஞ் செய்யக்கடவர்கள்" என்கிறார் நாவலர் (பாலபாடம் பாகம் 4). கீழ்சாதியர் கோயிலுக்குள் செல்ல அனுமதியில்லை, வெளியிலிருந்து வணங்க வேண்டும் என்று கூறுகிறார் நாவலர். இதுதான் "கோபுர தரிசனம் கோடிப் புண்ணியம்" என்பது.

இதே கருத்தை, பாலபாடம் (பாகம் 2, கேள்வி:318) நூலில் திருக்கோயிலினுள்ளே புகத்தகாத இழிந்த சாதியாரும், புறச் சமயிகளும், ஆசாரம் இல்லாதவரும் உட்புகா வண்ணந் தடுத்தல் ஆகியவை கோயிலுக்குச் செய்ய வேண்டிய உழவாரப் பணிகள் என்கிறார் நாவலர். அதாவது கீழ்சாதியினர் கோயிலுக்குள் நுழைவதை மற்றவர்கள் தடுக்க வேண்டும் என்கிறார். ஆகம விதிகளின்படி கோயில் என்பது எல்லோருக்கும் பொதுவானதல்ல என்பதை இவரது எழுத்தும் நிரூபிக்கிறது.

சனாதன வைதீக வர்ணாசிர கொள்கையை கடைசிவரை கடைப்பிடித்து அதை மற்றவர்களிடத்திலும் வலியுறுத்தினார் என்பதை இவரது நூல்களும் எழுத்துக்களும் வரலாறும் நிரூபிக்கின்றன.

இப்போது நாவலர் எழுதிய சைவ வினா விடை (புத்தகம் 1 மற்றும் 2) நூலில் உள்ள ஒரு சில கேள்வி பதில்களைப் பார்ப்போம்.

ஆறுமுகநாவலரின் சைவ வினா விடை புத்தகம் 2:

86. வேதத்தை ஓதுதற்கு அதிகாரிகள் யாவர்?

உபநயனம் பெற்றவராகிய பிராமணர், க்ஷத்திரியர், வைசியர் என்னும் முதன் மூன்று வருணத்தார்.

87. சூத்திரரும், நான்கு வருணத்துப் பெண்களும் எதற்கு அதிகாரிகள்?

இதிகாச புராணம் முதலியவைகளை ஓதுதற்கும், வேதத்தின் பொருளைக் கேட்டற்கும் அதிகாரிகள்.

90. சூத்திரர் முதலாயினாருக்கு எக்கிரியைகள் செய்யத் தக்கன?

சிவதீக்ஷை பெற்ற சூத்திரருக்கும் அநுலோமருக்கும் ஆகமக் கிரியைகள் செய்யத்தக்கன. சிவதீக்ஷை பெறாத சூத்திரர் முதலானவருக்குப் பிரணவமின்றி நமோந்தமாகிய தேவ தோத்திரங்களைக் கொண்டு கிரியைகள் செய்யத் தக்கன.

116. சைவர்கள் சாதிபேதத்தினால் எத்தனை வகைப்படுவார்கள்?

ஆதிசைவர்; மகாசைவர்; அநுசைவர்; அவாந்தரசைவர், பிரவரசைவர், அந்தியசைவர் என அறு வகைப்படுவார்கள்.

132. ஆசாரியராதற்கு யோக்கியரல்லாதவர் யாவர்?

நான்கு வருணத்துக்குட்படாதவன், கணவன் இருக்கக் கள்ளக் கணவனுக்குப் பிறந்தவனாகிய குண்டகன், கணவன் இறந்தபின் கள்ளக் கணவனுக்கு விதவையிடத்துப் பிறந்தவனாகிய கோளகன், வியபிசாரஞ் செய்த மனைவியை விலக்காதவன், குருடன், ஒற்றைக் கண்ணன், செவிடன், முடவன், சொத்திக் கையன், உறுப்புக் குறைந்தவன், உறுப்பு மிகுந்தவன், தீரா வியாதியாளன், பதினாறு வயசுக்கு உட்பட்டவன், எழுபது வயசுக்கு மேற்பட்டவன், கொலை களவு முதலிய தீயொழுக்க முடையவன், சைவாகமவுணர்ச்சியில்லாதவன் முதலானவர். (சொத்தி = ஊனம்).

255. நியம காலத்திலன்றி, இன்னும் எவ்வெப்பொழுது ஸ்நானஞ் செய்வது ஆவசியகம்?

சண்டாளருடைய நிழல் படினும், இழிந்த சாதியாரும் புறச்சமயிகளும், வியாதியாளரும், சனன மரணா செளசமுடையவரும், நாய், கழுதை, பன்றி, கழுகு, கோழி முதலியவைகளும் தீண்டினும், எலும்பு, சீலை முதலியவற்றை மிதிக்கினும், க்ஷெளரஞ் செய்து கொள்ளினும், சுற்றத்தார் இறக்கக் கேட்கினும், துச்சொப்பனங் காணினும், பிணப் புகை படினும், சுடுகாட்டிற் போகினும், சர்த்தி செய்யினும் உடுத்த வஸ்திரத்துடனே ஸ்நானஞ் செய்வது ஆவசியகம். (சர்த்தி = வாந்தி)

285. திருநந்தனவனத்தை எப்படிப் பாதுகாத்தல் வேண்டும்?

புலையர், புறச்சமயிகள், தூரஸ்திரீகள், முதலாயினோர் உள்ளே புகாமலும், யாவராயினும் எச்சில் மூக்குநீர் மலசல முதலியவைகளால் அசுசிப்படுத்தாமலும், அங்குள்ள பத்திர புஷ்பங்களைக் கடவுட் பூசை முதலியவற்றிற் கன்றிப் பிறவற்றிற்கு உபயோகப்படுத்தாமலும், மோவாமலும், அங்குள்ள மரஞ் செடி கொடிகளிலே சலந் தெறிக்கும்படி வஸ்திரந் தோயாமலும், அவைகளிலே வஸ்திரத்தைப் போடாமலும் பாதுகாத்தல் வேண்டும்.

287. பத்திர புஷ்பம் எடுக்க யோக்கியர் ஆகாதவர் யாவர்?

தாழ்ந்த சாதியார், அதீக்ஷிதர், ஆசௌச முடையவர், நித்திய கருமம் விடுத்தவர், ஸ்நானஞ் செய்யாதவர், தூர்த்தர் முதலானவர்.

318. மேலே சொல்லப்பட்டவைகளன்றிச் சிவாலயப் பணிகள் இன்னும் உள்ளனவா?

உள்ளன. அவை, திருவீதியில் உள்ள புல்லைச் செதுக்குதல், திருக்கோபுரத்திலுந் திருமதில்களிலும் உண்டாகும் ஆல், அரசு முதலியவற்றை வேரொடு களைதல், திருக்கோயிலையுந் திருக்குளத்தையுந் திருவீதியையும் எச்சில், மலசலம் முதலியவைகளினால் அசுசியடையா வண்ணம் பாதுகாத்தல், திருக்கோயிலினுள்ளே புகத்தகாத இழிந்த சாதியாரும், புறச் சமயிகளும், ஆசாரம் இல்லாதவரும், வாயிலே வெற்றிலை பாக்கு உடையவரும், சட்டையிட்டுக் கொண்டவரும், போர்த்துக் கொண்டவரும், தலையில் வேட்டி கட்டிக்கொண்டவரும் உட்புகா வண்ணந் தடுத்தல், திருவிழாக் காலத்திலே திருவீதியெங்குந் திருவலகிட்டுச் சலந் தெளித்தல், வாகனந் தாங்கல், சாமரம் வீசுதல், குடை கொடி ஆலவட்டம் பிடித்தல் முதலியவைகளாம்.

ஆறுமுகநாவலர் அவர்களின் சைவ வினா விடை புத்தகம் *1:*

76. எவர்கள் இடத்திலே போசனம் பண்ணல் ஆகாது?

தாழ்ந்த சாதியார் இடத்திலும், கள்ளுக் குடிப்பவர் இடத்திலும், மாமிசம் புசிப்பவர் இடத்திலும், ஆசாரம் இல்லாதவர் இடத்திலும் போசனம் பண்ணல் ஆகாது.

♦

சைவவினாவிடை
இரண்டாம் புத்தகம்.
யாழ்ப்பாணத்து நல்லூர்
ஸ்ரீலஸ்ரீ ஆறுமுகநாவலரவர்கள்
செய்தது.
சென்னை:
வித்தியாநுபாலன அச்சகம்
1959
250
.L/PR

வஸ்திரந் தரித்துக்கொண்டு, ஈரவஸ்திரத்தையுந் தோய்த்து உலரும்படி, கொடியிலே போடல்வேண்டும். ஒரு கொடியிலேதானே தோய்த்த வஸ்திரமுந் தோயாத வஸ்திரமும் போடுதலும், ஒருவர் வஸ்திரம்போட்ட கொடியிலே மற்றொருவர் வஸ்திரம் போடுதலும் ஆகாவாம். [illegible]னும், கௌபீனமாத்திர முடையவனாயேனும், ஒரு வஸ்திரந் தரித்துக்கொண்டேனும், யாதொரு கருமமுஞ்செய்யலாகாது.

252.—குளிர்ந்த சலத்திலே ஸ்நானஞ்செய்யமாட்டாத பிணியாளர் யாது செய்தல்வேண்டும்?

ஸ்நானஞ்செய்தவர் சுத்திசெய்யப்பட்ட தானத்திலே சுத்திசெய்யப்பட்ட பாத்திரத்தில் வைத்த வெந்நீரை, அவர் ஒருபாத்திரத்தில் விட விட, எடுத்து ஸ்நானஞ்செய்து தோய்த்துலர்ந்த வஸ்திரத்தினால் ஈரத்தைத் துவட்டி, உலர்ந்த வஸ்திரந்தரித்துப், பதினொருமந்திரத்தை ஒருதரஞ் செபித்துக்கொண்டு, சந்தியாவந்தன முதலியன செய்யலாம்.

253.—வியாதியினாலே ஸ்நானஞ் செய்யமாட்டாதவர் யாது செய்தல் வேண்டும்?

கழுத்தின்கீழ், அரையின்கீழ், கால் என்னும் இவைகளுள் ஒன்றை இயன்றபடி சலத்தினாலே கழுவிக்கொண்டு, கழுவாமல் எஞ்சிய உடம்பை ஈரவஸ்திரத்தினால் ஈரப்படும்படி துடைத்து, அவ்விடத்தைத் துவட்டித், தோய்த்துலர்ந்த வஸ்திரந் தரித்துப் பதினொரு மந்திரத்தை ஒருதரஞ் செபித்துக்கொண்டு, சந்தியாவந்தன முதலியன செய்யலாம். இந்த ஸ்நானம் காபில ஸ்நானம் எனப் பெயர்பெறும்.

254.—இராத்திரி ஸ்நானஞ் செய்யலாமோ?

யாகம், சந்திரகிரகணம், சிவராத்திரி, மகப்பிறப்பு, மகப்பேறு என்பவைகளின் மாத்திரம் இராத்திரி ஸ்நானஞ் செய்யலாம்.

255.—[illegible], இன்னும் எவ்வெப்பொழுது ஸ்நானஞ்செய்தல் ஆவசியகம்?

சண்டாளருடைய நிழல்படினும், இழிந்தசாதியாரும், புறச்சமயிகளும், வியாதியாளரும், சனன மரணசௌசமுடையவர்களும், நாய் கழுதை பன்றி கழுகு கோழி முதலியவைகளும் தீண்டினும், எலும்பு, மீன் முதலியவற்றை மிதிக்கினும், க்ஷௌரஞ்செய்து கொள்ளினும், சுற்றத்தார் இறக்கக்கேட்கினும், துர்ச்சொப்பனங்காணினும், பிணப்புகைபடினும், சுடுகாட்டிற் போகினும், சர்த்திசெய்யினும், உடுத்தவஸ்திரத்தோடே ஸ்நானஞ்செய்வது ஆவசியகம். [சர்த்தி - வாந்தி.]

256.—தீண்டலினாலே எவ்வெப்பொழுது குற்றமில்லை?

தேவதரிசனத்திலும், திருவிழாவிலும், யாகத்திலும், விவாகத்திலும், தீர்த்தயாத்திரையிலும், வீடு அக்கினியுற்றி யழியுங்காலத்திலும், தேசகலகத்திலும், சனநெருக்கத்திலுந் தீண்டலினாலே குற்றமில்லை.

257.—ஸ்நானஞ் சரீரசுத்திக்குமாத்திரந்தான் காரணமோ?

சரீரசுத்திக்கு மாத்திரமன்றிச் சரீரஆரோக்கியத்துக்கும், சித்தசோபனத்துக்கும், ஒருப்பாட்டுக்கும், இந்திரியவடக்கத்துக்கும், யோக்கியத்துவத்துக்கும் காரணமாம். விடியற்கால ஸ்நானத்தினாலே பசி உண்டாகும். நோய் அணுகாது.

சந்தியாவந்தனம்.

258.—சந்தியாவந்தனம் எத்தனை?

பிராதக்காலசந்தி, மத்தியானசந்தி, சாயங்காலசந்தி, அர்த்தயாமசந்தி என நான்காம்.

259.—இன்னார் இன்னாருக்கு இன்ன இன்ன சந்தியாவந்தனங்கள் உரியன என்னும் நியமம் உண்டோ?

பாத்திரத்தையுங் கையையுங் கன்றூட்டிய முலையையுஞ் சலத்தினாற் கழுவிக்கொண்டே கறத்தல்வேண்டும். கறந்தபின் பாலைப் பரிவட்டத்தினால் வடித்துக்கொள்ளல் வேண்டும்.

312.—சந்தனம் அரைக்கும்போது சேர்ப்பனவாகிய திரவியங்கள் எவை?

குங்குமப்பூ, கோரோசனை, பச்சைக்கர்ப்பூரம், புழுகு, சவ்வாது, கஸ்தூரி என்பவைகளாம்.

313.—நைவேத்தியங்கள் எவை?

சுத்தான்னம், சித்திரான்னங்கள், நெய், காய்ச்சிய பால், தயிர், முப்பழம், தேங்காய்க்கீறு, சர்க்கரை, கறியமுதுகள், அபூபங்கள், பானகம், பானீயம், வெற்றிலைபாக்கு, முகவாசம் என்பவைகளாம். [அபூபம் - பணிகாரம்.]

314.—சித்திரான்னங்கள் எவை?

பருப்புப்பொங்கல், சர்க்கரைப்பொங்கல், மிளகோதனம், புளியோதனம், ததியோதனம், கடுகோதனம், எள்ளோதனம், உழுந்தோதனம், பாயசம் என்பவைகளாம்.

315.—பணிகாரங்கள் எவை?

மோதகம், பிட்டு, அப்பம், வடை, தேன்குழல், அதிரசம், தோசை, இட்டலி என்பவைகளாம்.

316.—பானீயம் என்பது என்னை?

சலம், சந்தனம், பச்சைக்கர்ப்பூரம், பாதிரிப்பூ, செங்கழுநீர்ப்பூ என்பவைகள் இடப்பெற்ற சலம்.

317.—முகவாசம் என்பது என்னை?

ஏலம், இலவங்கம், பச்சைக்கர்ப்பூரம், சாதிக்காய், தக்கோலம் என்பவற்றின் பொடியைப் பனிநீரோடு கூட்டிச் செய்த குளிகை.

318.—மேலே சொல்லப்பட்டவைகளன்றிச் சிவாலயப்பணிகள் இன்னும் உள்ளனவோ?

உள்ளன; அவை: திருவீதியில் உள்ள புல்லைச்செதுக்குதல், திருக்கோபுரத்திலுந் திருமதில்களிலும் உண்டாகும் ஆல் அரசு முதலியவற்றை வேரோடு களைதல், திருக்கோயிலையுந் திருக்குளத்தையுந் திருவீதியையும் எச்சில் மலசலம் முதலியவைகளினால் அசுசிப்படாவண்ணம் பாதுகாத்தல், திருக்கோயிலினுள்ளே புகத்தகாத இழிந்த சாதியாரும், புறச்சமயிகளும், ஆசாரம் இல்லாதவரும், வாயிலே வெற்றிலைபாக்குடையவரும், சட்டையிட்டுக்கொண்டவரும், போர்த்துக்கொண்டவரும், தலையில் வேட்டி கட்டிக்கொண்டவரும் உட்புகாவண்ணந் தடுத்தல், திருவிழாக்காலத்திலே திருவீதி பெருக்குத் திருவலகிட்டுச் சலந்தெளித்தல், வாகனந்தாங்கல், சாமரம் வீசுதல், குடை கொடி ஆலவட்டம்பிடித்தல் முதலியவைகளாம்.

திருச்சிற்றம்பலம்.

சலங்கழித்தல், மூக்குநீர் சிந்துதல், அபான வாயுவிடுதல், பாக்குவெற்றிலையுண்டல், தம்பல முமிழ்தல், போசனபானம் பண்ணுதல், நித்திரைசெய்தல், மயிரைக்கோதி முடித்தல், சூதாடல், சிரசிலே வேட்டி கட்டிக்கொள்ளு தல், தோளிலே உத்தரீயமிட்டுக்கொள்ளுதல், போர்த்துக்கொள்ளுதல், சட்டையிட்டுக்கொள் ளுதல், வாகனமேறிச்செல்லுதல், குடை பிடித்துக்கொள்ளுதல், பாதாகைவிட்டுக் கொள்ளுதல், உயர்ந்ததானத்திருத்தல், ஆச னத்திருத்தல், தூபி தாசத்தம்பம் பலிபீடம் விக்கிரகம் என்னும் இவைகளின் சாயையை மிதித்தல், விக்கிரகத்தையும் நிர்மாலியத்தை யும் தீண்டுதல், பெண்களைத் தீண்டல், பெண் களை இச்சித்துப்பார்த்தல், ஒருதரம் இருதரம் நமஸ்கரித்தல், ஒருதரம் இருதரம் வலம் வருதல், ஓடி வலம்வருதல், கடவுளுக்கும் பலி பீடத்துக்கும் குறுக்கேபோதல், அகாலத்திலே தரிசித்தல், வீண்வார்த்தை பேசுதல், சிரித்தல், வீண்தேம்பாடல், வீண்கதை கேட்டல், திரு விளக்கவியக்கண்டும் தூண்டாதொழிதல், திரு விளக்கில்லாதபோது வணங்குதல், உற்சவங் கொண்டருளும்பொழுது அங்கேயன்றி உள்ளே போய் வணங்குதல் முதலானவைக ளாம். இக்குற்றங்களுள் ஒன்றை அறியாது செய்தவர் கடவுளுடைய மந்திரத்தைச் செபிக் கின், அக்குற்றம் நீங்கும். இக்குற்றங்களை அறிந்து செய்தவர் நரகத்தில் விழுந்து

வருந்துவர்கள். அவருக்குப் பிராயச்சித்த மில்லை.

திருக்கோயிலினுள்ளே போதற்கு யோக்கி யர்களல்லாத சாதியார்கள் திருக்கோயிற் புறத் திலே பிரதக்ஷிணம்பண்ணித் திருக்கோபுரத்தை நமஸ்கரித்துக் கடவுளைத் தோத்திரஞ் செய்யக் கடவர்கள்.

புராணபடனம்.

புராணங்களை நியமமாக விதிப்படி படித்தலும், அவைகளுக்குப் பொருள் சொல்ல லும், கேட்டலும் சிறந்த புண்ணியங்களாம்.

புராணம் வாசித்துப் பொருள்சொல்லற்கு உரிய இடங்களாவன. திருக்கோயில், திரு மடம், புண்ணிய தீர்த்தக்கரை, சமயாசார முடையவருடைய இருக்கும் முதலிய சுத்தஸ்தா னங்களாம். மற்றையிடங்களிலே புராணம் படிக்கலாகாது.

புராணம் வாசித்துப் பொருள்சொல்லற்கு யோக்கியராவார், நான்கு வருணத்துள்ளும், இலக்கணவிலக்கியங்களிலே வல்லவராய், நீதி நூல்களையும் சமயநூல்களையும் கற்றறிந்தவ ராய், தமிழ்வேதத்தை அத்தியயனம் பண்ணின வராய், நல்லொழுக்கத்திற் சிறந்தவராய் உள்ள

திலே சிராத்தம் வாங்கிக்கொண்டு வந்த வருக்கும், சிராத்தத்தில் வாங்கிய பதார்த்தங் களைத் தாம் அநுபவியாது விக்கிரயமுதலியன செய்வோருக்கும் சிராத்தங் கொடுக்கலாகாது.

ஒருவனுடைய சிராத்தத்தில் வரிக்கப் பட்டவன் அந்தச் சிராத்தத்தை ஏற்றுக்கொள் ளாது விலகுதலும், ஒருவனைச் சிராத்தத்தின் பொருட்டு வரித்தவன் அவனுக்குக் கொடா தொழிதலும் பாவம்.

சிராத்தஞ்செய்விப்பவராகிய புரோகிதரைச் சிராத்தத்தில் வரிக்கலாகாது. அவருக்குச் சிராத்தத்தில் வரிக்கப்பட்டவருக்குக் கொடுத்த படியே குறைவின்றிச் சமமாகத் தக்ஷிணையோடு கொடுத்து, அவரை உபசரித்து அனுப்பல் வேண்டும்.

சிராத்தம் நடக்கும்போது, வேதத்தையும், தமிழ் வேதத்தையும், புராணத்தையும், இதி காசத்தையும், தரும சாத்திரத்தையும், சிராத் தம் வாங்குவோருக்குக் கேட்கும்படி படிப்பித் தல்வேண்டும். இது பிதிர்களுக்கு மிகப் பிரிய மாகும்.

சிராத்தத்திலே கண்ணீர் விடுதலும், கோபித்தலும், பொய்சொல்லலும், துரிதஞ் செய்தலும், சிந்திய அன்னத்தைக் காலாலே மிதித்தலும், இலையில் அன்னத்தைத் தூவிப் பரிமாறலும் ஆகாவாம். சிராத்தமேற்பவர் நன்று தீது என்று பேசாது திருப்தியோடுப் ஏற்றல்வண்டும்.

சிராத்தமுடிந்தபின்பு, சிராத்தமேற்றவர் களை வலமாகப் பின்றொடர்ந்து புறத்தே அனுப்பிவிட்டு, சிராத்தஞ்செய்த இடத்தைச் சுத்திபண்ணித் தன் கால்கைகளைச் சுத்தி செய்து ஆசமனஞ் செய்துகொண்டு, கடவு ளுடைய அடியார்களோடும், அதிதிகளோடும், தன் சுற்றத்தார் முதலியவர்களோடும் இருந்து, போசனஞ் செய்தல்வேண்டும்.

சிராத்தத்துக்குப் பொருளில்லாதவன், காய், கனி, கிழங்கு, என் இவைகளையேனுஞ் சற் பிராமணருக்குக்கொடுத்து நமஸ்காரஞ்செய்து, திலதர்ப்பணம்பண்ணிக்கொண்டு தான் திருத்தி யாகப் போசனம் பண்ணல்வேண்டும்.

தமிழ்.

சம்ஸ்கிருதம் தமிழ் என்னும் இரண்டு பாஷைக்கும் முதலாசிரியர் சிவபெருமான். சிவ பெருமான் சம்ஸ்கிருதத்துக்கு இலக்கணநூல் பாணினி முனிவருக்கும், தமிழுக்கு இலக்கண நூல் அகத்தியமுனிவருக்கும் அருளிச்செய்தார். அம்முனிவர்கள் இருவரும் முறையே அம்முத நூல்கள் இரண்டின் வழியாகப் பாணினீயம் அகத்தியம் என்னுநூல்களை அருளிச்செய்தார் கள். திராவிடமென்னும் வடமொழி தமிழென் றுயித்து.

அறியப்படாத இந்து மதம் / 275

னால் அனுபவிக்கப்பட்டிருந்தால் அவைகளைத் தான் அனுபவிக்கலாகாது. குடுமிக்கு வெளியிலே பூவைச் சுற்றிக்கொள்ளலாகாது.

துஷ்டவாகனத்தின்மேல் ஏறலும், தண்ணீர் அலம்பி இடித்த ஆற்றங்கரை முதலியவைகளைச்சேர்தலும், தீப்பட்ட வீட்டிலே பிரவேசித்தலும், மரத்தினுனியில் ஏறலும், மழைபெய்யும்போது காலைப்பாப்பி ஓடலும், ஜலப்பிரவாகத்துக்கு எதிராக நீந்தலும், ஒருவனைத் தடமேறிக் கடத்தலும், மந்தையினுள்ளே கோலின்றிப்போதலும், சர்ப்பம் மதயானை முதலியவற்றிற்கு எதிரே நிற்றலும், அவைகளைத் தொடர்தலும், குடியில்லாத வீட்டிலே தனித்துத் தூங்கலும், பாழ்ங்காட்டுக்குத் தனித்துப் போதலும், பாழ்வீட்டிலே தனித்திருத்தலும் ஆகாவாம்.

துணையின்றித் தனித்தாயினும், இன்னுனென்று அறியப்படாதவனோடாயினும் வழி நடக்கலாகாது. இராவிலே தனித்து ஊர்ப்புறத்திலே போகலாகாது; போகவேண்டின், ஒருவரைக் கூட்டிக்கொண்டு போகல்வேண்டும். இருட்டிலே வெளிச்சமின்றிப் போகலாகாது.

மழையிலும், வெய்யிலிலும், இராவிலும், காடுகளிலும், குடை பாதரகை தடி இவைகளைத் தரித்தவனுகி, தேகத்துக்குத் தீங்கு வாராதபடி சஞ்சரித்தல்வேண்டும். சஞ்சரிக்கும்போது, மேற்பார்வையும் பக்கத்துப்பார்வையும் தூரப்பார்வையும் விட்டு, நுகத்தடியளவுதூரம்

வழியை நன்முகப் பார்த்துப் போதல் வேண்டும்.

மிகவிழித்திருத்தல், மிகத்தூங்கல், மிகவிருத்தல், மிகநிற்றல், மிகநடத்தல், மிகப்படுத்திருத்தல், மிகவருத்தல், மிகப்பேசல் இவையெல்லாம் நன்மையல்ல. பகலிலே ஒருபோதும் நித்திரை செய்யலாகாது. வடக்குத்திக்கிலே தலைவைத்துச் சயனிக்கலாகாது. காலீரம் புலருமுன் சயனிக்கலாகாது.

கற்பு.

பெண்களுக்குக் கற்பாவது விவாகஞ் செய்யுமுன் பிதா மாதாக்களாலும், விவாகஞ் செய்தபின் கணவனாலும், கற்பிக்கப்பட்டபடியே நீதி வழுவாமல் ஒழுகுதலாம். பெண்கள் இளமைப்பருவத்திலே பிதாவினாலும், யௌவனத்திலே கணவனாலும், மூப்பிலே புத்திரனாலும், காக்கத்தக்கவர்; ஆகையால் ஒருபோதும் பெண்கள் சுவாதீனரல்லர். கணவனும் புதல்வனும் இல்லாதபோது அவளுடைய கணவன் பகுத்தார் காக்கக்கடவர்; அவர்கள் இல்லாதபோது அவளுடைய தாய் பகுத்தார் காக்கக்கடவர். தகப்பன் கணவன்பிள்ளைகள் இவர்கள் இல்லாமல் தனித்திருக்கவிரும்பும்பெண், பிறந்தகுலம் புகுந்த குலம் இரண்டுக்கும், வசையையுண்டாக்கி விடுவள்.

குறிப்புகள்